D1771106

ஷா இன் ஷா

ஷா இன் ஷா

சுகுமாரன் (பி. 1957)
மொழிபெயர்ப்பாளர்

கோவையில் பிறந்தவர். அச்சிதழ், தொலைக்காட்சி, நூல் வெளியீட்டுத் துறைகளில் பணியாற்றியவர். கவிஞர், கட்டுரையாளர், நாவலாசிரியர், மொழிபெயர்ப்பாளர், *காலச்சுவடு* இதழின் பொறுப்பாசிரியர். கனடா தமிழ் இலக்கியத் தோட்டத்தின் வாழ்நாள் சாதனையாளருக்கான இயல் விருதை 2016இல் பெற்றுள்ளார். திருவனந்தபுரத்தில் வசிக்கிறார்.

தொடர்புக்கு: nsukumaran@gmail.com

ரிஸார்த் காபுஸின்ஸ்கி

ஷா இன் ஷா

தமிழில்
சுகுமாரன்

காலச்சுவடு பதிப்பகம்

அன்பார்ந்த வாசகருக்கு,

வணக்கம்.

காலச்சுவடு நூலை வாங்கியமைக்கு நன்றி.

நூலின் உள்ளடக்கம், உருவாக்கம், அட்டைப்படம் இன்ன பிற அம்சங்கள் பற்றிய உங்கள் கருத்துகளையும் ஆலோசனைகளையும் காலச்சுவடு வரவேற்கிறது. தகவல், எழுத்து, வாக்கியப் பிழைகள் தென்பட்டால் கட்டாயம் தெரிவித்து உதவுங்கள். நூல் தயாரிப்பில் கடும் குறைபாடு இருப்பின் மாற்றுப் பிரதி உங்களுக்குக் கிடைக்கக் காலச்சுவடு ஏற்பாடு செய்யும்.

மின்னஞ்சல்: publisher@kalachuvadu.com

காலச்சுவடு நாகர்கோவில் தலைமையகத்துக்கும் கடிதம் அனுப்பலாம்.

தங்கள்
எஸ்.ஆர். சுந்தரம் (கண்ணன்)
பதிப்பாளர் — நிர்வாக இயக்குநர்

INSTYTUT KSIĄŻKI

This book has been published with the support of the © POLAND Translation Programme

Szachinszach
Copyright © POLAND Translation Program

ஷா இன் ஷா ❖ வரலாறு ❖ ஆசிரியர்: ரிஸார்த் காபுஸின்ஸ்கி ❖ போலீஷிலிருந்து ஆங்கிலத்தில்: வில்லியம் ஆர். பிராண்ட், கதார்ஸினா ம்ரோஸ்கோவ்ஸ்கா பிராண்ட் ❖ தமிழில்: சுகுமாரன் ❖ முதல் பதிப்பு: டிசம்பர் 2018 ❖ வெளியீடு: காலச்சுவடு பப்ளிகேஷன்ஸ் (பி) லிட்., 669 கே. பி. சாலை, நாகர்கோவில் 629001

காலச்சுவடு பதிப்பக வெளியீடு: 880

Shaa in shaa ❖ History ❖ Author: Ryszard Kapuściński ❖ ❖ From Polish to English: William R. Brand and Katarzyna Mroczkowska - Brand ❖ Tamil Translation by Sukumaran ❖ Language: Tamil ❖ First Edition: December 2018 ❖ Size: Royal ❖ Paper: 18.6 kg maplitho ❖ Pages: 144

Published by Kalachuvadu Publications Pvt. Ltd., 669, K.P. Road, Nagercoil 629001, India ❖ Phone: 91-4652-278525 ❖ e-mail: publications @kalachuvadu.com ❖ Printed at Sudarsan Graphics, Chennai 600017

ISBN: 978-93-88631-12-9

12/2018/S.No. 880, kcp 2219, 18.6 (1) ILL

பொருளடக்கம்

முன்னுரை: சர்சாதிகாரத்தின் மரண சாசனம்	9
சீட்டுகள் - முகங்கள் - பூந்தோட்டங்கள்	16
புகைப்படங்கள்	23
அணைந்த நெருப்பு	97

முன்னுரை

சர்வாதிகாரத்தின் மரண சாசனம்

வரலாற்றின் சாபத்தைத் தொடர்ந்து சுமக்க விதிக்கப் பட்ட நாடுகளில் பாரசீகமும் (இன்றைய இரான்) ஒன்று. இரண்டாயிரத்தைந்நூறு ஆண்டுப் பழைமை கொண்டது; தனித்துவமான பண்பாட்டையும் கலைமரபுகளையும் கொண்டது; அளப்பரிய வளங்களும் நிகரற்ற மனித ஆற்றலும் கொண்டது; எல்லாம் பெற்றிருந்தும் இன்றுவரையிலும் பின்தங்கிய நாடுகளில் ஒன்றாகவே கருதப்படுகிறது. இந்த அவலத்துக்கு முதன்மையான காரணம் அதன் ஆட்சியாளர்களே என்று சுட்டிக்காட்டப்படுகிறது.

மேற்கு ஆசியப் பகுதியில் அங்குமிங்குமாகச் சிதறிக் கிடந்த மக்கள் நாடோடி வாழ்க்கையையும் பிறகு விவசாய வாழ்க்கையையும் மேற்கொண்டார்கள். தொடர்ந்து நிகழ்ந்த சமூக உருவாக்கத்துக்குப் பின்னர் நிலப்பரப்பொன்றில் நிலையாக வாழத் தொடங்கினார்கள். பாரசீகம் என்ற நாடு உருவானது.[1] வரலாற்றின் தொடக்கத்தில் வெவ்வேறு இனக்குழுக்களாலும் ஆக்கிரமிப்பாளர்களாலும் பாரசீகம் ஆளப்பட்டது. பெரும்பாலும் நிலையற்ற அரசுகளே அமைந்திருந்தன. காலப்போக்கில் வலிமைபெற்ற இனக்குழுக்கள் அதிகாரத்தைக் கைப்பற்றின. பின்னாட்களில் அவற்றிடமிருந்து வந்த மற்றொரு இனக்குழுவோ அல்லது வெளியிலிருந்து வந்த அந்நியக் கூட்டமோ ஆட்சியைப் பறித்துக்கொண்டது. ஐந்தாம் நூற்றாண்டு முதல் அமைந்த முடியரசுகள் பலவும் சிதறுண்டுபோயின. பல நூற்றாண்டுகளாகத் தொடர்ந்த இந்த அதிகார விளையாட்டு ஏறத்தாழ ஏழாம் நூற்றாண்டுவரை நீடித்தது. அதுவரை ஜொராஸ்டிரியமே பெரும்பான்மை மக்களின் மதமாக இருந்தது. பழங்குடிச் சமயங்களும் ஆர்மீனியக் கிறித்துவமும் யூத மதமும் இஸ்லாமிய சுன்னிப் பிரிவும் ஓரளவு செல்வாக்குப் பெற்றிருந்தன.

ஏழாம் நூற்றாண்டில் நிகழ்ந்த அரபு முஸ்லிம்களின் படையெடுப்பே பாரசீகத்தை முழுமையான தேசமாக

---

1. 1935ஆம் ஆண்டு பாரசீகம், இரான் என்று பெயர்மாற்றம் பெற்றது.

மாற்றியது. இன்றுவரையும் மதத்தின் பிடிக்குள்ளேயே அரசு ஒடுங்கியிருக்கும் நிலைக்குத் தொடக்கமிட்டது. முடியாட்சியின் அதிகாரபூர்வ மதமாக ஷியாயிசம் நிலைபெற்றது. பின்னர் வம்சாவளியாகத் தொடர்ந்த வெவ்வேறு அரசுகளும் ஷியாயிசத்தையே பின்பற்றின. ஷியாயிசத்தின் பல்வேறு உட்பிரிவுகளைச் சார்ந்த முடியரசுகளின் இடையில் உருண்ட அதிகாரம் பதினைந்தாம் நூற்றாண்டில் உருவான ஸஃபாவித் வம்சத்தினரின் கைக்கு வந்தது. இரண்டு நூற்றாண்டுகளாக அதிகாரத்திலிருந்த ஸஃபாவித் சாம்ராஜ்ஜியத்துடன்தான் நாட்டின் நவீன வரலாறு தொடங்குகிறது. ஷியாயிசத்தை நாட்டின் ஒரே அங்கீகரிக்கப்பட்ட மதமாக நிறுவுதல், வலிமையான ராணுவத்தை உருவாக்குதல், அதன் துணையுடன் முடியாட்சியை நடத்துதல் ஆகிய நடவடிக்கைகளை ஸஃபாவித் பேரரசு கைக்கொண்டது. தொடர்ந்து நடந்த பல்வேறு ஆட்சிக் கவிழ்ப்புகள், முற்றுகைகளுக்குப் பின்னர் இருபதாம் நூற்றாண்டின் ஆரம்பத்தில் பிரிட்டிஷாரின் மறைமுக ஆதிக்கத்துக்கு உட்பட்டது. வம்சாவளியாக ஆட்சியைத் தக்கவைத்துக்கொண்டிருந்த ஷாக்கள் (மன்னர்கள்) அந்நிய ஆதிக்கத்தைச் சிறிதளவு எதிர்த்தார்கள்; பெருமளவு ஆதரித்து முடியாட்சியைக் காப்பாற்றிக்கொண்டார்கள். இரண்டாம் உலகப் போர்க் காலகட்டத்தில் இரானின் ஷாவாக இருந்தவர் பஹ்லவி வம்சத்தைச் சேர்ந்த ரெஸா ஷா. ஜெர்மனியுடன் உறவுகொண்டிருந்தார் என்ற காரணத்தின் பேரில் ஆங்கில சோவியத் கூட்டுச் சக்திகள் ரெஸா ஷாவைப் பதவியிலிருந்து நீக்கின. அவரது மகன் முஹம்மது ரெஸாவுக்கு முடிசூட்டின. இரானிய வரலாற்றில் திருப்புமுனையாக அமைந்த சம்பவம் இது.

இரானைக் குறுகிய காலம் மட்டுமே ஆண்ட பரம்பரை என்ற 'பெருமை' பஹ்லவி வம்சத்துக்கு உண்டு. தந்தை ரெஸா ஷா, மகன் முஹம்மது ரெஸா ஆகியோருடன் பஹ்லவி வம்சமே இல்லாமலானது. முஹம்மது ரெஸாவுடன் இரானில் மன்னராட்சியும் முற்றுப்பெற்றது. கடைசி ஷா இன் ஷாவான முஹம்மது ரெஸாவின் வீழ்ச்சியே இரானை நவீன யுகத்துக்குக் கொண்டு வந்தது. ஒருவகையில் ரெஸா ஷா பாராட்டுக்கும் நன்றிக்கும் உரியவர். எண்ணெய் வளத்தை இரானின் தேசியச் சொத்தாக அறிவித்ததன் வாயிலாக உலகத்தின் பார்வைக்கு நாட்டைக் கொண்டுவந்தார். அதன் மூலம் ஈட்டிய பெரும் செல்வத்தால் நாட்டை நவீனமயப்படுத்தினார். புதிய தொழிற்சாலைகளையும் சாலைகளையும் கட்டுமானங்களையும் ஏற்படுத்தினார். 'மகத்தான நாகரிகம்' என்ற தனது கனவுத் திட்டத்தின் மூலம் நாட்டை முன்னோக்கிக் கொண்டுசெல்ல முயன்றார். ஆனால் இவை எவையும் பொதுநல நோக்கைக் குறிக்கோளாகக் கொண்டவை அல்ல; தானும் தனது அதிகாரமும் என்றென்றைக்கும் நீடித்திருக்க வேண்டும் என்ற தன்னலத்தில் மேற்கொள்ளப்பட்டவை. எல்லா முடியாட்சியாளர்களும் சர்வாதிகாரிகளாகவே வாய்க்கப்பெற்ற இரானின் 'மகத்தான எதேச்சாதிகாரி'யாகவே ரெஸா ஷாவும் இருந்தார். இரானிய மக்களுக்கு விழிப்பிலும் கொடுங்கனவுகளை அளித்த நாட்களையே வழங்கினார். அவரது ஆட்சிக் காலத்தின் இறுதியில் எழுந்த மக்கள் எழுச்சியையும் அதன் விளைவாக அயதுல்லா கோமெய்னி தலைமையில்

நடைபெற்ற புரட்சியையும் பின்னர் அமைந்த இஸ்லாமியக் குடியரசின் தோற்றத்தையும் விளைவையும் சித்தரிக்கும் நூல் ‘ஷா இன் ஷா.’

ஹிட்லரின் நாஜிப்படைக்கு இணையாக ரெஸா ஷா திரட்டிய ஸாவக் படையும் ராணுவமும் காவல்துறையும் மிகவும் பலம் வாய்ந்தவையாக இருந்தன. இவற்றின் துணையால் ஆட்சியை வலுப்படுத்திக்கொண்டார் ஷா. அவர் உருவாக்கிய ராஸ்தகீஸ் கட்சி மட்டுமே அரசியலை நிர்ணயித்தது. (இந்த ஒரு கட்சியைத் தவிர பிற கட்சிகள் எதுவும் அனுமதிக்கப்படவில்லை.) சர்வ அதிகாரங்களும் கொண்ட இந்த அமைப்புகள் இரானிய மக்களை அன்றாட நரகத்தில் உழலச் செய்தன. வறுமை, கல்வியின்மை, உரிமையின்மை ஆகியவற்றால் மூச்சுத் திணறிய இரானியர்கள் சுதந்திரக் காற்றுக்காகப் புரட்சியில் ஈடுபட்டார்கள். அவர்கள்மீது அடக்குமுறை கட்டவிழ்த்து விடப்பட்டது. சொந்தக் குடிமக்களையே தனது எதேச்சாதிகாரத்தால் கொன்று குவித்தார் ஷா. ஆண்கள், பெண்கள், குழந்தைகள் உட்பட ஏறத்தாழ அறுபதாயிரம் பேர் ஷாவின் ஆட்சியில் கொல்லப்பட்டார்கள் என்று அயதுல்லா கோமெய்னி பின்னர் வெளிப்படுத்தினார். ‘வெடிக்கக் காத்திருந்த எரிமலைமேல் அமர்வது போலிருந்த இரானியர்கள்’ ஷியா மதப்பிரிவின் தலைவரான அயதுல்லா கோமெய்னியின் வழிகாட்டலில் புரட்சியில் ஈடுபட்டனர். இஸ்லாமியப் புரட்சி என்று இன்று அழைக்கப்படும் இந்த நிகழ்வு இரானில் மன்னராட்சிக்கு முடிவு கட்டியது. முப்பத்தெட்டு ஆண்டுகள் (1941 முதல் 1979 வரை) இரானின் ஷா இன் ஷாவாகக் கொடுங்கோலோச்சிய முஹம்மத் ரெஸா பஹ்லவி நாட்டை விட்டு வெளியேற்றப்பட்டார். இரான் இஸ்லாமியக் குடியரசாக அறிவிக்கப்பட்டது.

புரட்சிக்குப் பிந்தைய இரான், முடியாட்சியில் அனுபவித்த சாப வாழ்க்கையையே தொடர்ந்தது என்பது வரலாற்றின் தீவினை. ஷாவின் ஆதரவாளர்களாக இருந்த மேல்தட்டு அதிகார வர்க்கம் ஒரே நாளில் இயல்பை மாற்றிக்கொண்டது. அதிகாரத்தில் பங்கேற்றது. ஷா மேற்கொண்ட அழித்தொழிப்பு நடவடிக்கைகளையே புரட்சி அரசாங்கமும் கைக்கொண்டது. புரட்சிக்கு எதிரானவர்கள் விசாரணை செய்யப்பட்டும் சிலர் விசாரணை இன்றியும் அழித்தொழிக்கப்பட்டார்கள். சுருக்கமாகச் சொன்னால், ஆட்சி மாற்றம் நிகழ்ந்ததே தவிர அரசின் இயல்பில் எந்த மாற்றமும் ஏற்படவில்லை. புதிய அரசாங்கமும் நாட்டை வன்முறைக் களமாக்கியது. எதிர்ப்புரட்சியாளர்களை ஒடுக்கும் நடவடிக்கையில் அப்பாவிப் பொதுமக்களும் கொல்லப்பட்டார்கள். முன்னர் எதேச்சாதிகார முடியாட்சி நாட்டை அலங்கோலமாக்கியது. அதற்குச் சற்றும் குறைவில்லாத வகையில் புதிய குடியரசும் சீரழிவை ஏற்படுத்தியது. ஷாவின் ஆட்சியில் அதிகாரத்தின் பின்னணியிலிருந்த

நவீன உலகின் சர்வாதிகாரிகளைப் பற்றி ரிஸாத் காபுஸின்ஸ்கி மூன்று நூல்களை எழுதத் திட்டமிட்டிருந்தார். எத்தியோப்பிய ‘ஆட்சியாளரான ஹெய்லே செலாஸியை மையமாகக் கொண்ட ‘சக்ரவர்த்தி’ *(The Emperor)*, இரானின் முடிமன்னரான முஹம்மத் ரெஸா பஹ்லவியைக் குறித்த ‘ஷா இன் ஷா’ *(Shah of Shahs)* ஆகிய இரு நூல்களை எழுதி வெளியிட்டார். முக்கதையின் மூன்றாவது நூலாக உகாண்டாவின் ராணுவத் தளபதியாக இருந்த இடி அமீனைப் பற்றிய நூல் எழுதப்படவில்லை.

மதம் இப்போது முழுமைபெற்ற அதிகார மையமாக மாறியிருந்தது. அரச பயங்கரவாத அமைப்புகளான ஸாவக்கும் ராணுவமும் மக்களை எவ்வாறு நடத்தினவோ அதே வழிமுறைகளையே கோமெய்னியின் வழிகாட்டுதலிலான இஸ்லாமியக் குடியரசும் மேற்கொண்டது. இஸ்லாமியப் புரட்சிக்கு முன்னும் பின்னுமான இரண்டு கட்டங்களை காபுஸின்ஸ்கியின் நூல் சித்தரிக்கிறது; ஆவணப்படுத்துகிறது.

போலந்து நாட்டைச் சேர்ந்த பத்திரிகையாளர் ரிஸாத் காபுஸின்ஸ்கி கொந்தளிப்பு மிகுந்த அந்த நாட்களில் இரான் தலைநகர் டெஹ்ரானில் தங்கியிருந்து சேகரித்த தகவல்களின் திரட்டு இந்த ஆவணம். மூன்றாம் உலக நாடுகளில் தான் சாட்சியாக இருந்த இருபத்தேழாவது புரட்சி என்று இரானியப் புரட்சியைக் குறிப்பிடுகிறார் காபுஸின்ஸ்கி. சர்வாதிகாரி ஷாவின் கொடுங்கோன்மை, முறைகேடு, சுயநலம் ஆகியவற்றால் மாபெரும் பண்பாட்டுப் பெட்டகமான ஒரு நாடு எப்படி சீரழிந்தது, மக்கள் எவ்வாறு அச்சத்தைத் துறந்து எழுச்சி பெற்றார்கள், புதிய அரசு என்னவாக அமைந்தது என்பன போன்ற கேள்விகளுக்கு இரானிய மக்களின் வாக்குமூலங்கள் வழியாகவே விடை காண்கிறார் காபுஸின்ஸ்கி. இரானியப் புரட்சி உச்சகட்டத்தை எட்டியிருந்த 1979–80 ஆண்டுகளில் அந்த நாட்டிலேயே இருந்து தான் கண்டவற்றை முன்வைக்கிறார். அவற்றை ஓர் இதழியல் அறிக்கைத் தொகுப்பாகவோ வரலாற்றுக் குறிப்புகளாகவோ அல்லாமல் ரத்தத்தின் சூட்டையும் வெடிமருந்தின் வாசனையையும் வெளிப்படுத்தும் நேர் அனுபவங்களாகவே காட்டுகிறார். புரட்சியில் பங்கேற்றவர்கள், ஷாவின் ஆதரவாளர்கள், பாதிப்புக்குள்ளான பொதுமக்கள் போன்ற எல்லாத் தரப்பினரிடமிருந்தும் திரட்டிய தகவல்களைத் தனது பார்வையிலும் மொழியிலும் பகிர்ந்துகொள்கிறார். இவற்றை நாள்வழிக் குறிப்புகளாக அன்றி முன்னும் பின்னுமானவையாகவே தொகுத்து வைக்கிறார். என்ன நிகழ்ந்தது என்பதைச் சொல்லுவதற்கிடையில் இரானின் வரலாற்றையும் பண்பாட்டையும் குறித்த விவரங்களை இடைகலக்கிறார். தன்மைக்கூற்றாகவும் பிறரது வாக்குமூலங்களாகவும் பதிவுசெய்த நேர்காணல்களாகவும் ஊடகச் செய்திகளாகவும் புகைப்பட ஆதாரங்களாகவும் விவரிக்கிறார்.

காபுஸின்ஸ்கி தொழில் முறையில் பத்திரிகையாளர். தவிர போலிஷ் மொழியின் குறிப்பிடத்தகுந்த கவிஞர்களில் ஒருவர். இந்த இரு நிலைகளிலிருந்தே அவர் தனது இதழியல் ஆக்கங்களையும் எழுதியிருக்கிறார். வெறும் ஆவணமாக மட்டுமே கருதப்பட வேண்டிய பதிவுகள் இலக்கியப் பிரதியாக நிலைத்திருக்க இந்த எழுத்து முறை அவருக்கு உதவியிருக்கிறது. சம்பவங்களின் தகவல் துல்லியத்தை காபுஸின்ஸ்கி முன்னிருத்துவதில்லை. மாறாக அவற்றின் மானுட உணர்வையும் உளவியல் சிக்கல்களையும் கண்டுபிடிக்கவே முற்படுகிறார். வாசகர் புரிந்துகொள்ளட்டும் என்று அவர் உருவாக்கும் மௌன இடைவெளிகள் இதழியலின் பகிரங்கத்தன்மை கொண்டவை அல்ல; கவிதையின் அந்தரங்க விசாரணையைக் கோருபவை. எடுத்துக்காட்டாகப் பின்வரும் நிகழ்வைச் சொல்லலாம். புரட்சிக்குப் பின்னர் இரானின் ஷா 1979ஆம் ஆண்டு பிப்ரவரி மாதம் நாட்டை விட்டு வெளியேறினார்.

தொடர்ந்து புதிய அரசு அதிகாரத்துக்கு வந்தது. அதே ஆண்டு நவம்பர் மாதம் அமெரிக்கத் தூதரகத்தைச் சேர்ந்த ஐம்பத்திரண்டு பேரைப் புரட்சியின் ஆதரவாளர்களும் கோமெய்னியின் வழிநடப்பவர்களுமான மாணவர்களைக் கொண்ட அமைப்பு தூதரகத்துக்குள்ளேயே பிணைக் கைதிகளாகச் சிறைவைத்தது. ஏறத்தாழ நானூற்றைம்பது நாட்கள் நீடித்த இந்தச் சிறைவைப்பு அண்மைக்கால வரலாற்றில் நீண்டதாகக் கருதப்படுகிறது. இந்தச் சம்பவத்தை காபுஸின்ஸ்கி தனது நூலில் சித்தரிக்கிறார். ஆனால் பின்னணித் தகவல்கள் எதையும் சொல்வதில்லை. தூதரகத்தின் முன்னால் செல்லும்போது தனக்கு ஏற்படும் மனப்பதிவாகவே அதைக் குறிப்பிடுகிறார்.

காபுஸின்ஸ்கி இந்நூலில் கையாண்டிருக்கும் நடையும் (பொதுவாகவே அவரது எல்லா நூல்களிலும் கையாளப்படும் நடையும்) மாறுபட்டது. கவிதையின் பூடகத்தையும் செறிவையும் கொண்டது. ஒன்றைச் சொல்லும்போதே அதனுடன் தொடர்புடைய வேறொன்றைச் சுட்டுவது. இது இதழியலாளனின் நடையோ வரலாற்றாளனின் நடையோ அல்ல. புனைவெழுத்தின் நடை. பருண்மையான தகவல்களையும் அரூபமான ஒன்றாகவே காபுஸின்ஸ்கி முன்வைக்கிறார். ஒருவகையில் மாய எதார்த்தவாதமானது அவரது எழுத்துமுறை. காபுஸின்ஸ்கியின் வாசகர்கள் அவரை விரும்பவும் விமர்சகர்கள் குறைகூறவும் இதுவே முகாந்திரம். 'ஒரு இதழியலாளராக ரிஸாத் காபுஸின்ஸ்கி தமது பணியை நம்பகமாக ஆற்றவில்லை' என்று அவரது வாழ்க்கை வரலாற்றை எழுதியுள்ள போலிஷ் பத்திரிகையாளர் ஆர்தர் டோமோஸ்லாவ்ஸ்கி குற்றம் சாட்டுகிறார். (இந்நூலின் மொழியாக்க வேளையில் வாசிக்க நேர்ந்த டோமோஸ்லாவ்ஸ்கியின் கருத்து எனக்கு அதிர்ச்சியைக் கொடுத்தது. (காண்க: 'Ryszard Kapuściński: A Life by Artur Domoslawski', Translated by Antonia Lloyd Jones, Verso, September 2012) மொழியாக்கம் முற்றுப்பெற்ற தருணத்தில் அந்த அதிர்ச்சி கலைந்தும் போனது. காபுஸின்ஸ்கியின் பணி, உண்மையை அப்பட்டமாகச் சொல்வதல்ல, உண்மையின் பன்முகங்களை வெளிப்படுத்துவதுதான் என்பது புலப்பட்டது. அது ஓர் இதழியலாளனின் மனநிலைக்கு அப்பாற்பட்டது. ரிஸாத் காபுஸின்ஸ்கி எழுத்தின் வலிமையும் அதுவே. காபுஸின்ஸ்கிக்குக் கிடைத்த வாய்ப்பு ஒருவேளை எனக்குக் கிடைத்திருக்குமானால் அவரைப் பின்பற்றியே எழுத விரும்புவேன் என்று உரிமை பாராட்டும் அளவுக்கு ஈர்ப்பை அந்த எழுத்து அளித்திருக்கிறது.

போலிஷ் மொழி மூலத்திலிருந்து வில்லியம் ஆர். பிராண்ட், கதார்ஸினா ம்ரோஸ்கோவ்ஸ்கா ஆகியோர் ஆங்கிலத்தில் மேற்கொண்ட ஆக்கமே இந்தத் தமிழ் வடிவத்தின் மூலம். வாசிப்பில் பரவசத்தையும் புதிய உலகைக் கண்டடைந்த பெருமிதத்தையும் அளித்த நூல். ஆனால் தமிழாக்கத்துக்குப் பிடிவாதமாக இணங்க மறுத்தது. மொழியாக்கத்துக்கு என்று தனிப்பட்ட முறையில் நான் வகுத்துக்கொண்டிருந்த விதிகளை மீறவேண்டிய கட்டாயத்தை ஏற்படுத்தியது. ஆங்கில மொழிபெயர்ப்பாளர்களை அடியொற்றிய தமிழாக்கமாக இந்த நூலைக் குறிப்பிட விரும்பவில்லை. தமிழ் வாசகருக்குப் புரிந்துகொள்ள இசைவானதாக இருக்க வேண்டும்

என்ற எண்ணத்தில் சுதந்திரமாக அத்துமீறப்பட்டிருக்கிறது. போலிஷ் சோஷலிஸ்டான ரிஸாத் காபுஸின்ஸ்கியின் ஆன்மா இந்த அத்துமீறலை மன்னிக்கும் என்பது என் மூடநம்பிக்கை.

ஆங்கில மொழிபெயர்ப்பில் சில முக்கியமான பகுதிகள் விடுபட்டுள்ளன. இரானிய அரசியலில் அமெரிக்க உளவுத்துறையின் தலையீடு பற்றிய குறிப்புகள் தணிக்கைக்கு உள்ளாகியிருந்தன. அவை வெரோனிக் பட்டேயின் பிரெஞ்சு மொழிபெயர்ப்பில் இடம்பெற்றுள்ளன. அவற்றை மொழிபெயர்த்துச் சேர்த்துக்கொள்ள நண்பர் க.ஆ. வெங்கட சுப்புராய நாயகர் துணைபுரிந்தார். மிக வேகமாகத் தொடங்கிய மொழிபெயர்ப்புப் பணி ஒருகட்டத்தில் தேங்கி நின்றது. காபுஸின்ஸ்கியின் சிக்கலான எழுத்தாக்க முறையை இழைபிரிக்கத் தேவையான ஒருமையுணர்வு குன்றியது. நண்பர் கண்ணனின் ஆலோசனையின் பேரில் சென்று தங்கிய கேரள மாநிலம் அட்டப்பாடி வனப் பகுதியில் அமைந்திருக்கும் நண்பர் ஆனந்தக்குமாரின் சத் தர்சன் ஆசிரம தினங்கள் காபுஸின்ஸ்கியிடம் திரும்ப அழைத்துச் சென்றன. மொழியாக்கம் தொடர்பாக எழுந்த சந்தேகங்களைக் களைய மொழிபெயர்ப்பாளர்கள் ஆர். சிவகுமாருடனும் ஜி. குப்புசாமியுடனும் நடத்திய உரையாடல்கள் உதவின. சக பணியாளரான செந்தூரன், அண்மைக்காலமாக என் நூல்களுக்கு முதல் வாசகராகியிருக்கும் செல்வராஜ் ஜெகதீசன் (அபுதாபி) இருவரும் மெய்ப்புப் பார்த்தார்கள். இஸ்லாமிய மதம் சார்ந்த பழக்கங்கள் தொடர்பான குறிப்புகளையும் சொற்பிரயோகங்களையும் நண்பர் களந்தை பீர்முகம்மது சரிபார்த்து உதவினார். கணிணிப் படியையும் முகப்பையும் வள்ளியூர் பெருமாள் உருவாக்கினார். இவர்கள் அனைவருக்கும் மனமார்ந்த நன்றி.

ரிஸாத் காபுஸின்ஸ்கி தனது நூலில் இரானில் நாற்பது ஆண்டுகளுக்கு முன்பிருந்த சர்வாதிகார ஆட்சியைப் பற்றி எழுதியிருக்கிறார். இன்று அதற்குப் பொருத்தப்பாடு உண்டா? இந்தக் கேள்வி இயற்கையாகவே வாசகத் தரப்பிலிருந்து எழும். 'ஆம்' என்பதே பதில். இன்றைய இந்திய நிலைமையுடன் நூலிலுள்ள பெரும்பான்மைச் சம்பவங்களை ஒப்பிட்டால் இது புலப்படும். முடியாட்சியில் அரங்கேறிய அத்தனை அவலங்களும் கொடுமைகளும் மக்களாட்சியிலும் நிகழ்ந்து வருவதைப் புரிந்துகொள்ள முடியும். விழிப்புணர்வுகொள்ள இயலும். கூடவே, அந்த விழிப்புணர்வைத் தூண்டிவிடுவதே இந்த மொழியாக்கத்தின் நூற்பயன் என்பதையும்.

திருவனந்தபுரம் **சுகுமாரன்**
20 டிசம்பர் 2018

சீட்டுகள் – முகங்கள் – பூந்தோட்டங்கள்

காவல்துறையினர் அப்போதுதான் வன்முறையும் பதற்றமுமான தேடுதல் வேட்டையை முடித்தது போல ஒவ்வொன்றும் குழம்பியிருக்கின்றன. உள்நாட்டு வெளிநாட்டுச் செய்தித்தாள்கள் எல்லா இடங்களிலும் சிதறியிருக்கின்றன. சிறப்புப் பதிப்புகள். பெரும் கவனத்தைக் கோரும் தலைப்புச் செய்திகள்.

அவர் வெளியேறி விட்டார்

ஒடுங்கிய நீளவாக்கிலான முகத்தின் பெரிய அளவுப் புகைப்படங்கள். அந்த முகத்தின் கட்டுப்படுத்தப்பட்ட பாவங்கள் பதற்றத்தையோ தோல்வியையோ வெளிப்படுத்தாத தோற்றத்தைக் கொண்டிருக்கின்றன. அந்த முகம் இனி எதையும் வெளிக்காட்டாது. பிந்தைய பதிப்புகளின் பிரதிகள் உணர்ச்சி வேகத்துடனும் வெற்றிப் பெருமிதத்துடனும் அறிவிக்கின்றன.

அவர் திரும்பி வந்துவிட்டார்

எதையும் வெளிக்காட்டாத தீவிரரான இனத்தலைவரின் முகம் மீதிப் பக்கத்தை நிறைத்திருக்கிறது. (வெளியேற்றத்துக்கும் வருகைக்கும் இடையில் எத்தனை உச்சக் கொந்தளிப்பு, உணர்ச்சிப்பெருக்கு, ஆவேசம், பீதி, எத்தனைப் பெருநெருப்பு.)

தரையில், நாற்காலிகளில், மேஜைகளில், டெஸ்க்குகளில் குறிப்பு அட்டைகளும் காகிதக் கசங்கல்களும் அவசரமாகவும் குழப்பத்துடனும் கிறுக்கிய குறிப்புகளும் குவிந்திருக்கின்றன. ‘அவர் உங்களை ஏமாற்றுவார். உங்களுக்கு வாக்குறுதிகள் அளிப்பார். ஆனால் நீங்கள் முட்டாள்கள் ஆகிவிடாதீர்கள்’ என்ற வரியை எங்கே கிறுக்கி வைத்தேன் என்று நிதானமாக யோசிக்க வேண்டும். அதைச் சொன்னது யார்? எப்போது? யாரிடம்?

அல்லது ஒரு முழுத்தாள் முழுக்க சிவப்புப் பென்சிலால் எழுதப்பட்டிருக்கும் ‘64 – 12 – 18ஐக் கட்டாயம் அழைக்க வேண்டும்’ என்ற குறிப்பைப் பற்றி யோசிக்க வேண்டும். ஆனால் காலம் மிக அதிகமாகவே கடந்து போயிருக்கிறது.

எனவே அது யாருடைய எண் என்பதையோ அதில் அழைப்பது ஏன் மிக முக்கியமானது என்பதையோ என்னால் நினைவுகூர முடிய வில்லை.

முடியாத கடிதம். ஒருபோதும் அனுப்பப்படாததும். இங்கே பார்த்தவற்றையும் வாழ்ந்தவற்றையும் பற்றி நெடுகச் சிந்திக்கிறேன். எனினும் என்னுடைய மனப்பதிவுகளை ஒழுங்கமைக்கச் சிரமமாக இருக்கிறது.

அந்தப் பெரிய வட்டவடிவ மேஜைமேல் கிடப்பவைதாம் ஆகக் குளறுபடியானவை. வெவ்வேறு அளவுள்ள புகைப்படங்கள், ஒலிநாடாக்கள், 8 மி.மீ. பிலிம் சுருள்கள், செய்தி அறிக்கைகள், துண்டுப் பிரசுரங்களின் ஒளிநகல்கள் எல்லாம் ஒன்றோடு ஒன்றாகக் கலந்து இங்குமங்குமாகச் சிதறி பழைய பொருள்கள் விற்கும் சந்தைபோல இருக்கிறது. மேலும் சுவரொட்டிகள், ஆல்பங்கள், ஒலிப்பதிவுகள், திரட்டியவையும் பிறர் கொடுத்தவையுமான புத்தகங்கள். அப்போதுதான் முடிவுக்கு வந்த ஒரு சகாப்தத்தின் எச்சங்கள். ஆனால் முடிந்துபோன அந்த சகாப்தத்தை இப்போது பார்க்கவும் கேட்கவும் முடியும். ஏனெனில் அது இங்கே பாதுகாக்கப்படுகிறது. ஓடும் திரைப்படச் சுருள்களிலும், மக்களின் போராட்டங்களிலும் உரக்க இடப்பட்ட ஆணைகளாக உரையாடல்களாக தனிமொழிகளாக ஒலிநாடாக்களிலும் பரவசமும் பெருமகிழ்வும் மிளிரும் முகங்களாகப் புகைப்படங்களிலும்.

எல்லாவற்றையும் இப்போது ஒழுங்குபடுத்துவது எப்படி என்று யோசிக்கும்போதே (ஏனெனில் நான் புறப்படவேண்டிய நாள் நெருங்கிக் கொண்டிருக்கிறது) ஒவ்வாமையும் அயர்ச்சியும் என்னை சொல்கின்றன. ஓட்டலில் தங்கும்போதெல்லாம் (அதுதான் எப்போதும் வழக்கம்) அறை ஒழுங்கற்று இருப்பதையே விரும்புகிறேன். அப்போதுதான் அந்த இடத்தின் தோற்றத்தில் கொஞ்சமாவது உயிரோட்டமிருக்கும். பதிலுக்கு இதத்தையும் நெருக்கத்தையும் கொடுக்கும் என்ற பிரமை. அதுபோன்ற அன்னியமான சொகுசில்லாத இடங்களை அடிப்படையில் எல்லா ஓட்டல் அறைகளும் அப்படியாகி விட்டன ஓரளவுக்குச் சமாளித்துக் கொள்ளவும் வழக்கமாக்கிக் கொள்ளவும் பழகியிருக்கிறேன். கிருமித் தடுப்புப் பாதுகாப்புடன் அமைக்கப்பட்ட அறையில் செயலிழந்தவனாகவும் தனிமையானவனாகவும் உணர்கிறேன். அதன் நீள்கோடுகள், அறைக்கலன்களின் மூலைகள், தட்டையான சுவர்கள், இறுக்கமான ஜியோமிதி, அப்படித்தான் இருக்க வேண்டும் என்பதற்காகவே மனித அடையாளமற்று மேற்கொள்ளப்படும் அமைப்பு ஆகியவற்றால் துன்புறுகிறேன். அதிர்ஷ்டவசமாக, நான் வந்து சேர்ந்த சில மணிநேரங்களுக்குள்ளாகவே என்னுடைய பிரக்ஞையற்ற செயல்களால் (அவை அவசரம் அல்லது சோம்பேறித்தனத்தின் விளைவு) நடைமுறையிலிருந்த ஒழுங்கு நொறுங்கி விழுகிறது. காணாமற் போகிறது. பொருள்கள் உயிர் பெறுகின்றன. ஓரிடத்திலிருந்து இன்னொரு இடத்துக்கு நகர்கின்றன. எப்போதும் மாறிக்கொண்டிருக்கும் உருவங்களையும் தொடர்புகளையும் நோக்கிச் செல்கின்றன. பொருள்கள் குலைந்து கோணங்கித்தனமான தோற்றம் கொள்கின்றன. சட்டென்று அறைச்

சூழல் தோழமையானதாகவும் பழக்கப்பட்டதாகவும் மாறுகிறது. பிறகே என்னால் பெருமூச்செறியவும் இளைப்பாறவும் முடிகிறது.

அறையில் எதையாவது செய்வதற்குப் போதுமான வலுவை உடனடியாக என்னால் திரட்டிக்கொள்ள முடியவில்லை. எனவே கீழ்த்தளத்துக்கு இறங்கிச் செல்கிறேன். அங்கே மூட்டமும் காலியுமான கூடத்தில் நான்கு இளைஞர்கள் தேநீர் அருந்தியபடியும் சீட்டாடிக் கொண்டும் இருக்கிறார்கள். என்னால் ஒருபோதும் யூகிக்கவே முடியாத விதிகள்கொண்ட புதிரான ஆட்டத்தில் தங்களைத் தொலைத்திருக்கிறார்கள். அது பிரிட்ஜோ போக்கரோ அல்ல; ப்ளாக் ஜாக்கோ பினோச்லேவோவும் அல்ல. ஒரே சமயத்தில் இரண்டு செட் சீட்டுகளைப் பயன்படுத்துகிறார்கள். மௌனமாக விளையாடிக் கொண்டிருக்கிறார்கள். குறிப்பிட்ட நொடியில் அவர்களில் ஒருவன் எல்லாச் சீட்டுகளையும் எடுத்துக் கொள்கிறான். சிறிய இடைவேளைக்குப் பிறகு அவர்கள் தொடர்கிறார்கள். மேஜைமேல் டஜன் கணக்கான சீட்டுகளைப் போடுகிறார்கள். கலக்குகிறார்கள். எண்ணுகிறார்கள். எண்ணும்போதே சச்சரவிடுகிறார்கள்.

இந்த நான்கு பேரும் வரவேற்பறைப் பணியாளரும் என்னால்தான் வாழ்கிறார்கள். நான் அவர்களுக்குத் துணைபுரிகிறேன். ஏனெனில் அந்த ஓட்டலின் ஒரே விருந்தாளி நான்தான். துப்புரவுப் பணிபுரியும் பெண்கள் சமையற்காரர்கள், பரிமாறுபவர்கள், சலவையாளர்கள், கட்டடப் பராமரிப் பாளர்கள், தோட்டக்காரர் எல்லாருக்கும் நான்தான் ஆதரவு தருகிறேன்; அவர்கள் வாயிலாக மற்றவர்களுக்கும் அவர்கள் குடும்பங்களுக்கும் என்பதையும் அறிவேன். நான் பணம் செலுத்தத் தாமதித்தால் அவர்கள் எல்லாரும் பட்டினி கிடப்பார்கள் என்று சொல்ல வரவில்லை. ஆனால் அப்படி ஆகிவிடக் கூடாதென்று கணக்கைச் செலுத்த முயல்கிறேன். சில மாதங்களுக்கு முன்பு வரையிலும் இந்த நகரத்தில் ஓர் அறை கிடைப்பது லாட்டரியில் பரிசை வெல்வது போன்ற சாதனையாக இருந்தது. ஏராளமான ஓட்டல்கள் இருந்தபோதும் அபரிமிதமான மக்கள் கூட்டமிருந்தது. புதிய வருகையாளர்கள் தங்குமிடத்துக்காகத் தனியார் மருத்துவமனைப் படுக்கைகளை வாடகைக்கு எடுக்க வேண்டியிருந்த்து. சரளமான பணப் புழக்கமும் பரிமாற்ற வளர்ச்சியும் முடிவடைந்திருக்கிறது. உள்ளூர் வியாபாரிகள் நலிவடைந்திருக்கிறார்கள். வெளிநாட்டுப் பங்குதாரர்கள் எல்லாவற்றையும் விட்டுவிட்டுப் பறந்துவிட்டார்கள். சுற்றுலாத்துறை ஒன்றுமில்லாமல் ஆகி இருக்கிறது. சர்வதேசப் போக்குவரத்து உறைநிலைக்குத் தள்ளப்பட்டிருக்கிறது. சில ஓட்டல்கள் தீக்கிரையாக்கப்பட்டன. மற்றவை மூடப்பட்டன; அல்லது காலி செய்யப்பட்டன. அவற்றில் ஒன்றில் கொரில்லாப் படையினர் தங்கள் தலைமையகத்தை அமைத்துக் கொண்டிருக்கிறார்கள். இன்று இந்த நகரம் அவர்களின் நடவடிக்கைகளால் ஆக்கிரமிக்கப்பட்டிருக்கிறது. அதற்கு வெளிநாட்டவர்கள் தேவையில்லை; இந்த உலகம் தேவையில்லை.

சீட்டாடிகள் எனக்குத் தேநீர் தயாரித்துத் தருவதற்காகத் தங்கள் விளையாட்டிலிருந்து இடைவேளை எடுத்துக்கொள்கிறார்கள். இங்கே அவர்கள் தேநீர் அல்லது யோகர்ட் மட்டுமே அருந்தலாம். காப்பியோ

மதுபானமோ கிடையாது. மது அருந்தினீர்கள் என்றால் உங்களுக்கு நாற்பதோ அல்லது அறுபதோ சவுக்கடிகள் கிடைக்கும். தடியன் எவனாவது சவுக்கால் விளாசுவான் என்றால் உங்கள் முதுகு கூழாகிவிடும். எனவே நாங்கள் எங்கள் தேநீரை உறிஞ்சிக்கொண்டு கூடத்தின் மறுகோடியில் ஜன்னலுக்குக் கீழே பொருத்தப்பட்டிருக்கும் தொலைக்காட்சிப் பெட்டியைப் பார்த்துக்கொண்டிருக்கிறோம்.

திரையில் கோமெய்னியின் முகம் தோன்றுகிறது.

க்வோமின் ஏழ்மையான பகுதியில் இருக்கும் சதுக்கங்கள் ஒன்றில் (அங்கிருக்கும் சிதிலமான கட்டடங்களை வைத்து அதைத் தீர்மானிக்க முடியும்) மரப் பலகை களாலான எளிய மேடையொன்றில் கைப்பிடி வைத்த சாதாரண மர நாற்காலியில் கோமெய்னி அமர்ந்திருக்கிறார். சிறியதும் சமதளமானதும் மங்கலானதும் அழகற்ற நகரமுமான க்வோம், டெஹ்ரானுக்கு தெற்கே நூறு மைல் தொலைவில் சூனியமான அலுப்பூட்டும் வறண்ட சூரியன் தகிக்கும் பாலைவனத்தில் உள்ளது. அந்தக் கொலைவெறிக் காலநிலை எதுவும் எண்ணத்துக்கோ சிந்தனைக்கோ துணைபுரியாது. எனினும் க்வோம் தீவிர மதவுணர்வுக்கும் அதீத சனாதனத்துக்கும் மாயாவாதத்துக்கும் அதி தீவிர விசுவாசத்துக்குமான இடமாக இருக்கிறது. ஐநூறு மசூதிகளையும் நாட்டின் பெரும் மடாலயங்களையும் அது உள்ளடக்கியிருக்கிறது. குரானிய அறிஞர்களும் மரபுக் காவலர்களும் க்வோமில் சச்சரவிடுகிறார்கள். இளகிய இயல்புள்ள அயதுல்லாக்கள் தங்கள் ஆலோசனைக் கூட்டங்களை அங்கே நடத்துகிறார்கள். கோமெய்னி க்வோமிலிருந்து நாட்டை ஆள்கிறார். அவர் எங்கும் செல்வதில்லை. ஒருபோதும் தலைநகரத்துக்குப் போவதில்லை. எப்போதும் எங்கும் போவதில்லை. இடங்களைப் பார்ப்பதோ சந்திப்புகளை நிகழ்த்துவதோ இல்லை. க்வோமில் உள்ள குறுகலான, புழுதி அடர்ந்த, சாக்கடை குறுக்காக ஓடும் தெருவிலிருக்கும் சிறிய வீட்டில் மனைவியுடனும் ஐந்து பிள்ளைகளுடனும் வசித்து வருகிறார். தற்போது அவர் தம் மகள் வீட்டுக்குச் சென்றிருக்கிறார். அவளுடைய வீட்டு உப்பரிகையிலிருந்துதான் அவர் கீழே தெருவில் திரளும் கூட்டத்துக்குக் காட்சி அளிப்பார். (வைராக்கியமான புனிதப் பயணிகள் வழக்கமாக அந்தப் பரிசுத்த நகரத்திலிருக்கும் மசூதிகளுக்கும் அவற்றையும்விட முக்கியமாக, – இஸ்லாமியர் அல்லாதவர்களுக்கு அனுமதி மறுக்கப்பட்டிருக்கும் – எட்டாவது இமாம் ரெஸாவின் சகோதரி பாத்திமாவின் சமாதிக்குமே செல்வார்கள்.) கோமெய்னி ஒரு சந்நியாச வாழ்க்கையையே வாழ்கிறார். சோறு, தயிர், பழங்களையே உண்கிறார். அலங்காரமற்ற சுவர்களும் அறைக்கலன்கள் எதுவும் இல்லாததுமான ஒற்றை அறையையே வைத்துக் கொண்டிருக்கிறார். தரையில் மெத்தையும் அடுக்கப்பட்ட புத்தகங்களுமே இருக்கின்றன. தரைமீது விரிக்கப்பட்ட கம்பளத்தில் சுவரோடு சாய்ந்து உட்கார்ந்துகொண்டு அதிகாரபூர்வமான வெளிநாட்டுப் பிரதிநிதிக் குழுக்கள் உட்படத் தமது விருந்தினரை வரவேற்கிறார். அந்த ஜன்னல் வழியாக மசூதிகளின் மினாரங்களையும் மதரஸாக்களின் (ஆகாய வண்ணத்திலும் நீலப்பசுமை நிறத்திலுமுள்ள மினாரங்கள் கொண்ட

குளிர்ச்சியும் நிழலும் பரவிய மூடுண்ட உலகம் அது) பரந்த முற்றங்களையும் அவரால் பார்க்க முடியும். நாள் முழுவதும் விருந்தினர்களும் கோரிக்கையாளர்களுமான ஓயாத மனித நீரோட்டம் இந்த அறையைக் கடந்து செல்கிறது. இடைவேளைகளில் கோமெய்னி தமது அறைக்குச் சென்று தொழுகையில் ஈடுபடுகிறார். (தமது நேரத்தில் சிந்தனையில் ஆழ்ந்திருப்பதோ அல்லது சிறு தூக்கம் போடுவதோ எண்பது வயது மனிதருக்கு இயற்கையானதுதான்.) அவருக்கு மிக நெருக்கமானவர்களில் அவரது இளைய மகன் அஹமத். தந்தையைப் போலவே மதபோதகர். இன்னொரு மகன், தந்தையின் வாழ்க்கை நம்பிக்கையாக இருந்த மூத்தவர், மர்மமான சூழ்நிலையில் அகப்பட்டு வஞ்சகமாகக் கொல்லப்பட்டார். ஷாவின் ரகசியக் காவல் துறையான ஸாவக்கால் கொல்லப்பட்டார் என்று மக்கள் கூறுகிறார்கள்.

ஆட்கள் தோளோடு தோள் உரச நெருக்கியடித்து சதுக்கத்தில் திரண்டிருப்பதைக் காமிரா காண்பிக்கிறது. ஆர்வமும் அமைதியும் ததும்பும் முகங்களைக் காட்டுகிறது. அந்தப் பகுதிக்கு அப்பால் ஆண்களிடமிருந்து துல்லியமாகப் பிரித்து அடையாளமிட்டு ஒதுக்கப்பட்ட பகுதியில் பர்தா அணிந்த பெண்கள் நிற்கிறார்கள். சாம்பல்படர்ந்த வானம். கூட்டம் நிலக்கரி வண்ணத்தில் தெரிகிறது. பெண்கள் நிற்கும் இடம் கறுத்திருக்கிறது. கோமெய்னி எப்போதும்போலத் தளர்வான அடர்நிற அங்கி அணிந்திருக்கிறார்; தலையில் கருப்பு நிறப் பாகை. விறைப்பாக அமர்ந்திருக்கிறார். அவர் முகம் அவருடைய தாடியை விடவும் வெளுத்திருக்கிறது. அவர் பேசும்போது உடலை அசைப்பதில்லை. கைகள் நாற்காலியின் கைப்பிடியில் பதிந்திருக்கின்றன. எப்போதாவது ஒருமுறை அவர் தமது நெற்றியைச் சுருக்குகிறார்; புருவங்களை உயர்த்துகிறார். மற்றபடி இறுக்கமான, உள்ளொடுங்கிய, தயக்கமற்ற, அசையாத மனத் திண்மைகொண்ட இந்த மனிதரின் முகத்தில் ஒரு தசையும் அசைவதில்லை. உணர்வுகளுக்கோ உணர்ச்சிநிலைகளுக்கோ ஒருபோதும் இளகாதபடிக்கும் இறுகிய கவனக்கூர்மையையும் அக ஒருமுனைப்பையும் தவிர வேறு எதையும் முழுமையாக வெளிக் காட்டாத தோற்றத்தை உருவாக்கிக் கொண்ட இந்த முகத்தில் கண்கள் மட்டுமே நிரந்தரமாக அலைந்து கொண்டிருக்கின்றன. அவற்றின் கூர்ந்த பார்வை சுருள்முடித் தலைகளை வருடிச் செல்கிறது. சதுக்கத்தின் ஆழத்தையும் விளிம்புகளின் தூரத்தையும் அளக்கின்றன. குறிப்பிட்ட ஒருவரைத் தேடுவதுபோன்ற கவனமான பரிசீலனையைத் தொடர்கின்றன. நான் அவருடைய மாற்றமில்லாத குரலைக் கேட்கிறேன். அளந்து எடுத்தது போன்ற தாளகதி கொண்ட கனத்த குரல். ஒருபோதும் தாவவோ பறக்கவோ செய்யாத எந்த மனநிலையையும் ஒருபோதும் ஏமாற்றிவிடாத எப்போதும் வெடித்துச் சிதறாத குரல்.

கோமெய்னி தமது அடுத்த வாக்கியத்துக்காக இடைவெளி விடும்போது "அவர் எதைப் பற்றிப் பேசிக்கொண்டிருக்கிறார்?" என்று சீட்டாடிகளிடம் கேட்கிறேன்.

"நாங்கள் எங்கள் கண்ணியத்தைப் பேண வேண்டும் என்று சொல்லிக் கொண்டிருக்கிறார்" என்று அவர்களில் ஒருவன் பதில் சொல்கிறான்.

காமிராக்காரர், கட்டம்போட்ட ஸ்கார்ஃபுகளைத் தலையில் கட்டிக்கொண்டு தானியங்கித் துப்பாக்கிகளை ஏந்தியபடி இளைஞர்கள் நிற்கின்ற அண்மை வீட்டுக் கூரைகளின் மீதாகக் காமிராவை நகர்த்துகிறார்.

"அவர் இப்போது என்ன சொல்கிறார்?" பாரசீகமொழி புரியவில்லை என்பதால் மீண்டும் கேட்கிறேன்.

"நமது நாட்டில் அந்நியச் செல்வாக்குக்கு எந்த இடமும் கிடையாது என்று சொல்லுகிறார்" என்று இளைஞர்களில் ஒருவன் எனக்குப் பதிலளிக்கிறான்.

கோமெய்னி தொடர்ந்து பேசிக்கொண்டே போகிறார். ஒவ்வொருவரும் அவர் பேச்சைக் கவனமாகப் பின்தொடர்கிறார்கள். நடைமேடையில் குழந்தைகள் கூட்டத்தை யாரோ அமைதிப்படுத்த முயற்சிப்பது திரையில் தெரிகிறது.

சற்றுப் பொறுத்து "அவர் என்ன சொல்லிக் கொண்டிருக்கிறார்?" என்று மீண்டும் கேட்கிறேன்.

"நமது சொந்த மண்ணில் என்ன செய்ய வேண்டும் என்பதை நமக்கு யாரும் சொல்ல வேண்டாம். எதையும் எங்கள்மேல் திணிக்க வேண்டாமென்று சொல்லிக்கொண்டிருக்கிறார். ஒருவருக்கு ஒருவர் சகோதரராக இருங்கள் என்றும் சொல்கிறார்."

தங்களது உடைந்த ஆங்கிலத்தில் அவர்களால் எனக்குச் சொல்ல முடிந்தவை இவைதாம். ஆங்கிலத்தைக் கற்றுக் கொள்ளும் ஒவ்வொருவரும் உலகம் முழுவதும் அந்த மொழியால் மட்டுமே தொடர்புகொள்வது கடினமாகி வருவதைப் புரிந்து கொள்ள வேண்டும். இது பிரெஞ்சு மொழிக்கும் பொருந்தும் உண்மை; பொதுவாக எல்லா ஐரோப்பிய மொழிகளைப் பொறுத்தும் கூட. ஒரு காலத்தில் ஐரோப்பா உலகத்தை ஆட்சி செய்தது. அதன் வணிகர்களையும் படைவீரர்களையும் மத போதகர்களையும் ஒவ்வொரு கண்டத்துக்கும் அனுப்பியது. தனது விருப்பங்களையும் கலாச்சாரத்தையும் பிறர்மீது திணித்தது. உலகத்தின் கடைக்கோடியிலும் ஐரோப்பிய மொழியொன்றை அறிந்து வைத்திருப்பது சிறப்புத் தகுதியின் அடையாளமாகவும் இலட்சிய வளர்ப்பின் சான்றாகவும் வாழ்க்கைத் தேவையாகவும் தொழில், பதவி உயர்வுகளுக்கு அடிப்படையாகவும் சில சமயங்களில் மனிதனாகக் கருதப்படவே கூட நிபந்தனையாகவும் இருந்தது. அந்த மொழிகள் ஆப்பிரிக்கப் பள்ளிகளில் கற்பிக்கப் படுகின்றன. அயல்தேசத்து நாடாளுமன்றங்களிலும் ஆசிய நீதிமன்றங்களிலும் அரபு காப்பி ஹவுஸ்களிலும் பேசப்படுகின்றன. உலகின் பெரும்பான்மையான எந்தப் பகுதியில் பயணம் செய்தாலும் ஐரோப்பியர்கள் தங்கள் சொந்த வீட்டில் இருப்பதாகவே உணர்கிறார்கள். அவர்களால் தங்கள் கருத்துக்களை வெளிப்படுத்த முடிகிறது. மற்றவர்கள் தங்களிடம் என்ன சொல்கிறார்கள் என்பதைப் புரிந்துகொள்ளவும் முடிகிறது. ஆனால் இன்று உலகம் மாறியிருக்கிறது. நூற்றுக்கணக்கான

தேசியவாதங்கள் மலர்ந்திருக்கின்றன. ஒவ்வொரு நாடும் அதன் மக்கள் கூட்டத்தைத் தனது சொந்த மரபுக்கு ஏற்பக் கட்டுப்பாட்டுக்குள் வைத்திருக்கவும் நிலப்பகுதிகளையும் வளங்களையும் நிர்வகிக்கவும் விரும்புகிறது. ஒவ்வொரு நாடும் அது சுதந்திரமானதாக இருப்பதாக எண்ணுகிறது அல்லது அப்படியிருக்க விரும்புகிறது. தனது விழுமியங்களைப் போற்றவும் அவற்றுக்கு மரியாதை பெற வலியுறுத்தவும் (அப்படிப் பெறுவது சிக்கலான ஒன்று) விரும்புகிறது. சிறிய பலவீனமான நாடுகள்கூட அறிவுரை சொல்லப்படுவதை வெறுக்கின்றன. தம்மை ஆளவோ அல்லது சந்தேகத்துக்குரிய விழுமியங்களைத் திணிக்கவோ முயற்சிக்கும் எவருக்கு எதிராகவும் கலகம் செய்கின்றன. மக்கள் அடுத்தவர்களின் வலிமையைப் பாராட்டக் கூடும். ஆனால் அது பாதுகாப்பான தொலைவில் அவர்களை நிறுத்த மட்டுமே. நிச்சயம் தமக்கு எதிராகத் திரும்பினால் பொறுத்துக்கொள்ள அல்ல. ஒவ்வொரு அதிகாரமும் தமக்கான செயல்முறையைக் கொண்டிருக்கின்றன. தமக்குரிய அடக்கியாளும் குணத்தையும் விரிவாக்க வேட்கையையும் கொண்டிருக்கின்றன. அதிகாரத்தின் இயல்பு இதுதான் என்பது அனைவருக்கும் தெரிந்ததுதான். ஆனால் பலவீனர்கள் என்ன செய்ய முடியும்? விழுங்கப்படுவோம், அந்நிய சட்டங்களின் வழியில் திரட்டப்படுவோம், தோற்றம். வெளிப்பாடு, பேச்சு, சிந்தனை, எதிர்வினை எல்லாம் அடக்கப்படும், தமக்குத் தொடர்பில்லாத நோக்கத்துக்காக தமது இரத்தத்தைச் சிந்தக் கட்டளையிடப்படுவோம் என்ற அச்சத்தால் தம்மைச் சுற்றி வேலியிட்டுக் கொள்கிறார்கள். அதற்காக நிகழ்பவைதாம் அவர்களுடைய எதிர்ப்பும் கலகமும் சுதந்திரமான இருப்புக்கும் மொழிக்குமான போராட்டங்கள். சிரியாவில் பிரெஞ்சு நாளிதழ் மூடப்பட்டது. வியத்நாமில் அமெரிக்கர்கள் நாட்டை விட்டு வெளியேறியதும் ஆங்கிலப் பத்திரிகைகள் மூடப்பட்டன. இப்போது இரானில் பிரெஞ்சு, ஆங்கில நாளிதழ்கள் மூடப்படுகின்றன.

வானொலி, தொலைக்காட்சி ஆகியவற்றின் செய்தியாளர் சந்திப்புகளில் இரானின் தாய்மொழியான பாரசீகம் மட்டுமே பயன்படுத்தப்படுகிறது. டெஹ்ரானிலுள்ள பெண்கள் ஆடையகங்களின் ஃபார்ஸி மொழி விளம்பரப் பலகையை வாசிக்கத் தெரியாத ஒருவர் –‘ இந்தக் கடைக்குள் ஆண்கள் பிரவேசிப்பது தண்டனைக்குரிய குற்றமாகும்’ – சிறைக்கு அனுப்பப்படுவார். இஸ்ஃபஹான் அருகில் ‘ சுரங்கம் – விலகிச் செல்க’ – என்ற எச்சரிக்கையை வாசிக்கத் தெரியாதவர் உயிரிழப்பார்.

உள்ளூர் வானொலி ஒலிபரப்புகளைக் கேட்பதற்காக ஒரு டிரான்சிஸ்டர் ரேடியோவை என்னுடன் கொண்டு செல்வது வழக்கம். நான் எந்தக் கண்டத்தில் இருக்கிறேன் என்பது பொருட்டல்ல; உலகத்தில் என்ன நடந்துகொண்டிருக்கிறது என்பதை என்னால் எப்போதும் கண்டுபிடித்துவிட முடியும். இங்கே அந்த ரேடியோ உபயோகமில்லாதது. அதை முடுக்கினால் பத்து நிலையங்கள் கிடைக்கின்றன. ஒவ்வொன்றும் வெவ்வேறு மொழியைப் பயன்படுத்துகின்றன. அவற்றில் ஒரு வார்த்தையும் எனக்குப் புரிவதில்லை. ஆயிரம்மைல் பயணம் என்பதால் ஒன்றுக்கொன்று தொடர்பில்லாத பத்து நிலையங்களாவது கிடைக்கின்றன. என் சட்டைப் பைக்குள்ளிருக்கும் பணம் எந்தப் பயனும் இல்லாதது என்று அவை

சொல்லிக் கொண்டிருக்கின்றனவா? போர் தொடங்கிவிட்டது என்று சொல்லிக்கொண்டிருக்கின்றனவா?

தொலைக்காட்சியும் அதேபோன்று பயனற்றதுதான்.

உலகம் முழுவதும் எந்த ஒருமணி நேரத்திலும் லட்சக்கணக்கான திரைகளில், ஏராளமான நபர்கள் நம்மிடம் எதையோ சொல்லிக் கொண்டிருக்கிறார்கள். சமிக்ஞை காட்டுகிறார்கள்; கோணங்கி காட்டுகிறார்கள். பரவசப்படுகிறார்கள்; புன்னகைக்கிறார்கள். தலையைக் குலுக்குகிறார்கள். விரல்களால் சுட்டுகிறார்கள். அது எதைப் பற்றி என்பதோ, நம்மிடமிருந்து அவர்களுக்கு என்ன வேண்டும் என்பதோ, எதற்காக அவர்கள் நம்மை ஒன்று திரட்டுகிறார்கள் என்பதோ, எதுவும் நமக்குப் புரிவதில்லை. ஒருவேளை தொலைக்கிரகத்திலிருந்து – சுக்ரனிலிருந்தோ செவ்வாயிலிருந்தோ – வந்த தேர்ச்சிபெற்ற மக்கள் தொடர்பாளர்களின் பெரும்படையாக இருக்கலாம். எனினும் அவர்களும் நம்மைப் போன்று எலும்பும் ரத்தமுமுள்ள, அசைகிற, ஒலி எழுப்புகிற உதடுகள் கொண்ட நமது சுற்றத்தினரே. ஆனால் நம்மால் ஒரு வார்த்தையைக் கூடப் புரிந்துகொள்ள முடிவதில்லை. மனிதகுலத்தின் பிரபஞ்ச ரீதியான உரையாடல் எந்த மொழியில் நடைபெறும்? பல நூறு மொழிகள் அங்கீகாரத்துக்காகவும் மேம்பாட்டுக்காகவும் போராடிக்கொண்டிருக்கின்றன. மொழி சார்ந்த இடையூறுகள் எழுகின்றன. செவிட்டுத்தன்மையும் ஒருங்கின்மையும் அதிகரித்துக்கொண்டிருக்கின்றன.

சிறு இடைவேளைக்குப் பிறகு (அந்தச் சமயத்தில் பூந்தோட்டங்களைக் காண்பிக்கிறார்கள். இந்த மக்கள் மலர்களை விரும்புகிறவர்கள். வண்ணமயமான மலர்களைச் சாகுபடி செய்கிறார்கள். அவர்களது பெருங்கவிஞர்களின் சமாதிகளைச் சுற்றிலும் ஆடம்பரமான நந்தவனங்கள் இருக்கின்றன) திரையில் இளைஞன் ஒருவனின் முகம் தோன்றுகிறது. அறிவிப்பாளர் ஏதோ சொல்லிக்கொண்டிருக்கிறார்.

"அவர் என்ன சொல்கிறார்?" என்று சீட்டாடிகளிடம் கேட்கிறேன்.

"புகைப்படத்திலிருக்கும் இளைஞனின் பெயரையும் அவர் யார் என்பதையும் சொல்லிக்கொண்டிருக்கிறார்."

பிறகு வேறொரு புகைப்படம் ஒளிபரப்பானது; அதன் பின்னர் இன்னொன்று. மாணவர் அடையாள அட்டையிலுள்ள புகைப்படம், சட்டமிட்ட புகைப்படங்கள், தானியங்கிக் காமிராவில் எடுத்த புகைப்படங்கள், பின்னணியில் இடிபாடுகள் தெரியும் புகைப்படங்கள் ஒரு குடும்பப் படம்; அதில் மங்கலாகத் தெரியும் பெண்ணைப் பற்றிய விவரணையும் அம்புக்குறியால் அடையாளம் சுட்டப்படுவதும் ஒளிபரப்பாகின்றன. ஒவ்வொரு புகைப்படமும் சில நொடிகள் மட்டுமே காட்டப்படுகின்றன. அதற்கேற்ப அறிவிப்பாளர் பெயர்ப் பட்டியலை வாசிக்கிறார்.

பெற்றோர்கள் தகவல் தெரிவிக்கக் கோருகிறார்கள். நம்பிக்கையுடனும் நம்பிக்கை இல்லாமலும் அவர்கள் மாதக்கணக்காக இதையே செய்துகொண்டிருக்கிறார்கள். புகைப்படங்களில் இருப்பவர்கள் செப்டம்பர்,

டிசம்பர், ஜனவரி மாதங்களில் காணாமற்போயிருக்கிறார்கள். அதாவது நகரத்தில் வெடிவைப்பின் மின்னல் ஒருபோதும் அணையாமலிருந்த மாதங்களில்; போர் மிகத் தீவிரமடைந்திருந்த மாதங்களில். அவர்கள் ஆர்ப்பாட்டத்தின் முன்வரிசையில் அணிவகுத்து எந்திரத் துப்பாக்கிச் சூட்டில் நேரடியாகப் பாதிக்கப்பட்டிருக்கலாம். அல்லது அருகிலுள்ள வீட்டுக் கூரைகள் மேலிருந்து குறிபார்த்துச் சுடுபவர்கள் அவர்களைத் தீர்த்துக் கட்டியிருக்கலாம். ராணுவ வீரர்கள் துப்பாக்கி முனையின் இலக்காக நிர்ணயித்தபோது இந்த முகங்கள் கடைசியாகப் பார்க்கப்பட்டிருக்கக் கூடுமென்று நாம் யூகிக்கலாம். மாலைநேரம் தோறும் இந்த நிகழ்ச்சி ஒளிபரப்பாகும்போது அறிவிப்பாளரின் வறட்டுக் குரலைக் கேட்கிறோம். உயிருடனில்லாத அதிகம் அதிகம் ஆட்களைச் சந்திக்கிறோம்.

மேலும் பூந்தோட்டங்கள் தெரிகின்றன. அதைத் தொடர்ந்து வந்தது அடுத்த நிகழ்ச்சி – அதுவும் புகைப்படங்களைக் காண்பிப்பதுதான் – ஆனால், இங்கே முற்றிலும் வேறு பட்ட மனிதர்கள். இவற்றில் பெரும்பாலானவர்கள் முதியவர்கள், (சுருங்கிய கழுத்துப் பட்டிகள், கசங்கிய டெனிம் ஜாக்கெட்டுகளுமாக) நேர்த்தியற்று உடையணிந்திருப்பவர்கள்.அவர்களது நிராதரவான முகங்கள் சுருங்கியும் மழிக்கப் படாமலும் இருக்கின்றன. சில முகங்களில் தாடி. அவர்களுடைய பெயர் எழுதப்பட்ட பெரிய கார்ட்போர்ட் துண்டுகள் ஒவ்வொருவர் கழுத்திலும் தொங்கவிடப்பட்டிருக்கின்றன. குறிப்பான ஏதேனும் முகம் திரையில் தோன்றும்போது சீட்டாடிகள் “ஆஹா, இது அவன் ஆயிற்றே?” என்று வியக்கிறார்கள். ஒவ்வொருவரும் பேரார்வத்துடன் திரையைப் பார்க்கிறார்கள். ஒவ்வொருவரைப் பற்றிய தனிப்பட்ட விவரங்களையும் அவர்கள் இழைத்த குற்றங்களைப் பற்றியும் அறிவிப்பாளர் வாசித்துக்கொண்டிருக்கிறார். டப்ரீஸில் நிராயுதபாணிகள் நடத்திய ஆர்ப்பாட்டத்தின்மீது ஜெனரல் முகம்மது ஜாண்ட் துப்பாக்கிச் சூடு நடத்த உத்தரவிட்டார். நூற்றுக்கணக்கானவர்கள் கொல்லப்பட்டார்கள். மேஜர் ஹுசைன் ஃபேர்ஸின் சிறைக் கைதிகளின் இமைகளைப் பொசுக்கியும் நகங்களைப் பிடுங்கியும் சித்திரவதை செய்தார். சில மணி நேரங்களுக்கு முன்பாக இஸ்லாமிய ராணுவத்தின் துப்பாக்கிப் படைப்பிரிவு அவர்களுக்கு எதிராக நடுவர் மன்றம் பிறப்பித்த தீர்ப்பை நிறைவேற்றியதாக அறிவிப்பாளர் தெரிவிக்கிறார்.

கூடம் புழுக்கமானதாகத் தோன்றுகிறது. தீமையின் மீதான நன்மையின் பயனற்ற ஊர்வலம் நடக்கிறது. அதுவே சோர்வளிக்கிறது. எல்லாவற்றுக்கும் மேல் அவ்வாறு தோன்றக் காரணம், நீண்டகாலமாக உருண்டுகொண்டிருக்கும் மரணச் சக்கரம் நூற்றுக்கணக்கான புதிய மனிதர்களை வீசியும் எறிந்தும் சுழல்வதுதான். மங்கிய புகைப்படங்கள், அப்போதுதான் எடுத்த படங்கள், பட்டமளிப்புப் படங்கள், சிறைச்சாலை அடையாளப் படங்களில் தென்படும் உயிர்ப்பற்ற, மௌன முகங்களின் ஊர்வலம் நிலைத்தும் நகர்ந்தும் சென்றுகொண்டிருப்பது சோர்வளிப்பதாக மாறுகிறது. அதே சமயம் ஈர்ப்பதாகவும் இருக்கிறது. ஏனெனில் என்னுடைய சீட்டாடிகளின் முகங்களையும் பின்னர் என் முகத்தையும் திரையில் பார்க்கவும் அறிவிப்பாளர் எங்கள் பெயர்களை வாசிப்பதைக் கேட்கவும் காத்திருக்கிறேன்.

நான் திரும்பப் படியேறி ஆளற்ற தாழ்வாரத்தின் வழியாக நடந்து என்னுடைய தாறுமாறாகக் கிடக்கும் அறைக்குள் புகுந்து கதவை அடைத்துக்கொள்கிறேன். வழக்கமாக இந்த நேரத்தில் கண்ணுக்குப் புலனாகாத ஏதோ நகரத்தின் நடுவிலிருந்து துப்பாக்கிகள் வெடிக்கும் ஓசையைக் கேட்பேன். துப்பாகிச் சூடு வழக்கமாக ஒன்பது மணிக்கு (குறிப்பாக இந்த நேரத்தை எந்த வழக்கம் அல்லது மரபு நிச்சயித்தது?) தொடங்குகிறது. அதன் பிறகு நகரம் அடங்கி விடுகிறது. பிறகு மேலும் வேட்டுச் சத்தங்கள், ஓசைகேட்காத துப்பாக்கிச் சூடுகள். (சுடப்பட்டவர்களைத் தவிர) வேறு யாரும் இதனால் குலைந்துபோவதோ நேரடியான அச்சத்தை உணர்வதோ இல்லை. பிப்ரவரிமாத மத்தியில் நகரத்தில் கலவரம் வெடித்தபோதும் மக்கள் கூட்டம் ராணுவத்தின் ஆயுதக் கிடங்கை முற்றுகையிட்டபோதும் டெஹ்ரான் ஆயுதக் களமானது. தீவிரமாக வலுப்படுத்தப்பட்டது. தெருக்களிலும் வீடுகளிலும் இருளின் மறைவில் படுகொலை நாடகங்கள் அரங்கேற்றப்பட்டன. தலைமறைவுப் போராளிகள் பகலில் அமைதியாக இருக்கிறார்கள். இரவில் முகமூடியணிந்த கலகப்படை அணிகளை நகரத்துக்குள் அனுப்புகிறார்கள்.

அசௌகரியமான இரவுகள் மக்களைத் தமது வீட்டுக்குள்ளேயே அடைந்து கிடக்கக் கட்டாயப்படுத்துகின்றன. ஊரடங்கு உத்தரவு பிறப்பிக்கப்படவில்லை. ஆனால் நள்ளிரவுக்கும் விடியற்காலைக்கும் நடுவிலான பொழுதில் எங்காவது அகப்பட்டுக்கொள்வது கடினமானது; ஆபத்தானது. அந்த வேளைகளுக்கு இடையில் இஸ்லாமிய ராணுவமும் தன்னிச்சையான கலகப்படைகளும் அச்சமூட்டும் நகரத்தை, நிச்சலனமான நகரத்தை ஆட்சி செய்கின்றன. இரண்டு குழுக்களும் ஆயுதமேந்திய இளைஞர்களைக் கொண்டவை. அவர்கள் பொதுமக்களுக்கு நேராகத் துப்பாக்கிகளை நீட்டுகிறார்கள். குறுக்கு விசாரணை செய்கிறார்கள். அவர்களாகவே உரிமை எடுத்துக்கொள்கிறார்கள். பாதுகாப்பை முன்னிட்டுச் சிலரை சிறைக்குக் கொண்டுசெல்கிறார்கள். அங்கிருந்து வெளியேறுவது கடினம். உங்களைச் சிறையில் அடைத்தது யார் என்று தெரியாது. நீங்கள் எதிர்கொள்ளும் வெவ்வேறு குழுக்களைச் சேர்ந்த வன்முறையாளர்களை இனங்காண எந்த அடையாளமும் கிடையாது. சீருடையோ தொப்பியோ கிடையாது. தோள்பட்டிகளோ இலச்சினைகளோ இல்லை. உங்கள் உயிர் உங்களுக்குப் பொருட்டென்றால் ஆயுதமேந்திய சிவிலியன்களின் அதிகாரத்தைக் கேள்வி கேட்காமல் ஒப்புக்கொள்ள வேண்டும். சில நாட்களுக்குப் பிறகு அவர்களைப் பற்றித் தெரிந்துகொள்கிறோம். அவர்களை விலகிப் போகும்படிச் சொல்லக் கற்றுக்கொள்கிறோம். கச்சிதமான வெள்ளைச் சட்டையும் கவனமாகத் தேர்ந்தெடுத்த டையும் அணிந்து தோளில் ரைஃபிளையும் சுமந்து செல்லும் இந்த நபர், உறுதியாக அரசுத்துறை ஒன்றை அல்லது மத்திய அலுவலகமொன்றைச் சேர்ந்த ராணுவ வீரனாக இருப்பான். மறுபுறம், முகமூடியணிந்த (கண்களுக்கும் வாய்க்கும் ஓட்டைகள் போட்ட கம்பளிக் காலுறையை தலையில் மாட்டியிருக்கும்) இந்தப் பையன், யாருக்கும் உருவமோ பெயரோ தெரியாத உள்ளூர் ஃபெதாயீனாக¹

---

1 கொரில்லா போராளி

இருப்பான். அமெரிக்க ராணுவத்தின் பச்சை வண்ண ஜாக்கெட் அணிந்து, ஜன்னல்களினூடே துப்பாக்கிக் குழாய்கள் தென்பட கார்களில் விரையும் நபர்களைப் பற்றி உறுதியாக எதுவும் சொல்வதற்கில்லை. அவர்கள் ராணுவத்தினராக இருக்கலாம்; (மத வெறியர்கள், அராஜகவாதிகள், ஸாவக்கின் எஞ்சிய சிப்பாய்கள் போன்ற) போராட்டக் குழுக்களில் ஒன்றைச் சேர்ந்தவர்களாக இருக்கலாம். தற்கொலை முனைப்புடன் நாசவேலையை முடிக்கவோ பழிவாங்கும் திட்டத்தைச் செயல்படுத்தவோ விரைபவர்களாக இருக்கலாம்.

யாருடைய மறைமுகத் தாக்குதல் உங்களுக்காகக் காத்திருக்கிறது, யாருடைய பொறியில் நீங்கள் மாட்டிக்கொள்ளப் போகிறீர்கள் என்பதை முன்கூட்டிச் சொல்வது சுலபமில்லை. மக்கள் அதிர்ச்சிகளை விரும்பவில்லை. எனவே இரவுகளில் தமது வீடுகளுக்குள்ளேயே தங்களை முடக்கிக்கொள்கிறார்கள். என் ஓட்டலும் துப்பாக்கிச் சத்தங்கள், ஷட்டர்கள் இறக்கப்படும் கிரீச்சொலிகள், கிராதி அடைப்புகளும் கதவுகளும் அறைந்து மூடப்படும் ஓசைகள் எல்லாமும் ஒன்றாகும் இந்தவேளையில்) மூடப்படுகிறது. வருகைதர நண்பர்கள் இல்லை. அப்படி எதுவும் நிகழ்வதில்லை. என்னோடு பேசவும் யாருமில்லை. மேஜைமேலுள்ள குறிப்புகளைப் பார்த்தவாறும் ஒலிப்பதிவு செய்த உரையாடல்களைக் கேட்டவாறும் நான் தனியாக அமர்ந்துகொண்டிருக்கிறேன்.

புகைப்படங்கள்

புகைப்படம் – 1

நான் உரிமையாக்க முயற்சித்தவற்றில் மிகப் பழைய புகைப்படம் இது. ஒரு ராணுவ வீரன் வலதுகையில் சங்கிலியைப் பிடித்திருக்கிறான். சங்கிலியின் மறு முனையில் பிணைக்கப்பட்டிருக்கிறான் ஒரு மனிதன். இருவரும் காமிரா லென்ஸை ஆழ்ந்து நோக்குகிறார்கள். நிச்சயம் இது அவர்கள் வாழ்வில் முக்கியமான தருணம். படைவீரன் முதியவன்; குட்டையானவன்; எளிய, பணிவான குடியானவன்; மோசமாகத் தைத்த, அளவில் பெரிய சீருடையை அணிந்திருக்கிறான். காலுடை அக்கார்டியன் வாத்தியம்போலத் தொளதொளத்திருக்கிறது. துருத்திய காதுகளின்மேல் சரிந்திருக்கும் பெரிய தொப்பி. மொத்தத்தில் நல்ல வீரன் ஷ்வெய்க்கை[1] நினைவுபடுத்தும் வினோத உருவம். சங்கிலியில் பிணைக்கப்பட்டிருப்பவன் மெலிந்தவன். வெளிறிய முகம், இடுங்கிய கண்கள், காயமடைந்து கட்டுப்போட்ட தலை. படைவீரன் ஷா முகம்மத் ரெஸா பஹ்லவி (இரானின் கடைசி ஷா) யின் பாட்டனார் என்றும் காயமுற்றிருப்பவர் ஷா நஸீருத்தீனின் கொலையாளி என்றும் புகைப்படக் குறிப்பு சொல்கிறது. அதன்படி இந்தப் புகைப்படம் நாற்பத்து ஒன்பது ஆண்டுகள் ஆட்சி செய்தவரான நஸீருத்தீன் கொல்லப்பட்ட 1896 ஆம் ஆண்டு எடுக்கப்பட்டதாக இருக்க வேண்டும். பாட்டனாரும் கொலையாளியும் களைப்படைந்திருப்பது புரிந்து கொள்ளக் கூடியதாக இருக்கிறது. க்வோமிலிருந்து டெஹ்ரானிலிருக்கும் பொதுக் கொலைக்களத்துக்கு நாட்கணக்காக அலைக்கழிந்திருக்கிறார்கள். தகிக்கும் வெம்மையிலும் நடுங்க வைக்கும் காற்றிலும் பாலைவனச் சாலை வழியாக அவர்கள் வந்திருக்கிறார்கள். படைவீரன் பின்னாலும் கொலையாளி முன்னாலுமுள்ள காட்சி, பழையகால சர்க்கஸ் குழு உறுப்பினன் தங்கள் உணவுக்காக பழக்கப்படுத்திய கரடியை கிராமம்கிராமமாக அழைத்துச் செல்வதைப்போல இருக்கிறது. சில சமயங்களில் கொலையாளி தலைக் காயத்தைப் பற்றி முறையிடுகிறான். அதைத் தவிரப் பெரும்பாலான நேரமும் அவர்கள் மௌனமாகவே இருக்கிறார்கள். ஏனெனில் அவர்களுக்குக் கடைசியாகப் பேசிக்கொள்ள எதுவும் இல்லை.கொலையாளி படுகொலை புரிந்திருக்கிறான். பாட்டன் அவனைக் கொலைக் களத்துக்கு

1 செக்கோஸ்லாவிய எழுத்தாளர் ஐரோஸ்லோவ் ஹாசெக் எழுதிய அங்கத நாவலின் கதாநாயகன்.

இழுத்துச் செல்கிறான். பெர்சியா படு ஏழ்மையான நாடு. அங்கே இருப்புப் பாதைகள் இல்லை. மேல்தட்டைச் சேர்ந்தவர்களிடம் மட்டுமே குதிரைகள் பூட்டிய வாகனங்கள் உள்ளன. எனவே அரசாங்கமும் நீதிமன்றமும் தீர்மானித்திருக்கும் தொலைதூர இலக்கை நோக்கி இருவரும் நடந்தாக வேண்டும். அவ்வப்போது சில மண் குடிசைகளைக் கடக்கும்போது அப்பாவிக் குடியானவர்கள் இந்தப் புழுதிப் பயணிகளைச் சூழ்ந்து கொள்கிறார்கள். படை வீரனிடம் "யாரை நீங்கள் இழுத்துக்கொண்டு போகிறீர்கள் ஐயா?" என்று விசாரிக்கிறார்கள். "யார்?" என்ற கேள்வியையே திரும்பச் சொல்லிவிட்டு மர்மத்தைக் கூட்டுவதற்காகப் பேசாமலிருக்கிறான். கடைசியாக கைதியைச் சுட்டிக் காட்டி "இவன் ஷாவைக் கொலை செய்தவன்" என்கிறான். தன் குரலில் வெளிக்காட்ட முடியாத கர்வம் தொனிப்பதைப் பாட்டனாரால் மறைக்க முடிவதில்லை. குடியானவர்கள் கொலையாளியைப் பீதியுடனும் வாஞ்சையுடனும் பார்க்கிறார்கள். ஏனெனில் அவன் மகத்தான யாரையோ கொன்றிருக்கிறான். எனவே அவனும் ஒருவித்தில் மகத்தானவனாகவே தோன்றுகிறான். அவனுடைய குற்றம் அவனை இருப்பின் உயர்தளத்துக்குத் தூக்கிச் செல்கிறது. குடியானவர்களால் அவர்கள்மீது ஏற்படும் எரிச்சலுக்கும் வழிபாட்டு உணர்வுக்கும் இடையில் எதையும் தீர்மானிக்க முடிவதில்லை. இதற்கிடையில் படைவீரன் சாலையோரமாக நிலத்தில் ஊன்றியிருக்கும் கம்பத்தில் சங்கிலியைப் பிணைக்கிறான். துப்பாக்கியை (தோளில் தொங்க விட்டிருக்கும்போது ஏறத்தாழத் தரையைத் தொடும் நீளம் கொண்டது அது) அகற்றுகிறான். குடிநீரும் உணவும் கொண்டுவருமாறு உத்தரவிடுகிறான். அவர்கள் தலையைச் சொறிந்துகொள்கிறார்கள். அநேகமாக அந்தக் கிராமத்தில் உண்பதற்கு எதுவும் இல்லை. பஞ்சம் நிலவிக் கொண்டிருக்கிறது. அந்தப் படைவீரனும் அவர்களைப் போலவே ஒரு குடியானவன் என்பதை நாம் இங்கே சேர்த்துக்கொள்ள வேண்டும். அவர்களைப் போலன்றி அவனுக்கு ஒரு குடும்பப் பெயரும் இருக்கிறது. சாவத் கூஹி என்று அவன் தன்னை அழைத்துக்கொள்கிறான். அது அவனுடைய கிராமத்தின் பெயர். அவனிடம் இயந்திரத் துப்பாக்கியும் சீருடையும் இருக்கின்றன. அவை அவனை ஷாவின் கொலையாளியைக் கொலைக்களத்துக்கு அழைத்துச் செல்பவன் என்று தனித்துக் காட்டுகின்றன. எனவே அதை அவன் சாதகமாக எடுத்துக் கொள்கிறான். குடிநீரும் உணவும் கொண்டுவரும்படி மீண்டும் குடியானவர்களுக்குக் கட்டளையிடுகிறான். கொடும் பசியில் இருக்கிறான். தவிர, சங்கிலியில் பிணைக்கப்பட்டிருப்பவன் தாகத்தாலோ பசியாலோ செத்துவிட அனுமதிக்க முடியாது. அவ்வாறு நிகழுமானால், ஆட்கள் திரண்டி ருக்கும் டெஹ்ரான் சதுக்கத்தில் ஷாவின் கொலையாளி கொல்லப்படும் அசாதாரண சம்பவத்தை ரத்துச் செய்ய வேண்டி வரும். படைவீரனால் இரக்கமில்லாமல் கட்டாயப்படுத்தப்பட்ட குடியானவர்கள் தாங்கள் உண்பதற்காக வைத்திருந்தவற்றைக் கொண்டுவருகிறார்கள்; மண்ணிலிருந்து தோண்டியெடுத்த கிழங்குகளும் கான்வாஸ் பை நிறைய வெட்டுக்கிளிகளும்.

பாட்டனாரும் படைவீரனும் சாப்பிடுவதற்காக நிழலில் உட்காரு கிறார்கள். (குடியானவர்கள் பொறாமையுடன் பார்த்துக் கொண்டிருக்க) வெட்டுக்கிளிகளை ஆர்வத்துடன் வாய்க்குள் திணித்துக்கொள்கிறார்கள். இறக்கைகளைத் துப்புகிறார்கள். மிச்சத்தை நீரால் கழுவுகிறார்கள்.

மாலை நெருங்கிவிட்டதால் இருப்பவற்றிலேயே நல்ல குடிசையைப் படைவீரன் தேர்ந்தெடுக்கிறான். உரியவர்களை வெளியே விரட்டுகிறான். அதைத் தற்காலிகச் சிறையாக மாற்றுகிறான். கைதியின் சங்கிலியைத் தன் உடலுடன் சேர்த்துச் சுற்றிக்கொள்கிறான். தகிக்கும் வெயிலில் எண்ணற்ற மணிநேரங்கள் நடந்த களைப்பில், கரப்பான் எச்சமிட்டுக் கறுப்பாக்கிய மண் தரையில் உடலை நீட்டுகிறார்கள். காலையில் எழுந்து டெஹ்ரானுக்கு வடக்கே அரசாங்கமும் நீதிமன்றமும் நிச்சயித்திருக்கும் இலக்கை நோக்கிச் சாலைவழிப் பயணத்தைத் தொடர்கிறார்கள். அதே பாலைவனத்தைக் கடந்து, அதே துளைக்கும் வெம்மையில் கொலையாளி தலையில் கட்டுடனும், அவனுடைய நீண்ட இரும்பு வாலைப் பிடித்தவாறு பாதுகாவல் பணியை மேற்கொண்ட படைவீரன் ஒழுங்கற்றுத் தைத்த சீருடையிலும் துருத்திக்கொண்டிருக்கும் காதுகள்மேல் பெரிய தொப்பி சரிந்திருக்கும் வேடிக்கைத் தோற்றமளிக்கும் புகைப்படத்தை முதலில் பார்த்தபோது அவனை ஷ்வெய்க் என்றே நினைத்தேன்.

புகைப்படம் – 2

பெர்ஷியன் கொஸாக் பிரிகேடைச் சேர்ந்த இளம் அதிகாரி ஒருவர் ஓர் இயந்திரத் துப்பாக்கியின் அருகில் நின்று அந்தக் கொடிய ஆயுதத்தின் செயல் தத்துவத்தைப் பற்றி சகவீரர்களுக்கு விளக்கிக்கொண்டிருப்பதை இந்தப் படத்தில் காண்கிறோம். மாக்ஸிம் ரக துப்பாக்கியின் 1910ஆம் ஆண்டில் மேம்படுத்தப்பட்ட மாதிரியைச் சேர்ந்தது அந்த ஆயுதம். எனவே இந்தப் புகைப்படம் அந்த ஆண்டில் எடுக்கப்பட்டதாக இருக்க வேண்டும். இளம் அதிகாரியின் பெயர் ரெஸா கான்; 1878இல் பிறந்தவர். இருபது ஆண்டுகளுக்கு முன்னர், ஷாவின் கொலையாளிக்குப் பாதுகாவலனாகப் பாலைவனத்தைக் கடந்த, நாம் ஏற்கனவே சந்தித்த படைவீரனின் புதல்வர். இரண்டு புகைப்படங்களையும் ஒப்பிட்டுப் பார்ப்போமானால் ரெஸா கான், தன்னுடைய தகப்பனைப் போலன்றி திடகாத்திரர் என்பதை உடனடியாக அவதானிக்கலாம்.

சகவீரர்களைவிட உயரம். புடைத்த மார்பு. ஒரு குதிரை லாடத்தைக் கையால் நொறுக்கிவிடும் பயில்வானைப் போன்ற தோற்றம். அவரிடம் ஒரு ராணுவ மிடுக்கு, உணர்ச்சியற்ற ஊடுருவும் பார்வை, அகன்ற தாடை, துளிப் புன்னகையாவது எழுமா என்ற கேள்விக்கே இடமளிக்காத இறுக்கமான உதடுகள் எல்லாம் இருக்கின்றன. தலையில் அகலமான தொப்பி அமர்ந்திருக்கிறது. ஜார் ஆதரவாளரான கர்னல் வெஸ்வலோத் லியகோவ் தலைமையில் அமைந்த பெர்ஷியன் கொஸாக் பிரிகேடில் (அன்று ஷாவிடம் இருந்த ஒரே ராணுவம் அதுவே) அவர் ஓர் அதிகாரி என்பதை முன்பே குறிப்பிட்டிருக்கிறேன். பிறவிச் சிப்பாய்கள்மீது பாசம் கொண்டவரான கர்னல் லியகோவின் அரவணைப்பில் வளர்ந்தவர் ரெஸா கான். பிறவிச் சிப்பாய்களுக்கு முன்னுதாரணம் நமது இளம் அதிகாரி. படிப்பறிவற்ற பதினான்கு வயதுச் சிறுவனாகப் படையில் சேர்ந்தார்.

தொழில்முறை ராணுவத்தின் ஒவ்வொரு மட்டத்திலும் படிப்படியாக ஏறிச் சென்றார். அவருடைய கீழ்ப்படிதல், கட்டுப்பாடு, திட சித்தம், உள்ளார்ந்த நுண்ணறிவு இவையனைத்துக்கும் மேலாக, தலைமைப் பண்பு என்று ராணுவம் அழைக்க விரும்பும் இயல்பு. இவை எல்லாம் அவருக்கு உதவின. லியகோவை போல்ஷெவிக் ஆதரவாளர் என்று ஷா (சரியாகவே தப்பாக) எண்ணி ரஷ்யாவுக்குத் திருப்பியனுப்பிய 1917க்குப் பின்னர்தான் பெரும் பதவி உயர்வுகள் அவர் வழிக்கு வந்தன. ரெஸா கான் இப்போது கர்னலும் கொஸாக் பிரிகேடுக்குக் கமாண்டரும் ஆகிறார். (வெகு விரைவில் ராணுவம் பிரிட்டிஷாரின் கட்டுப்பாட்டுக்குள் வீழ்கிறது.) வரவேற்பு நிகழ்ச்சியொன்றின்போது பிரிட்டிஷ் ஜெனரல் சர். எட்மண்ட் அயர்ன்சைட், முன்னங்கால்களில் ஊன்றி நின்று ரெஸா கானின் செவியில் கிசுகிசுக்கிறார். “கர்னல், உங்களுக்கு மகத்தான வாய்ப்புகள் காத்திருக்கின்றன.” இருவரும் நந்தவனத்தை நோக்கி நடக்கிறார்கள். தங்கள் ஆசுவாச நடைக்கிடையில் பிரிட்டிஷ் ஜெனரல் ஆட்சிக் கவிழ்ப்புப் பற்றி யோசனை கூறுவதுடன் லண்டனின் வாழ்த்துக்களையும் தெரிவிக்கிறார். 1921 பிப்ரவரி மாதம் ரெஸா கான், தனது பிரிகேடுக்குத் தலைமையேற்று டெஹ்ரானுக்குள் நுழைகிறார். தலைநகரத்து அரசியல்வாதிகளைக் கைது செய்கிறார். (குளிர்காலம்; பனி பொழிந்துகொண்டிருக்கிறது. குளிரும் ஓதமும் நிறைந்த சிறைக் கொட்டடிகளைப் பற்றி அந்த அரசியல்வாதிகள் பின்னர் முறையிடுகிறார்கள்.) புதிய அரசை உருவாக்குகிறார். அதில் முதலில் ராணுவ அமைச்சராகவும் பிறகு பிரதமராகவும் பணியாற்றுகிறார். 1925 டிசம்பரில் விசுவாசமான அரசியல் அமைப்பு மன்றம் (அவருக்கும் அவருக்குப் பின்னால் நிற்கும் ஆங்கிலேயர்களுக்கும் அஞ்சி) கொஸாக் தளபதியைப் பாரசீகத்தின் மன்னராக அறிவிக்கிறது. இப்போது முதல் நமது இளம் அதிகாரி – 1910ஆம் ஆண்டில் மேம்படுத்தப்பட்ட மாக்ஸிம் ரக இயந்திரத் துப்பாக்கியின் அருகில் நின்று அதைப்பற்றி (பட்டி வைத்த ரஷ்யக் குடியானவச் சட்டை களும் பளபளப்பான ஜாக்கெட்டுகளும் அணிந் திருக்கும்) சக வீரர் களுக்கு விளக்கிக்கொண்டிருக்கும் புகைப்படத்தில் இருப்பவர் – மகா ஷா ரெஸா [மாமன்னர் ரெஸா] என்றும் அரசர்களுக்கு அரசர் என்றும் எல்லாம் வல்லவனின் நிழல் என்றும் குரு என்றும் பிரபஞ்சத்தின் மையம் என்றும் பஹ்லவி வம்சத்தின் நிறுவனர் என்றும் அறியப்படுகிறார். விதியின் ஆணையால் அவருடன் ஆரம்பமான பரம்பரை அவரது மகனோடு முடிவுக்கு வந்தது. தந்தையின் அதிகாரமும் அரியணையும் பறிக்கப்பட்ட தினத்தைப் போன்றே ஒரு குளிர் கால நாளின் காலையில், நாற்பத்து எட்டு ஆண்டுகளுக்குப் பிறகு, அவரும் டெஹ்ரான் மாளிகையை விட்டு நிச்சயமில்லாத விதியை நோக்கி ஜெட் விமானத்தில் புறப்பட நேர்ந்தது.

புகைப்படம் – 3

1926ஆம் ஆண்டு எடுக்கப்பட்ட தந்தையும் மகனும் இருக்கும் இந்தப் புகைப்படத்தைப் பரிசீலனை செய்யும் எவரும் ஏராளமானவற்றைப்

புரிந்துகொள்ள இயலும். தந்தைக்கு வயது நாற்பத்தி எட்டு. மகனுக்கு ஏழு. இருவருக்கும் இடையிலான வேற்றுமைகள் ஒவ்வொரு அம்சத்திலும் ஆச்சரியமளிப்பவை. அதிகாரம் மிக்க தந்தை ஷா பருமனானவர். எரிச்சலுடனும் உடனடி கவனத்தை ஈர்ப்பவராகவும் கைகளை இடுப்பில் ஊன்றி நிற்கிறார். அருகில் குட்டையான வெளிறிய சிறுவன். திடமில்லாதவன். பதற்றத்துடனும் கீழ்ப்படிதலுடனும் விறைப்பாக நிற்கிறான். இருவரும் ஒரே மாதிரியான சீருடைகளை அணிந்திருக்கிறார்கள். ஒரே மாதிரியான ஷுக்களும் பெல்ட்டுகளும் ஒரே எண்ணிக்கையிலுள்ள பொத்தான்களும். பதினான்கு பொத்தான்கள். தன்னைப் போன்றவனல்லாத மகன் எத்தனை அம்சங்களில் முடியுமோ அத்தனையிலும் தன்னைப் பிரதிபலிக்க வேண்டுமென்று விரும்புகிறார். உடைகளிலாவது அப்படி இருக்கட்டுமே என்பது அவர் எண்ணம். இயல்பாகவே பலவீனனும் சங்கோஜியுமாக இருந்தாலும் பையன் தந்தையின் உள்நோக்கத்தை உணர்ந்திருக்கிறான். எல்லா வகையிலும் சர்வ அதிகாரம் படைத்தவரும் இரக்கமற்றவருமான தந்தையை அவன் பிரதிபலிப்பான். அந்த நொடியிலிருந்து இருவேறு இயல்புகள் ஒரே உடலில் வளரவும் இணையாக இருக்கவும் தொடங்குகின்றன. இறுதியில் அவன் தந்தையின் செல்வாக்குக்கு முழுமையாக ஆட்படுகிறான். பல ஆண்டுகளுக்குப் பிறகு அவன் ஷா ஆனதும் தன்னிச்சையாக (எனினும் பெரும்பாலும் பிரக்ஞைபூர்வமாக) தந்தையின் நடவடிக்கைகளையே பின்தொடர்கிறான். தனது ஆட்சியின் இறுதிக் காலத்தில் தந்தையின் அதிகாரப் போக்கை முழுமையாக உள்வாங்கிக்கொள்கிறான். ஆனால் இந்தக் கணத்தில் தமது உள்ளார்ந்த ஆற்றலுடனும் முனைப்புடனும் தந்தை அதிகாரத்தை ஏற்றுக்கொள்கிறார். அவருக்கு (தந்தைக்கு) தமது நோக்கத்தைக் குறித்த துல்லிய உணர்வு இருந்தது. எதை எதிர்நோக்கியிருக்கிறோம் என்பது தெரிந்திருந்தது. அவருடைய கடூரமான சொற்களில் சொல்வதானால் அப்பாவிக் கூட்டத்தை உழைக்கச்செய்து வலிமையும் நவீனமுமான தேசத்தைக் கட்டியெழுப்ப விரும்புகிறார். பிரஷ்யர்களுடையது போன்ற இரும்புக் கரங்கள் அவருடையவை. அந்த நாட்டின் முன் எல்லாரும் அச்சத்தால் மலங்கழித்துவிட வேண்டும். அவருடைய வழிமுறைகள் அடிமைகளை விரட்டுபவை. பழைமையான, இலட்சியமற்ற இரான் (பெர்ஷியா இனிமேல் இரான் என்று அழைக்கப்பட வேண்டும் என்பது ஷாவின் கட்டளை) அதன் அடித்தளத்திலேயே நடுக்கம்கொள்கிறது. கட்டாய ராணுவத்தை உருவாக்குவதன் மூலம் அதைத் தொடங்குகிறார். 1,50,000 பேர் சீருடைகளையும் துப்பாக்கிகளையும் பெறுகிறார்கள். ராணுவமே ஷாவின் கண்மணி. அவருடைய பெரு விருப்பம். ராணுவத்துக்கு எப்போதும் பணம் அவசியம். அதற்கு சகல வசதிகளும் அவசியம். ராணுவமே நாட்டை கட்டுப்பாடும் கீழ்ப்படிதலும் கொண்டதாக்கும். எல்லாரும் கவனியுங்கள் “அட்டென்ஷன்” ஷா இரானியப் பாரம்பரிய உடைகளுக்குத் தடைவிதித்து ஆணை பிறப்பிக்கிறார். ஒவ்வொருவரும் ஐரோப்பிய ‘சூட்’டுகளை அணிகிறார்கள். ஒவ்வொருவரும் ஐரோப்பியத் தொப்பிகளை அணிகிறார்கள். ஷா பர்தாக்களைத் தடை செய்கிறார். தெருக்களில் காவல்துறையினர் அவற்றைக் கிழித்தெறிவது பெண்களுக்குக் கிலியூட்டுகிறது. விசுவாசிகள் மெஷாத் நகர மசூதிகளில் எதிர்ப்புத்

தெரிவிக்கிறார்கள்.அவரோ மசூதிகளைத் தரைமட்டமாக்கவும் கலகக்காரர்களைக் கொன்றுதள்ளவும் துப்பாக்கிப் படையை ஏவிவிடுகிறார். நாடோடிப் பழங்குடியினர் ஒரே இடத்தில் வசிக்க வேண்டும் என்று கட்டளையிடுகிறார். நாடோடிகள் எதிர்க்கிறார்கள். அவர்களுடைய கிணறுகளில் விஷத்தைக் கலக்கும்படி உத்தரவிட்டு, தாகத்தாலும் பட்டினியாலும் அவர்களைச் சாகடித்துவிடுவதாக அச்சுறுத்துகிறார். நாடோடிகள் தொடர்ந்து போராடுகிறார்கள். எனவே தண்டனை நிறைவேற்றும் குழுவை அனுப்புகிறார். அது பெரும் நிலப்பரப்புகளை ஆளற்ற மண்ணாக மாற்றுகிறது. ஏராளமான ரத்தம் பாய்கிறது. கீழ்நிலை விலங்கான ஒட்டகத்தைப் படமெடுப்பதைத் தடைசெய்கிறார். அதை எதிர்த்து க்வோம் நகரத்து முல்லா ஒருவர் கண்டனப் பிரச்சாரம் செய்கிறார். கையில் பிரம்புடன் மசூதிக்குள் நுழையும் ஷா அந்த விமர்சகரை விளாசுகிறார். புகார்க் குரலெழுப்பும் அயதுல்லா மத்ரெஸியை வருடக்கணக்கில் கிடங்கில் சிறைவைக்கிறார். சுதந்திரவாதிகள் செய்தித்தாள்கள் வாயிலாக எதிர்க்கிறார்கள். ஷா பத்திரிகைகளை மூடி அவர்களைச் சிறைப்படுத்துகிறார். அதிருப்தியாளர்கள் என்று கருதப்பட்டவர்கள் தினமும் காவல் துறையினரிடம் சென்று அறிக்கையிட வேண்டும். மேல்தட்டைச் சேர்ந்த சீமாட்டிகள் வரவேற்பு நிகழ்ச்சிகளில் இந்த முரட்டு ராட்சசன் தங்களைக் கூர்ந்து பார்க்கும்போது பீதியடைந்து மயங்கி விழுகிறார்கள். எனினும் ஷா ரெஸா கான் தமது இறுதிக் காலம் வரையும் தம்முடைய கிராமியப் பிள்ளைப்பருவத்திலும் பட்டாள இளமை நாட்களிலும் பழகிய பெரும்பான்மை வழக்கங்களைப் பேணிவந்தார். மாளிகையில் வாழ்ந்தாலும் இன்னும் வெறும் தரையில்தான் படுத்துறங்குகிறார். எப்போதும் சீருடையிலேயே வலம் வருகிறார். சிப்பாய்களுடன் ஒரே பாத்திரத்திலிருந்து எடுத்து உண்கிறார். தானும் அந்தப் பையன்களில் ஒருவன். அதே சமயம், நிலத்தையும் பணத்தையும் உரிமையாக்க விரும்புகிறார். தமது அதிகாரத்தைச் சாதகமாகப் பயன்படுத்தி ஏராளமான செல்வத்தைக் குவிக்கிறார். மிகப்பெரிய நிலவுடைமையாளர் ஆகிறார். 2,50,000 குடியானவர்கள் வசிக்கும் சுமார் மூவாயிரம் கிராமங்களுக்குச் சொந்தக்காரர். தொழிற்சாலைகளிலும் வங்கிகளிலும் பங்குகள் வைத்திருக்கிறார். ஆதாயங்களை வாங்குகிறார். எண்ணுகிறார். கூட்டிச் சேர்க்கிறார். கணக்கிடுகிறார். செழிப்பான காடோ, பசுமையான பள்ளத்தாக்கோ பார்வையில் படுமானால் அவை நிச்சயம் அவருடையதாகி விடுகின்றன. சலிப்பில்லாமலும் நிறைவடையாமலும் தனது எஸ்டேட்டுகளை விஸ்தரிக்கிறார். திரண்ட சொத்துகளைப் பெருக்கிக் குவிக்கிறார். ஷாவின் நிலங்களின் எல்லையைக்கூட யாரும் நெருங்க முடியாது. பொதுமக்கள் பார்த்து நிற்க ஒரு நாள் படுகொலையொன்று நிகழ்கிறது. ஷாவின் உத்தரவின் பேரில் துப்பாக்கிப் படை கழுதையொன்றைப் பொதுவெளியில் சுட்டுக் கொல்கின்றது. எல்லா எச்சரிக்கைகளையும் உதாசீனப்படுத்தி, ரெஸா கானுக்குச் சொந்தமான புல்வெளியில் மேயச் சென்றிருந்தது அந்தக் கழுதை. எஜமானரின் சொத்தை எப்படி மதிக்க வேண்டும் என்று கற்றுக் கொள்வதற்காக அண்டை கிராமத்துக்குக் குடியானவர்கள் அந்த இடத்துக்கு வரவழைக்கப்படுகிறார்கள். அவருடைய கொடூரங்களுக்கும் விநோத நடவடிக்கைகளுக்கும் அப்பால் மூத்த ஷா

முதல் உலகப் போருக்குப் பின்னர் சிதறுண்டு போய்விடும் என்ற அச்சத்திலிருந்து இரானைக் காப்பாற்றிய பெருமைக்கு உரியவர். நாட்டை நவீனமாக்குவதற்கான தமது செயல்பாடுகளாகத்தான் இருப்புப்பாதைகளை அமைத்தார். பள்ளிகளையும் அலுவலகங்களையும் விமான நிலையங்களையும் நகரங்களில் புதிய குடியிருப்புகளையும் கட்டினார். நாடு ஏழ்மையானதாகவும் தீண்டத்தகாததாகவுமே இருந்தது. அவ்வாறு இருந்தபோதும், ரெஸா கான் நாட்டைவிட்டு வெளியேறியபோது அதை வெற்றியாக உணர்ந்த மக்கள் நீண்டகாலம் அந்த நிகழ்வைக் கொண்டாடினார்கள்.

புகைப்படம் – 4

இங்கு காண்பது, அதன் காலத்தில் உலகெங்கும் சுற்றுக்கு விடப்பட்ட ஒரு புகைப்படம். இதில் ஸ்டாலின், ரூஸ்வெல்ட், சர்ச்சில் ஆகியோர் விசாலமான வராந்தாவில் கைவைத்த நாற்காலிகளில் அமர்ந்திருக்கிறார்கள். ஸ்டாலினும் சர்ச்சிலும் சீருடை அணிந்திருக்கிறார்கள். ரூஸ்வெல்ட் அடர்த்தியான நிறமுள்ள சூட்டில் இருக்கிறார். டெஹ்ரான். பிரகாசமான டிசம்பர் மாதக் காலை நேரம் 1943. படத்திலிருக்கும் அனைவரும் நம்மை உற்சாகப்படுத்துவதற்காக மலர்ச்சியான முகத்துடன் தோற்றமளிக்கிறார்கள். வரலாற்றின் மிக மோசமான போர் நடந்து கொண்டிருக்கிறது என்பதும் அதனால் அந்த முகபாவனைகள் குழப்பமானவை என்பதும் அவை நமக்கு ஊக்கமளிப்பதற்காக என்பதும் நாம் அறிந்தவையே. புகைப்படக்காரர்கள் அவர்களது வேலையை முடித்துக்கொண்டதும் மூன்று கனவான்களும் தனிப்பட்ட உரையாடலுக்காக ஹாலுக்குள் செல்கிறார்கள். இந்த நாட்டின் ஆட்சியாளர் ஷா ரெஸாவுக்கு என்ன ஆயிற்று? என்று ரூஸ்வெல்ட் கேட்கிறார். சர்ச்சில் தோளைக் குலுக்கிவிட்டு வெறுப்பாகப் பேசுகிறார். ஷா, ஹிட்லருக்கு ஆதரவாக இருந்தார். ஹிட்லரின் ஆட்களே அவரைச் சூழ்ந்திருந்தார்கள். அரண்மனை, அமைச்சகங்கள், ராணுவம் என்று எல்லா இடங்களிலும் ஜெர்மானியர்கள் நிறைந்திருந்தார்கள். அப்வெயர் டெஹ்ரானின் நம்பகமான சக்தியாக மாறியிருந்து. ஷா அதை ஏற்றுக்கொண்டார். ஹிட்லர் இங்கிலாந்துடனும் ரஷ்யாவுடனும் போர்புரிந்து கொண்டிருந்தார். நமது முடியரசராலும் இங்கிலாந்தையும் ரஷ்யாவையும் சகித்துக்கொள்ள முடியவில்லை. ஃப்யூரரின் படை முன்னேறுவதை அறிந்து பேரானந்தத்துடன் கைகளை வருடிக்கொண்டிருந்தார். பிரிட்டிஷ் கடற்படையைச் செலுத்தும் இரானிய எண்ணெயை முன்னிட்டு லண்டன் கவலைப்பட்டது. ஜெர்மானியர்கள் இரானில் கால்பதித்து காஸ்பியன் கடற்பிரதேசத்தில் தாக்குதல் தொடுக்கலாமென்று மாஸ்கோ அஞ்சியது. ஆனால் முதன்மையான அக்கறை இரானிய ரயில்வே பற்றியது. அமெரிக்கர்களும் பிரிட்டிஷ்காரர்களும் ஸ்டாலினுக்கு உணவும் ஆயுதங்களும் கொண்டுசெல்ல அது தேவையாக இருந்தது. ஜெர்மானியப் படைகள் கிழக்கு நோக்கி மேலும்மேலும் முன்னேறிக்கொண்டிருந்த சிக்கலான கட்டத்தில் ரயில்

பாதையைப் பயன்படுத்துவதை ஷா திடீரென்று தடை செய்தார். அவர்கள் திட்டமிட்டு முன்னேறினார்கள். 1941 ஆகஸ்ட் மாதம் பிரிட்டிஷ் ராணுவப் பிரிவுகளும் செம்படைப் பிரிவுகளும் இரானுக்குள் நுழைந்தன. இதைத் தனிப்பட்ட அவமானமாகவும் தோல்வியாகவும் ஷா எடுத்துக்கொண்டார். இரானிய ராணுவத்தின் பதினைந்து பிரிவுகள் அதிக எதிர்ப்பு இல்லாமல் சரணடைந்ததை அவநம்பிக்கையுடனேயே ஏற்றுக்கொண்டார். துருப்பினர் சிலர் ராணுவத்தை விட்டு விலகி வீடு திரும்பிய போது மற்றவர்கள் நேசநாடுகளின் ராணுவக் கொட்டடிகளில் அடைக்கப்பட்டனர். போர் வீரர்களாலேயே கைவிடப்பட்ட ஷா அதற்கு மேலும் பொருட்படுத்தப்பட வேண்டியவர் அல்லர். அதற்கு மேலும் அவருக்குத் தனி இருப்பு இல்லை. தங்களை வஞ்சித்த முடிமன்னர்களைக் கூட மதிக்கும் பண்புகொண்ட பிரிட்டிஷார் ரெஸா கானுக்கு கௌரவமாக வெளியேறும் வழியைக் காட்டினார்கள். மாட்சிமை தங்கிய மன்னர் தமது அரியணையைத் தயை கூர்ந்து மகனுக்கு விட்டுக்கொடுப்பாரா? எங்களுக்கு அவரைப்பற்றி உயர்வான அபிப்பிராயம் இருக்கிறது. அவரது தகுதியை நாங்கள் உறுதிப் படுத்துவோம். ஆனால் மாட்சிமைக்குரியவருக்கு வேறு எந்தத் தீர்வும் இருப்பதாக யோசிக்க முடியவில்லை. ஷா இசைந்தார். 1941ஆம் ஆண்டு செப்டம்பர் மாதம், மகனும் இருபத்திரண்டு வயதினருமான முஹம்மத் ரெஸா பஹ்லவி அரியணை ஏறினார். பழைய சர்வாதிகாரி இப்போது வெறும் தனிமனிதர். தமது முதுமைப் பருவத்தில் முதல்முறையாக சாதாரண உடைகளை அணிந்தார். அவரை பிரிட்டிஷார் ஆப்பிரிக்காவுக்கும் ஜோஹன் னஸ்பர்க்குக்கும் அனுப்பினார்கள்.(மூன்று ஆண்டுகளுக்குப் பிறகு சுவாரசிய மற்ற ஆனால் வசதியான வாழ்க்கைக்குப் பின்பு அவர் மரணமடைந்தார்.) சாம்ராஜ்ஜியம் கொடுத்தது; சாம்ராஜ்ஜியமே பறித்தும் கொண்டது.

குறிப்புகளிலிருந்து – 1

சில படங்கள் கைநழுவிப் போயிற்றா அல்லது எங்காவது தவறுதலாக வைத்துவிட்டேனா என்று தேடுகிறேன். கடைசி ஷாவின் இளம் பருவப் படங்கள் என் வசம் இல்லை. டெஹ்ரானிலுள்ள ராணுவ அகாதமிக்கு அவர் சென்றுகொண்டிருந்த 1939ஆம் ஆண்டுப்புகைப்படம் இல்லை. அவருடைய பன்னிரண்டாம் வயதில் தந்தையார் அவரை ராணுவத் தளபதி பதவிக்கு உயர்த்தினார். அவருடைய முதல் மனைவி ஃபௌசியா பாலில் நீராடிக்கொண்டிருக்கும் புகைப்படமும் இல்லை. ஆமாம், மன்னர் ஃபரூக்கின் சகோதரியும் வியப்பூட்டும் பேரழகியுமான ஃபௌசியா பாலில்தான் குளித்தார். இளம் ஷாவின் இரட்டைச் சகோதரிகளில் ஒருத்தியான இளவரசி அஷ்ரஃப் – ஷாவின் தீவினை மேதை, கறுப்பு மனசாட்சி என்று சிலரால் சொல்லப் படுபவள் – குளியல் தொட்டியில் எரிகாரத்தைக் கலந்துவிட்டாள். இது இன்னொரு அரண்மனைப் புரளி. 1941 செப்டம்பர் 16 அன்று தந்தைக்குப் பிறகு, ஷா முகம்மது ரெஸா பஹ்லவியாகப் பதவியேற்றுக் கொண்டபோது எடுத்த புகைப்படம்

என்னிடம் இருக்கிறது. மெலிந்தவராக, சீருடையணிந்து இடையில் உடைவாளைத் தொங்கவிட்டபடி நாடாளுமன்ற மண்டபத்தில் நின்று ஒரு தாளிலிருந்து பதவியேற்பு உறுதி மொழியை வாசித்துக் கொண்டிருக்கும் படம். இந்தப் புகைப்படம் ஷாவுக்கு சமர்ப்பிக்கப்பட்ட நூற்றுக்கணக்கான மலர்த் தொகுப்புகள் அனைத்திலும் திரும்பத்திரும்ப இடம்பெற்றிருந்தது. தன்னைப் பற்றி எழுதப்பட்ட நூல்களை வாசிப்பதையும் தன்னைப் போற்றுவதற்காகத் தொகுக்கப்பட்ட ஆல்பங்களைப் பார்ப்பதையும் அவர் மிகவும் விரும்பினார். தனது நினைவுச் சின்னங்களையும் உருவ ஓவியங்களையும் திறந்து வைப்பதை விரும்பினார். முடியரசர் தோற்றமளிக்காத ஓர் இடத்தையும் பார்க்காமல் தவிர்த்துவிட முடியாது. எந்த மூலையிலிருக்கும் வெட்டவெளியிலும் நின்று உங்கள் கண்களைத் திறந்து வைத்துக்கொண்டால் போதும். ஷா எல்லா இடங்களிலும் இருந்தார். உயரம் சாதகமானதல்ல என்பதால் படங்களில் அவர் உயரமானவராகத் தெரியும்படியான கோணங் களிலிருந்தே புகைப்படக்காரர்கள் ஷாவைப் படம் பிடித்தார்கள். குதி உயர்ந்த காலணிகளை அணிவதன் மூலம் அவரும் இந்தப் பொய்த் தோற்றத்தை இன்னும் வலுவாக்கினார். குடிமக்கள் அவருடைய ஷூக்களை முத்தமிட்டனர். மக்கள் தரையில் விழுந்து அவருடைய காலணிகளை முத்தமிட்டுக் கொண்டிருக்கும் படமொன்று என்னிடம் இருக்கிறது. பிரத்தியேக சீருடையில் ஷா இருக்கும் 1949ஆம் ஆண்டுப் புகைப்படம் என்னிடம் இல்லை. அதில் அவர் அணிந்திருக்கும் உடை குண்டுகளால் துளைக்கப்பட்டிருந்தது; ரத்தக் கறை படிந்திருந்தது. டெஹ்ரானிலுள்ள ஆபீசர்ஸ் கிளப்பில் கண்ணாடிப் பேழையொன்றில் அந்த உடை, ஞாபகச் சின்னமாகவும் நினைவுறுத்தலாகவும் காட்சிக்கு வைக்கப் பட்டிருக்கிறது. புகைப்படக்காரனைப்போல நடித்த ஓர் இளைஞன் காமிராவுக்குள் பொருத்திய துப்பாக்கியால் தொடர்ச்சியாக அவரைச் சுட்டான். அதில் மன்னர் படுகாயமடைந்தார்.அப்போது அவர் அணிந்திருந்த உடை அது. ஆக ஐந்து முறை அவருடைய உயிரைப் பறிப்பதற்கான முயற்சிகள் நடந்தன. அவ்வாறாக அவரைச்சுற்றி ஆபத்தான சூழல் (கடைசியில் உண்மையாகவும்) நிலவியது. அதன் பின்னர் அவர் எங்கு சென்றாலும் காவல்துறையினரால் சூழப்பட்டே இருந்தார். பாதுகாப்புக் காரணங்களை முன்னிட்டு ஷா பங்கேற்கும் கொண்டாட்டங்களில் வெளிநாட்டினர் மட்டுமே அழைக்கப்பட்டனர். இது இரானியர்களை ஆத்திரம்கொள்ளச் செய்தது. விமானம் அல்லது ஹெலிகாப்டர்கள் மூலம் அவர் தனியாகவே பயணம் செய்வது பற்றிக் குடிமக்கள் எரிச்சலுடனேயே பேசினார்கள். அவர் தமது நாட்டை உயரத்தி லிருந்து சாதகமான கோணங்களிலேயே பார்த்தார். அதுவே எல்லா சிக்கல்களுக்கும் காரணம் என்றார்கள். கோமெய்னியின் ஆரம்பக்காலப் புகைப்படங்கள் எதுவும் என்னிடம் இல்லை. எனது தொகுப்பில் இடம்பெறும்போதே, ஒருபோதும் இளமைப் பருவத்தையோ நடுத்தர வயதையோ காணாத முதியவராகத்தான் இருந்தார். ஒன்பதாம் நூற்றாண்டில் மறைந்த, காத்திருந்த மீட்பராகக் கருதப்பட்ட பன்னிரண்டாவது இமாம்தான், ஆயிரம் ஆண்டுகளுக்குப் பின் துயரத்திலிருந்தும் வாதையிலிருந்தும் தங்களைக் காப்பாற்றத் திரும்பி வந்திருப்பதாக உள்ளூர் கொள்கைவெறியர்கள் நம்புகிறார்கள்.

கோமெய்னி எப்போதும் புகைப்படங்களில் முதியவராகவே காட்சி யளிப்பது இந்த நம்பிக்கையை உறுதிப்படுத்துகிறது.

புகைப்படம் – 5

டாக்டர். மூஸாதேக்கின் நெடிய வாழ்க்கையில் இது சந்தேகமின்றி மகத்தான நாள். குதூகலமான மக்கள் திரள் நடுவே தோளை நிமிர்த்தியபடி நாடாளுமன்றத்திலிருந்து வெளியே வந்துகொண்டிருக்கிறார். புன்னகையுடன் வலது கையை உயர்த்தி மக்களை வாழ்த்திக்கொண்டிருக்கிறார். மூன்று நாட்கள் முன்பு, 1951 ஏப்ரல் 28 அன்று அவர் பிரதமரானார். இன்று தேசத்தின் எண்ணெய் வளத்தை நாட்டுடைமையாக்கும் அவரது மசோதாவை நாடாளுமன்றம் ஏற்றுக் கொண்டிருக்கிறது. இரானின் மகத்தான பெருஞ்செல்வம் நாட்டின் உடைமையாகியிருக்கிறது. அந்த சகாப்தத்தின் உணர்வை நாம் புரிந்துகொள்வது அவசியம். ஏனெனில் அன்று முதலே உலகம் பெருமளவுக்கு மாறியது. அந்த நாட்களில் டாக்டர். மூஸாதேக் துணிச்சலாக மேற்கொண்டது போன்ற நடவடிக்கை, வாஷிங்டன் மீதோ லண்டன் மீதோ திடீரென்றும் எதிர்பாராமலும் வெடிகுண்டை வீசுவதற்கு ஒப்பானது. அதன் உளவியல் விளைவு ஒரே மாதிரியானதுதான். அதிர்ச்சி, அச்சம், ஆத்திரம், சீற்றம். இரானில் எங்கோ ஓரிடத்தில், பொதுநல விரும்பியான யாரோ ஒரு கிழட்டு வழக்கறிஞர் சாம்ராஜ்ஜியத்தில் ஆங்கில – இரானிய உறவுத்தூணைப் பறித்துவந்து நட்டிருக்கிறார். இது கேள்விப்பட்டிராதது; மன்னிக்க முடியாதது. அந்த நாட்களில் காலனியச் சொத்து புனிதமானது. சாமான்யர்களுக்கு விலக்கப்பட்டது. ஆனால் புகைப்படத்தில் தெரியும் முகங்கள் பிரதிபலிக்கும் குதூகலச் சூழலைக் கொண்டிருந்த அந்த நாளில் தாங்கள் ஒரு குற்றத்தைச் செய்திருக்கிறோம் என்பதையோ, அதற்காக வேதனை மிகுந்த தண்டனையைக் கசப்புடன் தாங்கவேண்டியிருக்கும் என்பதையோ இரானியர்கள் அறிந்திருக்கவில்லை. தற்போது மொத்த டெஹ்ரான் நகரமும் தனது அந்நியமான இறந்த காலத்திலிருந்து, வெறுப்புக்குரிய இறந்த காலத்திலிருந்து விடுதலையடைந்த மகத்தான நாளின் மகிழ்ச்சிப் பொழுதுகளில் திளைத்துக்கொண்டிருக்கிறது. ‘எண்ணெய் நமது ரத்தம்’ என்று மக்கள் கூட்டம் ஆரவாரமாக உச்சரிக்கிறது; ‘எண்ணெய் நமது சுதந்திரம்’ என்று ஆர்ப்பரிக்கிறது. நகரத்தின் மகிழ்ச்சியை அரண்மனையும் பகிர்ந்துகொள்கிறது. ஷா நாட்டுடைமைச் சட்டத்தில் கையொப்பமிடுகிறார். அனைவரையும் சகோதரர்களாக உணரும்படி செய்த அந்தக் கணம் அரிதானது. அந்த நிகழ்வு உடனடியாக ஒரு நினைவாக மாறுவது. ஏனெனில் தேசியக் குடும்பத்தின் இசைவு நெடுங்காலம் நிலைக்கக் கூடியதல்ல. மூஸாதேக்குக்கு தந்தை மகன் ஆகிய இரு பஹ்லவிகளுடனும் ஒருபோதும் நல்லுறவு இருந்ததில்லை. மூஸாதேக்கின் கருத்தாக்கங்கள் பிரெஞ்சுக் கலாச்சாரத்தால் உருவாக்கப்பட்டவை. அவர் தாராளவாதி, ஜனநாயகவாதி. நாடாளுமன்றம், சுதந்திரமான பத்திரிகை ஆகியவற்றில் நம்பிக்கை கொண்டவர். தனது தாய்நாடு கைக்கொண்டிருக்கும் சார்புநிலை

பற்றி வருந்தினார். ரெஸா கானின் வீழ்ச்சி அவருக்கும் அவரைப் போன்றவர்களுக்கும் அரிய வாய்ப்பை அளித்திருக்கிறது. இதற்கிடையில், புதிய மன்னர் அரசியலை விடக் கேளிக்கைகளிலும் விளையாட்டுகளிலுமே அதிக ஆர்வம் கொண்டிருக்கிறார். எனவே இரானில் ஜனநாயகத்துக்கும், நாடு முழு விடுதலை பெற்றுவிடும் என்ற நம்பிக்கைக்கும் ஓர் இடம் இருக்கிறது. மூஸாதேக்கின் அதிகாரம் பரந்ததாக இருக்கிறது. அவரது பிரச்சார முழக்கங்கள் மக்களை ஈர்ப்பவையாக இருக்கின்றன. ஆக, ஷா ஓரமாகத் தள்ளப்படுகிறார். அவர் கால் பந்து விளையாடுகிறார்; தமது தனி விமானத்தில் பறக்கிறார்; முகமூடி நடனம் ஆடுகிறார்; மணவிலக்குச் செய்கிறார்; மறுமணத்துக்கு ஆயத்தமாகிறார்; சுவிட்சர்லாந்தில் பனிச்சறுக்கு விளையாடுகிறார். ஷா மக்களுக்கு நெருக்கமான ஆளுமையாக ஒருபோதும் இருந்ததில்லை. அவர் புழங்கிய வட்டம் குறுகியது. அரண் மனையை ஆதரிக்கும் பழைய ராணுவத்தினரையே இப்போதும் அவர் சார்ந்திருக்கிறார். ரெஸா கானை முழுவதுமாக நம்பியிருந்த ராணுவத்தின் பெருமையையும் வலிமையையும் பற்றிய நினைவேக்கம் கொண்ட அவர்கள் புதிய ஷா ராணுவப்பள்ளியில் சேர்க்கப்பட்டபோது தொடர்பில் இருந்தவர்கள். தெருக்களிலிருந்து எழுச்சிபெற்ற டாக்டர். மூஸாதேக்கின் ஜனநாயகச் சிந்தனைகளால் அவர்களில் அநேகமாக எல்லாரும் அவதூறுகளுக்கு உள்ளானவர்கள். ஆனால் டாக்டர். மூஸாதேக்கின் தரப்பில் பேராதரவைப் பெற்ற ஒருவர் நின்றார். அயதுல்லா கோமெய்னி. முன்னாள் மருத்துவரின் பின்னால் மொத்த மக்களும் இருந்தார்கள்.

புகைப்படம் 6

இதில் இருப்பவர்கள் ஷாவும் அவருடைய புதுமனைவி சுரய்யா எஸ்ஃபாண்டியரியும். அவர்கள் ரோம் நகரத்திலிருக்கிறார்கள். ஆனால் இது அவர்களின் தேனிலவு அல்ல. அன்றாட வாழ்க்கையின் கவலைகளிலிருந்தும் நியமங்களிலிருந்தும் தூர விலகிய கேளிக்கையோ சுதந்திர சாகசமோ அல்ல. இது அவர்களின் தலைமறைவு வாழ்க்கை. போஸ்கொடுக்கச்செய்து எடுத்த இந்தக் காட்சியிலும் முப்பத்துநான்கு வயது ஷாவால் (நிறம் மங்கியிருக்கிறது, இரட்டை மார்புள்ள சூட் அணிந்திருக்கிறார்) தமது படபடப்பையும் அவசரஅவசரமாகத் துறந்த அரியணைக்குத் திரும்புவோமா அல்லது தலைமறைவாக உலகத்தைச் சுற்றும் வாழ்க்கையை நடத்தப் போகிறோமா என்பது தெரியாததால் ஏற்பட்டிருக்கும் வியப்பையும் மறைத்துக்கொள்ள முடியவில்லை. ஆனால், பக்தியார் பழங்குடித் தலைவருக்கும் இரானில் குடியேறிய ஜெர்மானியப் பெண்ணுக்கும் பிறந்தவரும் இதமானவரும் அழகியுமான சுரய்யா, உணர்வுகளைக் கட்டுப்படுத்திக் கொண்டவராகத் தெரிகிறார். அணிந்திருக்கும் கறுப்புக் கண்ணாடி விழிகளை மறைத்திருப்பதால் அவர் முகம் உணர்ச்சிகளைக் கொஞ்சமாகவே வெளிக்காட்டுகிறது. நேற்று, 1953 ஆகஸ்ட 17 அன்று அவர்கள் தாய்நாட்டிலிருந்து சொந்த விமானத்தில் பறந்து (ஷா விமானத்தை ஓட்டினார். பறத்தல் அவருக்கு எப்போதும் ஆசுவாசமளிப்பது) இங்கே வந்திருக்கிறார்கள். அரச தம்பதியரின் ஒவ்வொரு

தோற்றத்தையும் நிரந்தரமானதாக மாற்றுவதற்காகப் பாப்பரசிகள்[2] மந்தையாகக் கூடியிருக்கும் பளபளப்பான ஹோட்டல் எக்ஸெல்சியரில் புகுந்திருக்கிறார்கள். இந்தக் கோடை விடுமுறைக் காலத்தில் ரோம்நகரம் சுற்றுலாப் பயணிகளால் நிரம்பியிருக்கிறது. இத்தாலியக் கடற்கரைகள் (பிகினி உடை இப்போதுதான் மோஸ்தராகிக் கொண்டிருக்கிறது) நெரிசலாகி யிருக்கின்றன. ஐரோப்பா இளைப்பாறிக்கொண்டிருக்கிறது. விடுமுறையைக் கொண்டாடிக்கொண்டிருக்கிறது. ஊர்சுற்றிப் பார்த்துக்கொண்டிருக்கிறது. நல்ல உணவகங்களில் நன்றாக உணவருந்திக்கொண்டிருக்கிறது. மலையேறிக் கொண்டிருக்கிறது. கூடாரங்கள் அமைத்துக்கொண்டிருக்கிறது. குளிரான கூதிர்காலத்தையும் விறைக்கச்செய்யும் பனிக்காலத்தையும் எதிர்கொள்ளும் வலிமையைத் திரட்டிக்கொண்டிருக்கிறது. இதற்கிடையில், நகரவாசிகள் ஒவ்வொருவரும் ஏற்கனவே வெடிமருந்து நெடியை நுகர்ந்திருப்பதாலும் வாள்கள் தீட்டப்படும் ஓசையைக் கேட்டிருப்பதாலும் டெஹ்ரான் அமைதியான நொடிகளையோ ஆசுவாசத்தையோ கொண்டிருக்கவில்லை. ஒவ்வொருவரும் நிச்சயம் ஏதோ நடக்கப் போகிறது; நடக்க வேண்டும் என்று சொல்லிக் கொண்டிருந்தார்கள் (ஒவ்வொருவரும் அடர்த்தியாகிக் கொண்டிருக்கும் சூழலை எச்சரிக்கும் வெடிப்பின் களைப்புறச் செய்யும் அழுத்தத்தை உணர்கிறார்கள்). ஆனால் சொற்ப எண்ணிக்கையிலான சதியாளர்களுக்கு மட்டுமே யார், எப்படி அதைத் தொடங்குவார்கள் என்று தெரிந்திருக்கிறது. டாக்டர். மூஸாதேக்கின் இரண்டு ஆண்டுக்கால ஆட்சி முடிவை நெருங்கிக்கொண்டிருக்கிறது. ஆட்சிக் கவிழ்ப்பு என்று ஓயாமல் அச்சுறுத்தப்பட்ட (ஜனநாயகவாதிகள், தாராளவாதிகள், ஷாவின் ஆதரவாளர்கள், இஸ்லாமிய அடிப்படைவாதிகள் அனைவரும் அவருக்கு எதிராகத் திட்டம் தீட்டிக்கொண்டிருக்கிறார்கள்) டாக்டர், படுக்கையையும் பைஜாமாக்கள் நிரம்பிய (பைஜாமா அணிந்துதான் அவர் பணியாற்றுவது வழக்கம்) சூட்கேசையும் பை நிறைய மருந்துகளையும் தமக்குப் பாதுகாப்பான இடம் என்று கருதும் நாடாளுமன்றத்துக்கே மாற்றிக்கொண்டார். அவர் இங்கேயே வசிக்கிறார்; பணிபுரிகிறார். வெளியே எங்கும் செல்லத் துணிவதில்லை. தொடர்ந்து அவரைப் பார்த்து வருபவர்கள் அவர் நொறுங்கிப் போயிருப்பதாகவும் அவர் விழிகள் எப்போதும் நீர் ததும்பியபடியே இருப்பதாகவும் சொல்கிறார்கள். அவருடைய நம்பிக்கைகள் அனைத்தும் மறைந்து போயிருக்கின்றன. அவருடைய கணக்குகள் அனைத்தும் பிழையென்று நிரூபணமாகியிருக்கின்றன. ஒவ்வொரு நாட்டுக்கும் அதன் வளங்கள்மீது உரிமையுண்டு. அதனால் அவர் இரானிய எண்ணெய் வயல்களிலிருந்து ஆங்கிலேயரை வெளியேற்றினார். ஆனால் வலுத்தவன் உரிமையை நிலைநாட்டுவான் என்பதை அவர் மறந்திருந்தார். மேற்குலக நாடுகள் இரான்மீது தடைவிதித்தன. நாட்டின் எண்ணெயைப் புறக்கணித்தன. அது உலகச் சந்தையில் விலக்கப்பட்ட கனியாயிற்று.

இங்கிலாந்துக்கு எதிரான தனது சிக்கலை அமெரிக்கர்கள் நியாயமாகப் புரிந்துகொள்வார்கள் என்றும் தமக்கு உதவுவார்கள் என்றும் மூஸாதேக் கணக்குப் போட்டார். ஆனால் அமெரிக்கர்கள் அவருக்கு ஆதரவுக் கரம் நீட்டவில்லை. பெட்ரோலைத் தவிர விற்பதற்கு இரானிடம்

2. பிரபலங்களைப் பின்தொடரும் ஊடகவியலாளர்

வேறு எதுவும் இல்லை. எனவே நாடு திவாலாகும் நிலையை எட்டியது. டாக்டர் ஐசன்ஹோவருக்குப் பலமுறை கடிதம் எழுதினார். அமெரிக்க அரசாங்க அதிபரின் நியாய உணர்வையும் மனச்சாட்சியையும் கோரினார். ஆனால் அவரது கடிதங்கள் பதில் அளிக்கப்படாமலேயே இருக்கின்றன. சுதந்திர உணர்வுள்ள நாட்டுப்பற்றாளரும் கம்யூனிஸ்டுகளின் கடும் எதிரியாகவும் இருந்தும் மூஸாதேக்கைக் கம்யூனிசத்தின் பெயரால் ஐசன்ஹோவர் சந்தேகித்தார். அவரது விளக்கங்களுக்குச் செவிசாய்க்க எவரும் விரும்பவில்லை. உலகின் வலிமைவாய்ந்த நபர்களின் பார்வையில் பலவீனமான நாடுகளைச் சேர்ந்த நாட்டுப்பற்றாளர்கள் சந்தேகத்துக்கு உரியவர்களாகவே இருப்பார்கள். ஐசநோவர் சிலமுறை ஷாவுடன் பேச்சுவார்த்தைகள் நடத்தினார். ஆனால் ஷா சொந்த நாட்டிலேயே புறக்கணிக்கப்பட்டிருக்கிறார். நீண்ட நாட்களாகவே அவர் அரண்மனையிலிருந்து ஒருபோதும் வெளியே செல்வதில்லை. அவர் அச்சமடைந்திருந்தார். ஏமாற்றமடைந்திருந்தார். கட்டுக்கடங்காத தெரு, கூச்சலிடும் தெரு தம்மை அரியணையிலிருந்து கீழே தள்ளிவிடும் என்று பயந்தார். தமக்கு நெருக்கமானவர்களிடம் வழக்கமாகச் சொல்வார் ‘எல்லாம் போயிற்று; எல்லாம் போயிற்று’.

மூஸாதேக்கை வெளியேற்றுவதன் மூலம் அவரது முடியுரிமையையும் ராணுவத்தையும் காப்பாற்றிக் கொள்ளலாம் என்று அவருக்கு நெருக்கமான அதிகாரிகள் வழங்கிய அறிவுரைக்கு இசைய வேண்டுமா என்று ஷாவால் தீர்மானிக்க முடியவில்லை. அப்படிச் செய்வது தமக்கும் பிரதமருக்கும் இடையிலான பலவீனமான பாலத்தை என்றென்றைக்கும் இல்லாமலாக்கிவிடும் என்று கருதினார். (அவர்கள் இருவரும் எந்த சமரசத்துக்கும் இடமளிக்காத போராட்டத்தில் இருந்தார்கள். அது இரண்டு கோட்பாடுகளுக்கு இடையிலான முரண்பாடு. ஷாவின் எதேச்சாதிகாரத்துக்கும் மூஸாதேக்கின் ஜனநாயகத்துக்கும் இடையிலான மோதல்.) ஒருவேளை டாக்டர் மீது கொண்டிருந்த மரியாதை நிமித்தம் முடிவுகளைத் தாமதப்படுத்தவோ அல்லது சமரசமற்ற செயல்பாட்டை மேற்கொள்ளத் துணிவில்லை என்பதனாலோ மூஸாதேக்கின் மீது போர் தொடுக்க ஷா தயங்கினார். முழுவேதனை அளிக்கும் அந்தக் கொடூர நடவடிக்கையைத் தமக்காக வேறு எவராவது எடுப்பார்கள் என்று சந்தேகமின்றி எதிர்பார்த்திருக்கலாம். தீர்மானம் எதுவும் எடுக்காமலேயும் தொடர்ந்து வேதனைப்பட்டுக் கொண்டுமேதான் ஷா டெஹ்ரானிலிருந்து பயணம் செய்து காஸ்பியன் கடற்கரையிலுள்ள தமது கோடைக்கால வசிப்பிடமான ராம்ஸருக்கு வந்திருக்கிறார். அங்கேதான் பிரதமருக்கு எதிரான தீர்ப்பில் இறுதியாகக் கையெழுத்திடுகிறார். டாக்டரை ஒழித்துக் கட்டுவதற்கான முதல் முயற்சி வெளிச்சத்துக்கு வந்தபோது அது அரண்மனைக்கே பின்னடைவு ஆகிறது. மேலதிக நிகழ்வுகளுக்குக்காக ஷா (அவை அவருக்குச் சாதகமாகவே அமைந்தும்) காத்திருக்கவில்லை. மாறாகத் தமது இளம்மனைவியுடன் ரோமுக்குத் தப்பியோடுகிறார். ராணுவம் மூஸாதேக்கைப் பதவிநீக்கம் செய்த பல வாரங்களுக்குப் பின்னரே டெஹ்ரானுக்குத் திரும்புகிறார். ராணுவம் எல்லா அதிகாரங்களையும் அரசரின் கரங்களில் ஒப்படைக்கிறது.

ஒலிநாடா 1

சரி, நிச்சயம் நீங்கள் பதிவு செய்யலாம். இன்று அவர் விலக்கப்பட்ட குடிமகன் அல்லன். ஆனால் முன்பு அவ்வாறுதான் இருந்தார். இருபத்தைந்து வருடங்கள் அவருடைய பெயரை உச்சரிப்பதுகூடத் தடைசெய்யப்பட்டிருந்தது என்பது உங்களுக்குத் தெரியுமா? மூஸாதேக் என்ற பெயர் எல்லாப் புத்தகங்களிருந்தும் எல்லா வரலாற்றுப் பிரதிகளிலிருந்தும் நீக்கப்பட்டிருந்தது. கற்பனை செய்து பாருங்கள். இன்று அவரைப் பற்றி எதுவும் தெரியாத இளைஞர்கள் அவருடைய உருவப் படத்தைத் தாங்கிக்கொண்டு சாவை நோக்கிச் செல்கிறார்கள். இதுபோன்று வரலாற்றிலிருந்து நீக்குவதும் திருத்தி யெழுதுவதும் எங்கே இட்டுச் செல்லும் என்பதற்கான மேலான சாட்சியத்தை நீங்கள் அங்கே பெறலாம். ஆனால் ஷா அதைப் புரிந்துகொள்ளவில்லை. உங்களால் ஒரு மனிதனை அழிக்க முடிந்தாலும் அப்படி அழிப்பது அவனை இல்லாமல் ஆக்கி விடாது என்பதை அவர் புரிந்துகொள்ளவில்லை. இதை வேறு முறையில் இப்படிச் சொல்கிறேன். எல்லாவற்றையும் கடந்து அவன் வாழத் தொடங்குகிறான். எந்தக் கொடுங்கோலனாலும் எதிரிட முடியாத முரண்பாடுகள் இவை. அரிவாள் கொய்து தள்ளுகிறது. ஆனால் புல் உடனடியாகத் திரும்பவும் முளைக்கத் தொடங்குகிறது. மீண்டும் வெட்டுங்கள். புல் எப்போதையும் விட வேகமாக வளர்கிறது. இயற்கையின் மிக ஆறுதலான விதி இது. மூஸாதேக். ஆங்கிலேயர்கள் அவருக்குக் கிழட்டு மோஸி' என்ற பட்டப்பெயரைச் சூட்டினார்கள். அவர் அவர்களைக் கிறுக்குப் பிடிக்க வைத்தார்; இருந்தும் அவர்கள் அவரை மதித்தனர். ஓர் ஆங்கிலேயன்கூட அவருக்குக் குறி வைத்ததில்லை. இறுதியில் எங்களுடைய சொந்த சீருடைக் குண்டர்களையே வரவழைக்க வேண்டிய கட்டாயம் ஏற்பட்டது. அவர்களுக்குத் தங்கள் வழியிலான நடைமுறையை நிறுவச் சில நாட்களே ஆயின. மோஸி மூன்று ஆண்டுகள் சிறைக்கு அனுப்பப்பட்டார். அரியணையை மீட்பதற்கான விலையாக, ஐந்து ஆயிரம் பேர் கொடூரச் சூழலுக்குள் தள்ளப்பட்டார்கள் அல்லது தெருக்களில் கொல்லப்பட்டார்கள். வேதனையான, முட்டாள்தனமான, ஆபாசமான மறு வருகை. மோஸி தோல்வி யடைய விதிக்கப்பட்டவரா என்று நீங்கள் கேட்கலாம். அவர் தோற்கவில்லை. வென்றார். அவரைப்போன்ற மனிதர்கள் மக்களுடைய நினைவுகளிலிருந்து அழிக்கப்பட முடியாதவர்கள்; எனவே அவர் அதிகாரத்திலிருந்து தூக்கியெறியப்படலாம்; ஆனால் ஒருபோதும் வரலாற்றிலிருந்து அல்ல. நினைவு என்பது எந்த அதிகாரத்தாலும் உள்ளே புகமுடியாத அந்தரங்க உடைமை. நாங்கள் நடக்கும் இந்த மண் எங்களுக்குச் சொந்தமானது. இந்த மண்ணில் நாங்கள் காணும் ஒவ்வொன்றும் எங்களுடையவை என்று மோஸி சொன்னார். இந்த நாட்டில் இதுவரை எவரும் இதைச் சொன்னதில்லை. எல்லாரும் வெளிப்படையாகப் பேசுங்கள்; உங்கள் கருத்துக்களைக் கேட்க விரும்புகிறேன் என்றும் அவர் சொன்னார். உங்களால் புரிந்து கொள்ள முடிகிறதா? அவர்தான், இரண்டாயிரத்து ஐநூறு ஆண்டுக்காலக் கொடுங்கோன்மைத் தாழ்வுக்குப் பிறகு அவன் ஓர் சிந்திக்கத் தெரிந்த உயிர் என்று இரானியனுக்குச்

சுட்டிக் காட்டினார். எந்த ஆட்சியாளரும் எப்போதும் அதைச் செய்தது இல்லை. மோஸி சொன்னதை மக்கள் நினைவில் வைத்துக்கொண்டார்கள். அது அவர்கள் மனதில் தங்கியது; இந்த நாள்வரை உயிர்ப்புடன் எஞ்சியிருக்கிறது. உலகத்தைக் காண நமது விழிகளைத் திறந்துவிடும் சொற்கள், எப்போதும் நினைவில் வைத்துக்கொள்ள எளிதானவை. அந்தச் சொற்களும் அப்படியானவைதாம். தமது செயலிலும் பேச்சிலும் மோஸி தவறிழைத்தார் என்று எவராவது சொல்ல முடியுமா? அவர் சரியாக இருந்ததாகவே இன்று ஒவ்வொருவரும் சொல்லுகிறார்கள்; ஆனால் வெகு முன்னதாகவே அவர் சரியாக இருந்ததுதான் பிரச்சனை. நீங்கள் மிக முன்னதாகவே சரியாக இருந்துவிடக் கூடாது. ஏனெனில் அது உங்கள் வாழ்க்கைப் போக்கையும் சில வேளைகளில் உங்கள் உயிரையும் ஆபத்துக்கு உள்ளாக்கும். ஓர் உண்மை பக்குவம் பெற நீண்டகாலம் எடுத்துக்கொள்கிறது. இதற்கிடையில் மக்கள் அறியாமையால் துன்புறுகிறார்கள் அல்லது பிழைசெய்கிறார்கள். ஓர் உண்மை பொதுவானதாக மாறும் முன்பே, திடீரென்று உண்மையை சீக்கிரமே பேசிவிடும் ஒரு மனிதன் வருகிறான். அதிகார சக்திகள் அவனை மதத்தின் பெயரால் நிந்திக்கின்றன அல்லது நுகத்தில் பிணைத்து எரிக்கின்றன அல்லது சிறையில் அடைக்கின்றன அல்லது கழுவேற்றுகின்றன. ஏனெனில் அவன் அவர்களது அக்கறைகளுக்கு அச்சுறுத்தலாகவும் அவர்களுடைய அமைதிக்கு இடையூறாகவும் இருக்கிறான். மோஸி முடியரசின் சர்வாதிகாரத்துக்கும் நாட்டின் அடிமைத்தனத்துக்கும் எதிராக வந்தவர். இன்று முடியாட்சிகள் ஒன்றன்பின் ஒன்றாக வீழ்ந்துகொண்டிருக்கின்றன; ஆனால் அடக்குமுறைகள் தொடர்கின்றன. எதிர்ப்பு உருவாகும் என்பதால் அடக்கு முறைகள் ஆயிரம் முகமூடிகளை அணிந்துகொள்கின்றன. முப்பது ஆண்டுகளுக்கு முன்பு, இவற்றை வெளிப்படையாகச் சொல்ல எவரும் துணியாதபோது மோஸி இவற்றுக்கு எதிராகப் பேசினார். அவரது மறைவுக்கு இரண்டு வாரங்கள் முன்பு அவரைச் சந்தித்தேன். எப்போது அது? 1967 பிப்ரவரி மாதம். தமது வாழ்க்கையின் கடைசிப் பத்து ஆண்டுகளை அவர் டெஹ்ரானுக்கு வெளியே சிறு பண்ணையொன்றில் கழித்தார். அங்கே வருகைக்குத் தடை விதிக்கப்பட்டிருந்தது. காவல்துறை அந்தப் பகுதி முழுவதையும் கண்காணித்துக்கொண்டிருந்தது. உங்களுக்கு சரியான நபர்களின் அறிமுகமிருந்து பணமும் இருந்தால் இந்த நாட்டில் நீங்கள் எதையும் பெறலாம். எல்லா இரும்புச் சட்டங்களையும் பணம் ரப்பர் வளையங்களாக மாற்றுகிறது. மோஸிக்கு வயது அப்போது தொண்ணூறை நெருங்கியிருக்க வேண்டும். தான் சரியாக இருந்ததை வாழ்க்கை எப்போது ஏற்றுக்கொள்ளப் போகிறது என்பதைக் காண்பதற்காகவே அவர் நீண்டகாலம் தாக்குப் பிடித்தார் என்று எண்ணுகிறேன். அவர் முரட்டு மனிதராகவே இருந்தார். ஏனெனில் ஒருபோதும் வளைய விரும்பாததால் மற்றவர்களிடம் முரடராகவே இருந்தார். அவரைப் போன்ற ஒருவர் தாமாக விரும்பினாலும்கூட வளைந்து கொடுக்க முடியாது. தம்முடைய இறுதிக் காலம்வரையும் தெளிவாகவே சிந்தித்தார். உண்மையில் என்ன நடக்கிறது என்பதைத் தெரிந்துவைத்திருந்தார். ஊன்றுகோலில் தாங்கித்தான் அவரால் வெளியில் நடமாட முடிந்தது. நடப்பதை நிறுத்திக்கொண்டு தரைமேல் படுத்து ஓய்வெடுப்பார். அன்றும் எல்லா நாளையும்போல வெளியில்

நடந்து விட்டுத் தரையில் படுத்து ஓய்வெடுத்துக் கொண்டிருந்தார். நீண்ட நேரம் அவர் அப்படியே கிடப்பதைக் கண்டு நெருங்கிச் சென்றபோதுதான் அவர் இறந்துவிட்டதை அறிந்ததாக அவரைக் கண்காணித்து வந்த காவல்துறையினர் பிறகு சொன்னார்கள்.

குறிப்புகளிலிருந்து 2

பெட்ரோல், எல்லாவற்றிக்கும் மேலான மகத்தான சபலம். எனவே அசாதாரண உணர்வுகளையும் நம்பிக்கைகளையும் கிளர்த்துகிறது. அது வசதி, செல்வம், பலம், அதிர்ஷ்டம், அதிகாரம் ஆகியவற்றின் கிளர்ச்சி. அது அழுக்கான, முடைநாற்றம் வீசும் திரவமாக மேலே பீறிட்டுச் சலசலக்கும் பணமழையாகப் பூமிக்குத் திரும்புகிறது. எண்ணெய் ஊற்றைக் கண்டுபிடிப்பதும் உரிமைகொள்வதும் பூமிக்கடியில் நெடுந்தூரம் அலைந்த பிறகு சட்டென்று புதையல்மீது தடுக்கி விழுவதுபோன்ற உணர்வைத் தருகிறது. நீங்கள் செல்வந்தராவது மட்டுமல்ல; உயர்ந்த அதிகாரமொன்று உங்களைக் கருணைக் கண்ணால் பார்ப்பதுபோன்றும் நீங்கள்தான் அதன் விருப்பத்துக்குரியவர் என்று பெருந்தனமையுடன் எல்லாருக்கும் மேலே உங்களை உயர்த்துவதுபோன்றும் ஒரு மாயத் தண்டனைக்கும் நீங்கள் அழைத்துச் செல்லப்படுகிறீர்கள். முதலாவது கிணற்றிலிருந்து எண்ணெய் பீறிடும் நொடியை ஏராளமான புகைப்படங்கள் பத்திரப்படுத்தியிருக்கின்றன. அவற்றில் மக்கள் மகிழ்ச்சியில் துள்ளிக்கொண்டிருக்கிறார்கள்; மற்றவர்களைக் கட்டியணைத்துக் கொள்கிறார்கள்; அழுகிறார்கள். இனி முற்றிலும் வேறுபட்ட வாழ்க்கை, வேலைசெய்யத் தேவையில்லாத, சுந்திரமான வாழ்க்கை என்ற மாயையை எண்ணெய் நிறுவுகிறது. எண்ணெய், சிந்தனையை மயக்கும், பார்வையைக் குழப்பும் ஏமாற்றும் வளம். கடவுளே, எங்களுக்கும் எண்ணெய் வளம் இருக்கக் கூடாதா என்று ஏழை நாடுகளைச் சேர்ந்த மக்கள் யோசிக்கிறார்கள். வியர்வையினாலோ வேதனையினாலோ கடின உழைப்பினாலோ அல்ல; நல்லூழின் முத்தத்தாலும் அதிர்ஷ்டவசமான விபத்தின் மூலமும் செல்வத்தை அடையலாம் என்ற அழியா மனிதக் கனவை எண்ணெய் வளக் கருத்தாக்கம் துல்லியமாக வெளிப்படுத்துகிறது. இந்தப் பொருளில் எண்ணெய்ச் செல்வம் ஒரு விந்தைக் கதை; எல்லா விந்தைக் கதையையும்போல பொய்யின் துணுக்கு. வசப்படாத தடைகளை நம்மால் எளிதாகக் கடக்க முடியும் என்ற அகந்தையை எண்ணெய் நிரப்புகிறது. எண்ணெயை முன்னிருத்திக் கடைசி ஷா இப்படிச் சொல்வது வழக்கம். ஒரு தலைமுறைக் காலத்துக்குள்ளாகவே நான் இரண்டாவது அமெரிக்காவை உருவாக்குவேன். ஒருபோதும் அவர் அதை உருவாக்கவில்லை. பெட்ரோலிய வளம் வலிமையானது; எனினும் அதற்குரிய தோல்விகளையும் கொண்டது. அது சிந்தனையையோ ஞானத்தையோ மாற்றுவதில்லை. ஆட்சியாளர்களைப் பொருத்தவரை அதன் வசீகரக் குணங்களில் ஒன்று, அது அதிகாரத்தை வலுவாக்குகிறது என்பதுதான். ஏராளமான ஆட்களைப் பணிக்கமர்த்தாமலேயே எண்ணெய் பெரும் இலாபத்தை ஈட்டித் தருகிறது. அதுவே சில சமூகச் சிக்கல்களையும்

ஏற்படுத்துகிறது. ஏனெனில் அது எண்ணற்ற தொழிலாளர்களையோ சொற்ப எண்ணிக்கையிலான பூர்ஷ்வாக்களையோ உருவாக்குவதில்லை. அவ்வாறாக, இலாபத்தை எவருடனும் பிரித்துக்கொள்ள வேண்டிய தேவையிலிருந்து அரசாங்கத்தை விடுவிக்கிறது. அதனால் தன்னுடைய எண்ணத்துக்கும் விருப்பத்துக்கும் ஏற்ப அதைச் செலவிட அரசால் முடிகிறது. எண்ணெய் நாடுகளைச் சேர்ந்த அமைச்சர்களைப் பாருங்கள். எவ்வளவு நிமிர்வுடன் தலையுயர்த்தி நிற்கிறார்கள். எவ்வளவு அதிகார உணர்வு அவர்களிடம் குடிகொண்டிருக்கிறது. அவர்கள் ஆற்றலின் உடைமையாளர்கள். நாளை நாம் காரோட்டிச் செல்ல வேண்டுமா அல்லது நடந்து போக வேண்டுமா என்று தீர்மானிப்பவர்கள். சரி, பெட்ரோலுக்கும் மசூதிக்கும் என்ன தொடர்பு? இந்தப் புதிய செல்வ வளம், தனது மதமான இஸ்லாமுக்கு எத்தகைய சுறுசுறுப்பை, பெருமையை, முக்கியத்துவத்தை அளித்திருக்கிறது? மதப் பரவலாக்கத்தையும் பெருகிவரும் புதிய நம்பிக்கையாளர்களையும் அளித்திருப்பது இதுவே.

குறிப்புகளிலிருந்து 3

பின்னாட்களில் ஷாவுக்கு நேர்ந்தவை அனைத்தும் ஆகச் சிறந்த இரானியத்தன்மை கொண்டது என்கிறார் என் தொடர்பாளர். நினைவுக்கெட்டாத காலத்திலிருந்தே ஒவ்வொரு மன்னரின் ஆட்சியும் இரங்கத்தக்கதாகவும் அவமானத்துக்கு உரியதாகவும்தான் முடிவடைந்திருக்கின்றன. ஆட்சியாளர்களில் ஒருவருக்காக நாடு மொத்தமும் அழுதுகொண்டு நீர் நிறைந்த விழிகளுடன் இடுகாட்டுக்கு எடுத்துச் சென்றதாக அவரால் நினைவுகூர முடியவில்லை. கடந்த நூற்றாண்டில், மிகச் சிலரைத் தவிர மற்ற எல்லா ஷாக்களும் (அரசர்களும்) மகுடத்தைப் பறிகொடுத்தார்கள். விரும்பத்தகாத சூழ்நிலைகளிலேயே வாழ்ந்தார்கள். மக்கள் அவர்களை அரக்கர்களாகவே எண்ணினார்கள். அவர்களுடைய இழிசெயல்களுக்குக் கண்டனம் தெரிவித்தார்கள். சபித்துக்கொண்டும் அத்துமீறியும்கூட அவர்களுடைய வெளியேற்றங்களின்போது உடன் சென்றார்கள். அவர்களுடைய மரணச் செய்தியைக் குதூகல விடுமுறைக்குரியதாக்கினார்கள்.

[அடிப்படையிலேயே வேறுபட்ட மரபு நம்மைப் பிரித்துவைக்கிறது. அதனால் போலந்துக்காரர்களான எங்களால் இந்த மனப்பாங்கை ஏற்க முடிவதில்லை. அரியணையேறிய போலந்து அரசர்களில் பலரும் அவர்களுடன் ரத்த உறவு கொண்டவர்களைத் தாண்டிப் பெரும்பான்மை மக்களுக்குச் சில நல்ல நினைவுகளையே விட்டுச் சென்றிருக்கிறார்கள். அதிகாரத்துக்கு வரும்போது மர வீடுகள் நிறைந்த நாட்டைக் கண்ட ஒருவர் பதவியிலிருந்து இறங்கும்போது செங்கல் கட்டடங்களை விட்டுச் சென்றார். இன்னொருவர் சகிப்புத்தன்மையை நடைமுறையாக்கும் சட்டத்தைப் பிரகடனம் செய்தார். காடுகளை எரிப்பதற்குத் தடை விதித்தார். இன்னொருவர் காட்டுமிராண்டிகளின் ஊடுருவலிலிருந்து எங்களைக் காப்பாற்றினார். அறிஞர்களுக்காகச் செலவிட்ட மன்னர்

எங்களுக்கு இருந்தார். இன்னொருவர் கவிஞர்கள் சிலரை நண்பர்களாகக் கொண்டிருந்தார். மீட்பர், கருணைமிக்கவர், நியாயவான், விசுவாசி என்று அவர்களுக்கு அளிக்கப்பட்ட பெயர்கள் அனைத்தும் இன்றும் நன்றியுடனும் அனுதாபத்துடனும் நினைவுகூரப்படுகின்றன. மன்னர் ஒருவர் கொடூரமான விதிக்கு ஆட்பட்டார் என்று அறிந்ததும் ஒரு போலந்துக்காரன் தன்னையறியாமலே, முற்றிலும் வேறுபட்ட கலாச்சாரத்திலிருந்தும் அனுபவத்திலிருந்தும் எழும் சில உணர்ச்சிகளுக்கு உள்ளாவான். மீட்பர், கருணைமிக்கவர், நியாயவான் என்று மரபு சார்ந்து பேணப்பட்ட உணர்வுகளால் சபிக்கப்பட்ட மன்னருக்கு மகிழ்ச்சியளிக்க எண்ணுவான். அரியணையிலிருந்து வீழ்ந்த மன்னருக்காக இதயத்தின் அடியாழத்தில் இரக்கப்படுவான்.

என்னுடைய தொடர்பாளர் தமது விவரணையைத் தொடர்கிறார். வரலாறு மாறுபட்டதாக இருக்கும் என்று புரிந்துகொள்வது இரானியர் களுக்குக் கடினம். அரசப் படுகொலையை மிகப் பொருத்தமான தீர்வு என்றோ கடவுளின் தண்டனை என்றோதான் அவர்கள் கருதுகிறார்கள்.]

சைரஸ், அப்பாஸ் ஆகிய மேலான மன்னர்களும் எங்களுக்கு இருந்தார்கள். அதில் ஐயமில்லை. ஆனால் அதெல்லாம் நெடுங்காலத்துக்கு முன்பு என்கிறார் அவர். கடைசி இரண்டு அரச வம்சங்கள் அரியணையை வெல்வதற்காகவும் நிலைநிறுத்திக் கொள்வதற்காகவும் அப்பாவி மக்களின் ரத்தத்தைப் பெருமளவு சிந்தவைத்தார்கள். கெர்மன் நகரத்திலிருந்த மொத்த மக்களையும் ஒருவர் விடாமல் கொன்று குவிக்கவோ கண்களைப் பறிக்கவோ ஷா ஆகா முகம்மது கான் கட்டளையிட்டார் என்பதைக் கற்பனை செய்து பாருங்கள். அவருடைய மெய்க்காவல் படையினர் உற்சாகத்துடன் வேலையில் இறங்கினார்கள். நகரவாசிகளை வரிசையாக நிறுத்தினார்கள். முதிர்ந்தவர்களின் தலைகளை வெட்டித் தள்ளினார்கள். குழந்தைகளின் கண்களைத் தோண்டி எடுத்தார்கள். இடையிடையே ஓய்வெடுத்துக் கொண்டபோதும் கடைசியில் மெய்க்காவல் படையினர் வாளையோ கத்தியையோ தூக்க முடியாத அளவு களைத்துப் போனார்கள். எஞ்சிய மக்கள் தங்கள் உயிரையும் பார்வையையும் காப்பாற்றிக் கொள்ள உதவிய அந்த அசதிக்குத்தான் நன்றி சொல்ல வேண்டும். பின்னாட்களில் பார்வையிழந்த சிறுவர்களின் ஊர்வலங்கள் நகரத்தை விட்டு வெளியேறுகின்றன. நாட்டுப்புறங்களில் அலைந்துகொண்டிருந்த சிலர், வழி தவறிப் பாலைவனத்துக்குள் சென்று தாகத்தால் மடிகின்றனர். மற்ற குழுக்கள், மனித நடமாட்டமுள்ள குடியிருப்புகளை அடைகின்றனர். கெர்மன் நகர மக்களின் அழிவைப் பற்றிப் பாட்டுப் பாடி உணவுக்காகப் பிச்சை எடுக்கின்றனர். அந்த நாட்களில் செய்திகள் மெதுவாகவே பரவின. எனவே, சீழ்க்கையடிக்கும் வாள்களையும் உருளும் தலைகளையும் பற்றிப் பாடிக்கொண்டு வெறுங்கால்களுடன் திரியும் பாடகர் குழுக்களைக் கண்ட மக்கள் அதிர்ச்சியடைகிறார்கள். இப்படியொரு கொடுந்தண்டனை பெற கெர்மன் நகரம் என்ன குற்றம் இழைத்தது என்று விசாரிக்கிறார்கள். சிறுவர்கள் கேள்விக்குப் பதிலாகக் குற்றத்தைப் பற்றிப் பாடுகிறார்கள். அது இவ்வாறு: எங்கள் தந்தையர் முந்திய ஷாவுக்கு அடைக்கலம் கொடுத்தனர். புதிய ஷா அவர்களை மன்னிக்க மறுத்தார். பார்வையிழந்த

சிறுவர்களின் ஊர்வலம் சர்வதேச இரக்கத்தைத் தூண்டிவிட்டது. மக்கள் அவர்களுக்கான வாழ்வாதாரங்களை மறுக்கவில்லை. ஆனால் அலைந்து திரிபவர்களை மறைமுகமாகவோ ரகசியமாகவோதான் பேண வேண்டியிருந்தது. குருடாக்கப்பட்ட அந்தக் குழந்தைகள் ஷாவால் தண்டிக்கப்பட்டவர்கள் என்று முத்திரை குத்தப்பட்டவர்கள். இது ஊருக்கு ஊர் அவருக்கு எதிரானதாக ஆகிறது. எதிர்ப்பாளர்களின் எல்லா வகையான ஆதரவும் அதிகபட்ச தண்டனைக்குரிய குற்றமாக அறிவிக்கப் பட்டிருந்தது. பார்வையுள்ள சிறுவர்களும் படிப்படியாக இந்த ஊர்வலத்தில் தங்களை இணைத்துக்கொண்டு பார்வையிழந்த குழந்தைகளுக்கு வழிகாட்டிகளாகிறார்கள். அவர்களுடன் சேர்ந்து உணவைத் தேடியும் குளிரிலிருந்து பாதுகாப்புத் தேடியும் கெர்மன் நகர அழிவின் கதையை தொலைதூரக் கிராமங்களுக்கு எடுத்துச் சென்றும் அலைகிறார்கள்.

இவையெல்லாம் எங்களுடைய தேசிய நினைவில் நாங்கள் சுமந்திருக்கும் கடினமும் கொடூரமுமான வரலாறுகள் என்கிறார் அவர். கொடுங்கோலர்கள் வன்முறை மூலம் அரியணையை வெல்கிறார்கள். அன்னையரின் புலம்பல்களுக்கும் மரணக் காயம் அடைந்தவர்களின் முனகல்களுக்கும் நடுவே பிணங்களின் மீதேறி அதை நோக்கிச் செல்கிறார்கள். வாரிசுரிமைச் சிக்கல்கள் அவ்வப்போது தொலைதூரத் தலைநகரங்களிலேயே தீர்க்கப்பட்டிருக்கின்றன. பிரிட்டிஷாரும் ரஷ்யர்களும் இரு கைகளையும் கோர்த்துப் பிடிக்க அரியணைக்கான புதிய வஞ்சகர் டெஹ்ரானுக்குள் நுழைகிறார். இவரைப் போன்ற ஷாக்களை மக்கள் பறிப்பாளர்கள் என்றும் ஆக்கிரமிப்பாளர்கள் என்றும் கருதுகிறார்கள். இரானிய மரபைப் பற்றி அறிந்திருப்பாரென்றால் அவர்களுக்கு எதிராக இத்தனை கிளர்ச்சிகளை முல்லாக்களால் தூண்டிவிட முடிந்தது என்பதை ஒருவர் விளங்கிக் கொள்வார். முல்லாக்கள் இவ்வாறு கூறுவார்கள்: அரண்மனையில் அமர்ந்திருப்பவர் ஓர் அந்நியர். அந்நிய சக்திகளிடமிருந்தே அவர் கட்டளைகளைப் பெறுகிறார். அவரே உங்களுடைய துயரங்களுக்குக் காரணம். உங்கள் செலவில் தனக்கான அதிர்ஷ்டத்தை ஏற்படுத்திக்கொண்டு நாட்டை விற்றுக்கொண்டிருக்கிறார். முல்லாக்களின் இந்தச் சொற்கள் அப்பட்டமான உண்மைகளாத் தெரிவதால் மக்கள் அவற்றுக்குச் செவிசாய்க்கிறார்கள். முல்லாக்கள் எல்லாரும் புனிதர்கள் என்று நான் சொல்லவில்லை. உண்மை அதற்கு மாறானதுதான். ஏராளமான இருண்ட சக்திகள் மசூதிகளின் நிழல்களில் ஒளிந்திருக்கின்றன. ஆனால் அரண்மனையின் அதிகார அத்துமீறல்களும் அநீதிகளும் முல்லாக்களை தேசிய அக்கறைக்கு வழக்குரைஞர்களாக்குகின்றன.

கடைசி ஷாவின் விதியைப் பற்றிய பேச்சுக்குத் திரும்புகிறார் அவர். ரோமில் தலைமறைவாக இருந்த சில நாட்களில், முஹம்மது ரெஸா, தமது அரியணையை என்றென்றைக்குமாக இழந்துவிடுவோம்; பறிக்கப்பட்ட அரச பதவியின் ஆடம்பர அணிவகுப்பு இல்லாமல் போய்விடும் என்ற உண்மையை எதிர்கொள்ள வேண்டியிருந்தது. அந்த எண்ணம் அவரைத் தேம்பி அழச் செய்கிறது. இன்பங்களுக்கும் இடையூறுகளுக்கும் நடுவே வீணாகிக்கொண்டிருக்கும் வாழ்க்கையைத் தள்ளிவிட விரும்பினார். (ரோமிலிருந்தபோது புனிதர் அலி தமது கனவில் தோன்றி, உன்

தாய்நாட்டுக்குத் திரும்பிச் செல்; அதன் மூலமே நீ நாட்டைக் காப்பாற்ற முடியும் என்று சொன்னதாகப் பின்னால் தமது புத்தகத்தில் எழுதினார்.) இப்போது தமது வலிமையையும் அதிகாரத்தையும் வெளிப்படுத்தியே ஆக வேண்டும் என்ற மகத்தான குறிக்கோள் அவருக்குள் பிறந்தது. இந்தக் குணமும் துல்லியமான இரானியத்தன்மை கொண்டது என்று என்னுடைய தொடர்பாளர் கூறுகிறார். எந்த இரானியனும் இன்னொரு இரானியனுடன் இணங்கிப் போகமாட்டான். ஒவ்வொருவனும் தன்னை உயர்வானவனாக நம்புகிறான். முதன்மையாகவும் முன்னணியிலிருக்கவும் ஆசைப்படுகிறான். தன்னுடைய தனித்துவமான 'நானை'த் திணிக்க விரும்புகிறான். நான். நான். நான். எனக்கு எல்லாம் தெரியும். என்னிடம் எல்லாமே இருக்கிறது. நான் எல்லாமே செய்வேன். இந்த உலகம் என்னிடமிருந்தே தொடங்குகிறது. நான் மட்டுமே முழு உலகம். நான். நான். (அதை விளக்கிக் காட்டுவதற்காக அவர் எழுந்து நிற்கிறார். தலையை நிமிர்த்தி உயர்த்துகிறார். கண்களில் மிகையும் பெருமையும் கிழக்கத்தியப் பெருமிதமும் தெரிய என்னை உற்றுப் பார்க்கிறார்.) எந்த இரானியக் குழுவும் உடனடியாகப் படிநிலைகளுக்கு ஏற்பவே ஒருங்கிணைக்கப்படுகின்றன. நான் முதல். நீ இரண்டாவது. நீ மூன்றாவது. இரண்டாமவரும் மூன்றாமவரும் அதற்கு இசைவதில்லை. சீக்கிரமாகவே மூக்கை நுழைத்து முதல்வனை நாற்காலியிலிருந்து இறக்கக் கபடமாகப் படை திரட்டுகிறார்கள். முதலாமவன் தனது உயர்நிலையைக் காப்பாற்றிக் கொள்ளத் தயாராக வேண்டும்.

தயாராக வேண்டும்; கூடவே தானியங்கித் துப்பாக்கிகளிடமிருந்து விலகியிருக்கவும் வேண்டும்.

இதே விதிகள் வேறு இடங்களுக்கும் பொருந்தும். எடுத்துக் காட்டாகக் குடும்பத்துக்கு. ஏனெனில் அங்கே நிச்சயம் ஆண் உயர்வானவன்; பெண் நிச்சயம் தாழ்ந்தவள். வீட்டுக்கு வெளியில் நான் எந்த முக்கியத்துவமும் இல்லாதவனாக இருக்கலாம். ஆனால் என்னுடைய சொந்தக் கூரைக்குக்கீழே நானே எல்லாம். இங்கே என்னுடைய அதிகாரம் எந்தப் பிரிவினையையும் அனுமதிப்பதில்லை. குடும்பத்தில் நபர்களின் எண்ணிக்கை எவ்வளவு அதிகமோ அந்த அளவு என்னுடைய அதிகாரம் விரிவடைகிறது; வலிமையடைகிறது. நிறையக் குழந்தைகள் இருக்கிறார்களா? நல்லது. அவர்கள் அதிக அதிகாரத்தைச் செலுத்தும் வாய்ப்பை அளிக்கிறார்கள். அவன் குடும்ப அரசின் முடிமன்னன் ஆகிறான். மரியாதையையும் புகழையும் கொடுக்குமாறு வற்புறுத்துகிறான். தனது பிரஜைகளின் விதியைத் தீர்மானிக்கிறான். சச்சரவுகளைத் தீர்த்து வைக்கிறான். தனது விருப்பங்களைத் திணிக்கிறான். ஆள்கிறான். (என்ன விதமான எதிர்வினையை என்னிடம் ஏற்படுத்துகிறோம் என்று பார்ப்பதற்காக அவர் பேச்சை நிறுத்துகிறார். நான் வலுவான எதிர்ப்பைக் காட்டுகிறேன். அதுபோன்ற ஒற்றை உதாரணங்களை மறுக்கிறேன். அவருடைய நாட்டைச் சேர்ந்த சக மனிதர்களில் பலர் எளிமையானவர்களாகவும் அமைதியானவர்களாகவும் ஒருபோதும் என்னைத் தாழ்வுமனப்பான்மை கொள்ளச் செய்யாதவர்களாகவும் இருக்கிறார்கள் என்கிறேன்.) முற்றிலும் உண்மை. அவர் ஏற்றுக்கொள்கிறார். ஆனால் அதற்குக் காரணம் நீங்கள் எங்களுக்கு அச்சுறுத்தல் அல்ல என்பதுதான். யாருடைய 'நான்'

உயர்வானது என்ற எங்கள் விளையாட்டை நீங்கள் ஆடுவதில்லை. இந்த ஆட்டம் வலுவான கட்சிகள் உருவாகும் வாய்ப்பை இல்லாமலாக்கியது. தலைமை பற்றிய மோதல்கள் உடனடியாக வெடித்து ஒவ்வொருவரும் தங்களுடைய சொந்தக் கட்சியை உருவாக்கும் ஆசையை ஏற்படுத்தியது. இப்போது ரோமிலிருந்து திரும்பிய ஷாவும் யார் உயர்வான நான் என்று நிறுவ முயலும் விளையாட்டில் உடலும் ஆன்மாவுமாகத் தம்மை ஈடுபடுத்திக்கொண்டிருக்கிறார்.

மதிப்பிழந்து போவது என்பது பெரும் வெட்கக்கேடு என்பதால் ஷா, எல்லாவற்றுக்கும் முன்னதாகத் தமது இழந்த முகத்தை மீட்க முயல்கிறார் என்கிறார் அவர். எங்களுடைய மதிப்பீட்டின்படி நாட்டின் தந்தை என்று கருதப்படும் மன்னர் இக்கட்டான ஒரு தருணத்தில் நாட்டைவிட்டு ஓடிப் போய் மனைவியுடன் நகை வாங்கிக் கொண்டிருப்பதைக் காண்பிப்பதைக் கொஞ்சம் கற்பனைசெய்து பாருங்கள். இல்லை, இந்தப் பதிவை எவ்வாறாவது அழித்துவிட வேண்டும். எனவே, மூஸா தேக்கின் ஆட்சியைக் கவிழ்த்த ராணுவத் தளபதி ஸஹாதி (ஃபசுல்லா ஸஹாதி) டாங்கிப் படைகள் அவற்றின் பணியை நிறைவேற்றி விட்டன; இப்போது மன்னர் பாதுகாப்பாக நாடு திரும்பலாம் என்று தந்தி அனுப்புகிறார். ஷா முதலில் ஈரானுக்குச் செல்கிறார். ஷியா பிரிவின் புனிதப் பாதுகாவலரான அலியின் சமாதியில் மண்டியிட்ட நிலையில் புகைப்படம் எடுத்துக்கொள்கிறார். அது. நாட்டுக்குத் திரும்ப மத அடிப்படையிலான ஒரு சமிக்ஞை.

ஷா நாடு திரும்புகிறார். ஆனால் இரான் இப்போதும் அமைதிக்கு வெகு தொலைவிலேயே இருக்கிறது. மாணவர்கள் வேலை நிறுத்தம், தெருக்களில் ஆர்ப்பாட்ட ஊர்வலங்கள், துப்பாக்கிச் சண்டைகள், இறுதிச் சடங்குகள். ராணுவத்துக்குள்ளேயும் முரண்பாடுகள், சதித் திட்டங்கள், உட்பூசல்கள். ஏராளமானவர்கள் அவருடைய தலையைக் கொய்யக் காத்திருக்கிறார்கள். எனவே அரண்மனைக்குள்ளே இருப்பது தான் பாதுகாப்பானது என்று மன்னர் யோசிக்கிறார். தன்னுடைய குடும்பத்தினர், அரச சபையினர், ராணுவத் தளபதிகள் போன்றோரால் அவர் சூழப்பட்டிருக்கிறார். இப்போது வழியில் மூஸாதேக் தடையாக இல்லை. ஆகவே வாஷிங்டன் பெரும் தொகையைக் கொட்டுகிறது. ஷா அதில் சரிபாதிப் பங்கை ராணுவத்துக்கு ஒதுக்குகிறார்.

படை வீரர்களுக்கு இறைச்சியும் ரொட்டியும் உணவாகக் கிடைக்கின்றன. எங்கள் மக்கள் எவ்வளவு அவலமான நிலைமையில் வாழ்ந்துகொண்டிருக்கிறார்கள் என்பதையும் ஒரு வீரனுக்கு இறைச்சியும் ரொட்டியும் கிடைப்பது அவனை மற்றவர்களிடமிருந்து எவ்வளவு உயர்த்தும் என்பதையும் நீங்கள் நினைவில் வைத்துக்கொள்ள வேண்டும்.

அந்த நாட்களில் குழந்தைகள் வீங்கிப் பெருத்த வயிற்றுடன் இருந்தார்கள். புற்களைத்தான் உணவாகப் புசித்தார்கள்.

தன்னுடைய குழந்தையின் இமையை சிகரெட்டால் சுட்டுப் பொசுக்கிய ஒருவனை எனக்கு நன்றாக நினைவிருக்கிறது. குழந்தையின் கண் பழுத்துப் புரையோடி சீழ்பிடித்துக் கொண்டது. முகம் அகோரமாகத் தென்பட்டது. அவன் தன்னுடைய தோள்பட்டையில் அச்சு மசகை

எடுத்துப் பூசிக்கொண்டான். கை வீக்கமடைந்து கறுத்துப் போனது. தன்னையும் தன்னுடைய குழந்தையையும் பார்த்து மற்றவர்கள் பரிதாபப்பட வேண்டும் என்பது அவன் எண்ணம். அதைப் பார்த்து இரக்கப்பட்டு அவனுக்கு உணவளிப்பார்கள் இல்லையா?

என் குழந்தைப் பருவத்தில் கற்கள்தாம் என்னுடைய விளையாட்டுப் பொம்மைகளாக இருந்தன. கயிற்றைக் கட்டிக் கல்லை இழுப்பேன். நான்தான் குதிரை. கல்தான் ஷாவின் சாரட்டு.

குறிப்புகளிலிருந்து 4

ஷாவுக்கு எதிராகக் கிளர்ந்தெழக் கிடைக்கும் ஒவ்வொரு போலிக் காரணமும் நல்லதுதான் என்கிறார் அவர். மக்கள் அந்த சர்வாதிகாரியைத் தூக்கி எறிய விரும்புகிறார்கள்.எப்போதெல்லாம் வாய்ப்புக் கிடைக்கிறதோ அப்போதெல்லாம் அவர்கள் தங்கள் வலிமையைக் காட்டினார்கள்.

ஒவ்வொருவரும் க்வாமையே நோக்கி இருந்தார்கள். எங்கள் வரலாற்றில் அது வழக்கம். எப்போதெல்லாம் மகிழ்ச்சியின்மையும் சிக்கல்களும் நிலவியதோ அப்போதெல்லாம் மக்கள் க்வாமிலிருந்து வரும் சமிக்ஞைக்காகக் காத்திருக்கவும் தொடங்கினார்கள்.

ஆனால் க்வாம் புரண்டுகொண்டிருந்தது.

அமெரிக்க ராணுவ அதிகாரிகளுக்கும் அவர்களுடைய குடும்பத்தின ருக்கும் ஷா தூதரகத்தினருக்கான தடையை நீக்கியிருந்தார். எங்கள் ராணுவத்தில் ஏற்கனவே அமெரிக்க வல்லுநர்கள் நிரம்பியிருந்தார்கள். ஷாவின் இந்த நடவடிக்கை எங்கள் இறையாண்மைக் கொள்கையைத் தகர்ப்பதாக முல்லாக்கள் நேரடியாகக் குற்றம் சாட்டினார்கள். இந்தக் கட்டத்தில்தான் இரான் முதல்முறையாக அயதுல்லா கோமெய்னி என்ற பெயரைக் கேள்விப்பட்டது. அதற்கு முன்னர் க்வாம் நகரவாசிகளைத் தவிர எவருக்கும் அவரைத் தெரியாது. அவர் ஏற்கனவே அறுபது வயதைக் கடந்திருந்தார். ஷாவின் தகப்பனாராக இருப்பதற்கான வயதுதான். எனவே அவர் மன்னரை ‘மகன்’ என்றே அடிக்கடி அழைத்தார். ஆனால் அந்த அழைப்பில் அங்கதமும் சீற்றமும் தொனித்தன. கோமெய்னி அவரை இரக்கமில்லாமல் தாக்கினார். என் மக்கள் அவரை நம்பவில்லை என்று முழங்கினார். அவர் உங்களுடையவர் அல்லர். அவர் உங்களைப் பற்றிச் சிந்தித்துக் கொண்டிருக்கவில்லை. தன்னைப் பற்றியும் தனக்குக் கட்டளை பிறப்பிக்கிறவர்களையும் பற்றியும் மட்டுமே யோசிக்கிறார். அவர் நமது நாட்டையும் நம் எல்லாரையும் விற்றுக்கொண்டிருக்கிறார் என்று மக்களிடம் முழங்கினார். அவர் சொன்னார் ‘ஷா பதவி விலக வேண்டும்.’

காவல்துறையினர் கோமெய்னியைக் கைது செய்கிறார்கள். க்வோமில் ஆர்ப்பாட்டங்கள் தொடங்குகின்றன. மக்கள் சுதந்திரத்துக்காக அறைகூவல் விடுக்கிறார்கள். தொடர்ந்து டெஹ்ரான், தப்ரிஸ், மெஷாத்,

இஸ்பஹான் நகரங்கள் தெருவில் இறங்குகின்றன. ஷா ராணுவத்தைத் தெருக்களுக்கு அனுப்புகிறார். கசாப்பு ஆரம்பமாகிறது. (அவர் நிமிர்ந்து நிற்கிறார். கைகளை நீட்டி எந்திரத் துப்பாக்கியை இறுகப் பிடிப்பதுபோல வளைத்துக் கொள்கிறார். வலது கண்ணை இடுக்கிக்கொண்டு எந்திரத் துப்பாக்கியின் வெடியோசையை எழுப்புகிறார்.) அது நடந்தது 1963 ஜூன் மாதம் என்று குறிப்பிடுகிறார் அவர். கிளர்ச்சி ஐந்து மாதங்கள் நீடிக்கிறது. மூஸாதேக்கின் கட்சியைச் சேர்ந்த ஜனநாயகவாதிகளும் மதபோதகர்களும் அதை வழிநடத்தினர். பத்தாயிரத்துக்கும் மேற்பட்ட மக்கள் கொல்லப்படவோ படுகாயம் அடையவோ செய்தார்கள். அதன் பின்னர் சில ஆண்டுகளுக்கு இறுதி சடங்குகள் மட்டுமே நிறைவேறின. எனினும் ஒருபோதும் முற்றான அமைதி நிலவவில்லை. ஏனெனில் வேறு சிலவகையான கலகங்களும் மோதல்களும் வெடித்திருந்தன. கோமெய்னி நாட்டை விட்டு வெளியேற்றப்பட்டார். ஈராக்கில், கலிபா அலியின் சமாதி அமைந்திருக்கும் மகத்தான ஷியா நகரமான அல் நஜாப்பில் வசித்தார்.

கோமெய்னியை உருவாக்கிய சூழ்நிலைகளை இப்போதும் வியக்கிறேன். அந்த நாட்களில் பரவலாக அறிமுகமான ஏராளமான அயதுல்லாக்களும் ஷா எதிர்ப்பாளர்களான அரசியல்வாதிகளும் இருந்தனர். நாம் எல்லாரும் எதிர்ப்புகளைப் பிரகடனங்களாகவும் கடிதங் களாகவும் அறிக்கைகளாகவுமே எழுதுகிறோம். அவற்றைச் சட்டபூர்வமாக அச்சடிக்க முடியாது. எனவே சிறிய அளவிலான அறிவுஜீவிகளின் குழுக்கள் மட்டுமே அவற்றை வாசிக்கின்றன. அது மட்டுமன்றிப் பெரும்பான்மை மக்களுக்குப் படிப்பறிவு கிடையாது. நாம் முடியாட்சியை விமர்சிக்கிறோம். நிலைமைகள் மோசமானவை என்று சொல்லிக் கொண்டிருக்கிறோம். மாற்றங்களையும் சீர்திருத்தங்களையும் ஜனநாயகமயமாக்கலையும் நீதியையும் வேண்டுகிறோம். கோமெய்னியின் பாதையில் செல்லும் யாருடைய மண்டைக்குள்ளும் இவை ஒருபோதும் புகாது. அவர்கள் அறிக்கைகள், மனுக்கள், தீர்மானங்கள், ஆலோசனைத் திட்டங்கள் எல்லாவற்றையும் நிராகரிப்பார்கள். அவர்களுக்குப் புரிவது இதுதான்:

மக்கள் முன்னிலையில் முழங்குவதுதான்; “ஷா வெளியேற வேண்டும்.”

கோமெய்னி அன்று சொன்னதன் சாராம்சம் இதுதான். அதை அவர் பதினைந்து ஆண்டுகளாகச் சொல்லிக் கொண்டேயிருந்தார். எளிமையானதுதான். ஒவ்வொருவரும் நினைவில் வைத்துக்கொள்ளக் கூடியதுதான். ஆனால் அதன் பொருள் என்னவென்று புரிந்துகொள்வதற்கு அவர்கள் பதினைந்து ஆண்டுகள் எடுத்துக்கொண்டார்கள். முடியாட்சி அமைப்பை மக்கள் காற்றாகக் கருதினார்கள். அது இல்லாத வாழ்க்கையை எவரும் கற்பனை செய்யவில்லை.

‘ஷா வெளியேற வேண்டும்’

அதைப்பற்றி விவாதம் வேண்டாம். சீர்திருத்தம் வேண்டாம். மன்னிப்பு வேண்டாம். அதில் எந்தப் பொருளும் இல்லை. அது எதையும் மாற்றாது. அது ஒரு வீண்முயற்சி. ஒரு பிரமை. முடியாட்சியின் இடிபாடுகளின்மீது நடந்துதான் நம்மால் முன்னோக்கிச் செல்ல முடியும். வேறு வழி கிடையாது.

‘ஷா வெளியேற வேண்டும்.’

காத்திருக்காதீர்கள். தயங்காதீர்கள். உறங்காதீர்கள்.

‘ஷா வெளியேற வேண்டும்.’

முதன்முறையாக அவர் இதைச் சொன்னபோது அது ஒரு கிறுக்கனின் மன்றாட்டாகவோ பைத்தியக்காரனின் புலம்பலாகவோ தொனித்தது. ஏனெனில் சமாளித்து நிற்பதற்கான வாய்ப்புகள் முடியாட்சிக்கு இன்னும் இல்லாமல் ஆகிவிடவில்லை.

புகைப்படம் 7

டெஹ்ரான் தெருவொன்றின் பேருந்து நிறுத்தத்தில் ஆட்கள் கூட்டமாக நின்றுகொண்டிருப்பதை நாம் இங்கே பார்க்கிறோம். பேருந்துக்காக மக்கள் காத்திருப்பது உலகெங்கும் ஒன்றுபோலவே இருக்கிறது. அதே சோர்வு, முகத்தில் அதே உணர்ச்சியற்ற வெளிப்பாடு, அலுப்பும் தோல்வியும் தென்படும் அதே நிலைகள். கண்களில் அதே மந்தமும் வெறுப்பும். இதை என்னிடம் கொடுத்தவர் (எப்போது என்று தெரியவில்லை.) படத்தில் வித்தியாசமாக எதையாவது கவனிக்க முடிகிறதா என்று கேட்டார். நான் யோசித்துப் பார்த்தது இல்லை என்னால் எதையும் பார்க்க முடியவில்லை என்றேன். இந்தப் புகைப்படம் தெருவோர ஜன்னலிலிருந்து ரகசியமாக எடுக்கப்பட்டது என்றார். ஆட்கள் மூவர் பேசிக்கொண்டிருக்கும் இடத்துக்கு அருகில் நிற்கும் (கீழ்மட்ட அதிகாரியின் அநாமதேய முகங்கொண்ட) நபரைச் சுட்டிக்காட்டி கவனிக்கச் சொன்னார். அவன் ஸாவக்கைச் சேர்ந்தவன். பேருந்துக்குக் காத்திருப்பவனைப்போல இங்கும் அங்கும் வேடிக்கை பார்த்துக்கொண்டு மக்கள் பேசுவதை ஒட்டுக் கேட்பதற்காகவே பேருந்து நிறுத்தத்தில் முழுநேரமும் வேலை பார்ப்பவன். மக்கள் தீங்களிக்காத விஷயங்கள் பற்றிப் பேசலாம். அப்படியே இருந்தாலும் காவல்துறையினர் சூசகங்களாக எடுத்துக் கொள்ளக்கூடியவற்றைப் பேசுவதிலிருந்து விலகியிருப்பது அவசியம். ஸாவக்குகளுக்கு சூசகங்களைக் கேட்பதற்கான நுட்பமான காதுகள் இருந்தன. அனலடிக்கும் பிற்பகலில் பலவீனமான இதயமுள்ள முதியவர் ஒருவர் பேருந்து நிறுத்தத்துக்கு வந்து மூச்சுத் திணற ‘சரியாகச் சுவாசிக்க முடியாமல் போவது எத்தனை அக்கிரமம்’ என்றார். உடனடியாக ‘ஆமாம், அது உண்மைதான்’ என்று பதிலளித்த ஸாவக் உளவாளி குறிப்பாக அந்த அந்நியரை நெருங்கி ‘மென்மேலும் அக்கிரமம். மக்களும் சுவாசத்துக்காகப் போராடுகிறார்கள்’ என்றான். ‘மிகவும் சரி’ என்று அந்த அப்பாவிக் கிழவர் மார்பில் கைகளால் அறைந்துகொண்டு ‘இதுபோன்ற புழுக்கமான காற்று மிகவும் அக்கிரமம்தான்’ என்றார். உளவாளி திடீரென்று குரைப்புடன் ‘உங்களுடைய உடல் நலம்பெற இதோ ஒரு வாய்ப்பு’ என்று அவரை நெட்டித் தள்ளிக்கொண்டு போனான். பேருந்து நிறுத்தத்திலிருந்த மற்றவர்கள் அச்சத்துடன் அதைக் கவனித்தார்கள். ‘அக்கிரமம்’ என்று

சொன்னதன் மூலம் கிழவர் மன்னிக்க முடியாத குற்றத்தைச் செய்கிறார் என்பதை முதலிலேயே அவர்கள் உணர்ந்திருந்தார்கள். சில சொற்களை உச்சரிக்காமல் தவிர்க்க அனுபவம் அவர்களுக்குக் கற்றுக் கொடுத்திருந்தது. அக்கிரமம், அடக்குமுறை, இருட்டு, சுமை, நரகம், வீழ்ச்சி, புதைகுழி, அழுகல், கூண்டு, சிறை, விலங்கு, வாய்ப்பூட்டு, குறுந்தடி, பூட்ஸ், பசப்புரை, ஸ்க்ரூ, பாக்கெட், கைக்கூலி, பைத்தியம் போன்ற சொற்களையும் படு, மல்லாந்து படு, ஆரவாரமாகப் பேசு, குப்புற விழு, கவிழ்த்து விடு, மழுங்கிப் போனவை, கண்மூடிப் பின்தொடர், செவிடாகப் போ, கிடந்து புரள், என்னவோ விடுபட்டது, என்னவோ தவறு, எல்லாம் குழப்பம், பதிலடி கொடுத்தல் போன்ற வெளிப்பாடுகளையும் உச்சரிப்பதைத் தவிர்த்தார்கள். இவை போன்ற பெயர், வினை, உரிச் சொற்களும் சுட்டுப் பெயர்களும் ஷாவின் ஆட்சியைப் பற்றிய சூசகங்களைக் கொண்டிருக்கலாம். இது உணர்பொருள் புதைந்த கண்ணிநிலம்; நாக்குப் பிறழ்ந்தால் நீங்கள் துண்டாகச் சிதறடிக்கப்படுவீர்கள். எடுத்துக்காட்டாக ஒரு கணம். பேருந்து நிறுத்தத்தில் நின்றுகொண்டிருப்பவர்களின் தலைக்குள்ளே புதிய சந்தேகம் பளிச்சிட்டது. அந்த நோயாளிக் கிழவரும் ஸாவக் உளவாளியாக இருக்கக் கூடாதா? ஏனெனில் அவர் ஆட்சியை (உரையாடலில் 'அக்கிரமம்' என்ற சொல்லைப் பயன்படுத்தி) விமர்சித்தார். விமர்சிக்க அவருக்குச் சுதந்திரம் இருக்க வேண்டும். அப்படி இல்லையென்றால் அவர் வாயை மூடிக்கொண்டு இருந்திருப்பார். இல்லையென்றால் சூரியன் ஒளிர்கிறது; எந்த நிமிடத்திலும் பேருந்து வந்துவிடும் என்பன போன்ற எல்லாருக்கும் சம்மதமான விஷயங்களையே பேசியிருப்பார். விமர்சிப்பதற்கான சுதந்திரம் யாருக்கு இருக்கிறது? ஸாவக் உளவாளிகளுக்கு மட்டுமே. அவர்கள் வேலையே, பொறுப்பற்ற பிதற்றல்களைத் தூண்டி விடுவதும் அதைச் செய்தவர்களைச் சிறைக்குள் தள்ளுவதும்தான். எங்கும் நிறைந்திருந்த இந்தப் பதற்றம் மக்களைப் பைத்தியங்களாக்கின. நேர்மையானவர், தூய்மையானவர், துணிவுள்ளவர் என்று எவரையும் மதிக்க இயலாத சந்தேகப் பேர்வழிகளாக்கின. தங்களை நேர்மையானவர்கள் என்று எண்ணிக்கொண்டாலும் அவர்களால் எந்தக் கருத்தையும் எந்த நியாயத்தையும் வெளிப்படுத்த முடியவில்லை. ஏனெனில் தங்களுக்கான தண்டனை இரக்கமின்றிக் காத்திருப்பது அவர்களுக்குத் தெரிந்திருந்தது. முடியாட்சியை வாய்மொழியாகத் தாக்கினாலோ கண்டனம் செய்தாலோ அப்படிச் செய்பவர் (தந்திரமாகச் செயல்பட்டுத் தன்னுடன் உடன்படுபவர்கள் யார் என்பதை உளவறிந்து அவர்களை அழிக்கும்) உளவாளியாக இருக்கலாமென்றே எல்லாரும் எண்ணினார்கள். தமக்குள் ஒளித்துவைத்திருக்கும் கருத்துக்களை அந்த நபர் எவ்வளவு சாதுரியமாகவும் தெளிவாகவும் பேசுகிறாரோ அந்த அளவுக்குச் சந்தேகத்துக்குரியவராகிறார்; அவர்கள் மிக வன்மையாக அவரிடமிருந்து பின்வாங்குகிறார்கள். நண்பர்களை எச்சரிக்கிறார்கள்: 'எச்சரிக்கையாக இருங்கள், இந்த ஆள் சந்தேகத்துக்குரியவன். தைரியமாக நடிக்கிறான்.' இந்தவகையில் பீதியின் வேட்டை தொடங்குகிறது. அது எவர் மீதுமான அவநம்பிக்கைக்கும் தனிமைப்படுத்தலுக்கும் கொண்டு செல்கிறது. அச்சம் மக்களின் சிந்தனையைத் தரம் தாழ்த்துகிறது. அவர்கள் தீரத்தில் வஞ்சகத்தையும் துணிச்சலில் சதியையும் பார்க்கிறார்கள். எனினும்

இந்த முறை பாதிக்கப்பட்டவரை எல்லாருடைய கண்முன்னாலும் ஸாவக் உளவாளி எவ்வளவு முரட்டுத்தனமாக நடத்தினான் என்பதைப் பேருந்து நிறுத்தத்தில் இருந்தவர்கள் பார்த்தார்கள். எனவே அந்த நோயாளிக் கிழவருக்குக் காவல்துறையுடன் தொடர்பு இருப்பதாகச் சேர்த்துக் காணமாட்டார்கள். இதுபோன்ற எந்தச் சம்பவத்திலும் வேட்டைக்காரனும் இரையும் பார்வையிலிருந்து மறைந்ததும் உடனடியாக ஒரு கேள்வி எஞ்சும்: அவர்கள் எங்கே போனார்கள்? உண்மையில் ஸாவக் இருக்குமிடம் யாருக்கும் தெரியாது. அந்த அமைப்புக்குத் தலைமையிடம் இல்லை. அது நகரம் முழுக்கப் (நாடு முழுக்கவும்தான்) பரவியிருக்கிறது. அது எங்கும் இருக்கிறது. எங்கேயும் இல்லாமலிருக்கிறது. யாரும் கவனிக்காத வீடுகள், குவார்ட்டர்ஸுகள், அப்பார்ட்மெண்டுகளை ஆக்கிரமித்திருந்த்து. அவற்றின் வாசலில் பெயர்ப் பலகைகள் இருக்காது. அல்லது இல்லாத ஒரு நிறுவனத்தின் பெயரோ, அமைப்பின் பெயரோ பொறிக்கப்பட்டிருக்கும். ஸாவக் உளவாளிகளுக்கு மட்டுமே அதன் தொலைபேசி எண்கள் தெரியும். அப்பார்ட்மெண்ட் வீடுகளை ஸாவக் வாடகைக்கு எடுத்திருக்கும். ஸ்டோர்கள், லாண்டரி, நைட் கிளப் ஆகியவற்றின் வழியாகத்தான் நீங்கள் விசாரணை அறைகளுக்குச் செல்வீர்கள். அதுபோன்ற சூழ்நிலைகளில் ஒவ்வொரு சுவருக்கும் காது இருக்கும். ஒவ்வொரு கேட்டும் வாசலும் உங்களை உளவுத்துறையிடமே அழைத்துச் செல்லும். அந்த அமைப்பின் பிடிக்குள் யார் அகப்படுகிறார்களோ அவர்கள் எந்தத் தடயமுமில்லாமல் மறைந்து போவார்கள். சில சமயம் என்றென்றைக்குமாக. திடீரென்று ஆட்கள் காணாமற் போவார்கள். அவர்களுக்கு என்ன நேர்ந்தது, எங்கே போவது, யாரிடம் கேட்பது, எவரிடம் முறையிடுவது என்று யாருக்கும் தெரியாது. அவர்கள் சிறையில் அடைக்கப்பட்டிருக்கலாம். ஆனால் எந்தச் சிறையில்? அங்கே ஆறாயிரம் சிறைகள் இருந்தன. உங்கள் முன்னால் கண்ணுக்குப் புலப்படாத முரட்டுப் பெருஞ்சுவர் எழும்பியிருக்கும். உங்களால் ஓர் அடிகூட முன்நோக்கி எடுத்துவைக்க முடியாது. இரான், ஸாவக் உளவுப்படையின் உடைமை. ஆனால் நாட்டுக்குள்ளே தோன்றி மறைந்துவிடுகிற, தடயங்களை மறைத்துக் கொள்கிற, முகவரியை விட்டுச் செல்லாத ஒரு தலைமறைவு இயக்கம்போலத்தான் அது செயல்பட்டது. ஸாவக்படை பத்திரிகைகளையும் புத்தகங்களையும் திரைப்படங்களையும் தணிக்கை செய்தது. (அதுதான் முடியாட்சியின் தீமைகளையும் மேற்குடியினரின் தீமைகளையும் விமர்சிக்கின்றன என்று ஷேக்ஸ்பியரின் நாடகங்களையும் மோலியரின் நாடகங்களையும் தடை செய்தது.) பல்கலைக்கழகங்கள், அலுவலகங்கள், தொழிற்சாலைகளில் ஸாவக் ஆட்சி செய்தது. அசுரத்தனமாகப் பெருத்து வளர்ந்த தலைக்காலிபோல அது எல்லாவற்றையும் வளைத்தது. எல்லா முக்கிலும் மூலையிலும் ஊர்ந்தது. தனது உறிஞ்சு குழாய்களை எல்லா இடத்திலும் பதித்தது. எல்லாத் திசைகளிலும் தேடியது. மோப்பம் பிடித்தது. இருப்பின் சகல தளங்களையும் குதறியது; துளைத்தது. ஸாவக் எண்ணிக்கையில் அறுபதாயிரம் உளவாளிகளைக் கொண்டிருந்தது. பணத்துக்காகவும் தற்காப்புக்காகவும் பிறரைக் காட்டிக்கொடுப்பவர்களும் வேலைக்கும் பதவி உயர்வுக்கும் ஆசைப்படுபவர்களுமான முப்பது லட்சம்பேரைத் தகவல் அளிப்பவர்களாகக் கொண்டிருந்தாகச் சிலர்

கணக்கிட்டிருக்கிறார்கள். ஸாவக் ஆட்களை விலைக்கு வாங்கியது. மறுத்தவர்களைச் சித்திரவதைக்குட்படுத்தியது. சிலரைப் பதவிகளில் அமர்த்தியது. உடன்படாதவர்களைக் கிடங்குகளுக்குள் தள்ளியது. அது எதிரியை வரையறுத்தது. அதன் மூலம் ஒழிக்கப்பட வேண்டியவர்கள் யார் என்று முடிவு செய்தது. அத்தகைய தண்டனைக்கு விசாரணையோ முறையீடோ இல்லை. தண்டனைக்குள்ளானவர்களை ஷா ஒருவரால் மட்டுமே காப்பாற்ற இயலும். ஸாவக் ஷாவுக்கு மட்டுமே பதில் சொல்லக் கடமைப்பட்டிருந்தது. அரசாங்கமும் காவல்துறை முன் அச்சத்துடன் நிராதரவாக இருந்தது. இவையனைத்தும் பேருந்து நிறுத்தத்தில் காத்துக்கொண்டிருந்தவர்களுக்குத் தெரியும். ஆகவே ஸாவக் உளவாளியும் கிழவரும் அகன்ற பின்னும் மௌனமாகவே இருந்தார்கள். தங்கள் அருகில் நிற்பவர் ஒற்றனாக இருக்கலாம் என்றும் அவர்களுக்குத் தெரியும். அவர் அப்போதுதான் ஸாவக் படையுடனான நேர்காணலிலிருந்து திரும்பியவராகவும் தற்செயலாக எவரையாவது கவனித்தோ ஒட்டுக்கேட்டோ ஸாவக்கிடம் அறிக்கை கொடுத்துவிட்டு வந்தவராகவும் இருக்கலாம். அதன் மூலம் தன்னுடைய மகனுக்குப் பல்கலைக்கழக நுழைவுக்கான அனுமதி பெற்றிருக்கலாம். அல்லது தான் கவனித்ததையும் கேட்டதையும் ஸாவக்கிடம் அறிவித்து எதிர்ப்பாளர்களின் தொடர்பிலிருந்து விடுவிக்கப்பட்டவராக இருக்கலாம். "இறைவன் சாட்சியாக நான் எதிர்ப்பாளர்கள் கூட்டத்தைச் சேர்ந்தவன் இல்லை" என்று அவர் சொல்லுகிறார். "இல்லை நீங்கள் எதிர்ப்பாளர்களில் ஒருவர்தான் என்று இதோ இங்கே எழுதப்பட்டிருக்கிறது." (தாக்குதல் எதுவும் நேர்ந்துவிடக் கூடாது என்று மறைத்துக்கொண்ட போதும்) பேருந்து நிறுத்தத்திலிருந்த ஆட்கள் தாங்கள் விரும்பாமலேயே ஒருவரை ஒருவர் வெறுப்புடன் பார்க்கிறார்கள். மனநோயாளிகள் போல தடுமாற்றமான செயல்களில் ஈடுபடுகிறார்கள். நரம்புகளை எதுவோ தாக்குகிறது. எதுவோ நாறுகிறது. அவர்கள் ஒருவரிடமிருந்து ஒருவர் விலகிச் செல்கிறார்கள். யார் யாருடன் போகிறார்கள், யார் முதலில் தாக்கப்போகிறார்கள் என்று காணக் காத்துக்கொண்டிருக்கிறார்கள். இந்தத் தலைகீழ் நம்பிக்கையின்மையை ஏற்படுத்துவதே ஸாவக்கின் வேலை. அதுதான் எல்லாரும் ஸாவக் உளவாளிகள் என்று எல்லார் காதுகளிலும் கிசுகிசுக்கிறது. இவர். இவர்தான். அந்த ஒருவர். அந்த ஒருவருமா? ஆமாம், சந்தேகமில்லை. அனைவரும்தான். ஆனால் பேருந்து நிறுத்ததிலிருந்தவர்கள் கண்ணியமான மனிதர்கள். தங்களுடைய மனப் போராட்டங்களை மௌனத்தாலும் இறுகிய முகபாவனைகளாலும் மறைத்துக்கொள்கிறார்கள். ஸாவக் உளவாளி நடவடிக்கையால் எழுந்த அச்சத்தின் அலையை ஒரு கணத்துக்கு முன்புதான் உணர்ந்திருந்தார்கள். அவர்களுடைய உள்ளுணர்வு ஒரு நொடி செயல்படாமற் போயிருந்தால். வெப்பத்தில் மீன் சீக்கிரம் அழுகி விடுகிறது; தலைப்பகுதி அழுகிய மீன் முழுவதும் கெட்டுப்போய் நாறுவதற்குள் மிச்சப் பகுதியைப் பாதுகாக்கத் தலையை வெட்டிவிட வேண்டும் என்பன போன்ற சந்தேகத்துக்குரிய விஷயங்களை விவாதித்திருந்தால் மார்பில் அறைந்துகொண்டு சென்ற மனிதரைப்போல இழுத்துச் செல்லப்பட்டிருப்பார்கள். ஆனால் அவர்கள்

ஷா இன் ஷா

இந்தக் கணத்தில் பாதுகாப்பாக இருக்கிறார்கள். வியர்வையைத் துடைத்துக் கொண்டும் நனைந்த சட்டைகளை விசிறிக்கொண்டும் பேருந்து நிறுத்தத்தில் நிற்கிறார்கள்.

குறிப்புகளிலிருந்து 5

சதிகாரச் சூழ்நிலைகளில் உறிஞ்சப்படும் விஸ்கிக்கு (கோமெய்னியின் மதுவிலக்கு அமலில் இருப்பதால் இப்போது நீங்கள் உண்மையாக சதிசெய்யத்தான் வேண்டும்.) விலக்கப்பட்ட கனிகளைப்போல மயக்கமூட்டும் கடும் சுவை இருக்கிறது. கிளாஸில் சில துளிகள் மட்டுமே திரவம் இருக்கிறது. எங்களுடைய விருந்தோம்புனர் மறைவிடத்திலிருந்து தன்னுடைய கடைசிக் குப்பியை எடுத்திருந்தார். இன்னொன்றை வாங்க முடியாது என்பது அவருக்குத் தெரியும். இரானில் எஞ்சியிருக்கும் குடியர்கள், வோட்காவையோ ஒயினையோ பியரையோ வாங்க முடியாமல், வேதிக் கரைசல்களால் வடிக்கப்பட்ட ஒரு ரகத்தை விழுங்கிச் செத்துக்கொண்டிருக்கிறார்கள்.

நாங்கள் சிறிய, வசதியான, நன்கு பராமரிக்கப்பட்ட நகர்ப்புற வீட்டின் தரைத்தளத்தில் தோட்டத்தை நோக்கித் திறக்கும் கண்ணாடிக் கதவு வழியே பார்த்துக்கொண்டு அமர்ந்திருக்கிறோம். மதிற்சுவர் மனையைத் தெருவிலிருந்து பிரிக்கிறது. பத்து அடி உயரமுள்ள சுவர் இந்தப் பகுதியின் அந்தரங்கத்தைப் பல மடங்காக்குகிறது. வீட்டுக்கு வெளி எல்லையை உருவாக்குகிறது. விருந்தோம்புனரான கணவன் மனைவியர் ஏறத்தாழ நாற்பது வயதை எட்டியவர்கள். டெஹ்ரானில் படித்து டிராவல் ஏஜென்சியொன்றில் (அவர்களுடைய நாட்டின் பயண வேட்கையால் உருவாகியிருக்கும் நூற்றுக்கணக்கானவற்றில் ஒன்று) பணியாற்றுகிறார்கள்.

“நாங்கள் மணமுடித்துப் பன்னிரண்டு வருடங்களுக்கும் மேல் ஆகின்றன” என்று முடிநரைக்க ஆரம்பித்திருந்த கணவர் சொன்னார். “இப்போதுதான் நானும் என் மனைவியும் அரசியலைப் பற்றி விவாதிக்கிறோம். இதற்கு முன்பு இதுதொடர்பாகப் பேசியது ஒருபோதும் இல்லை. எங்களுக்குத் தெரிந்த எல்லாத் தம்பதியர் மத்தியிலும் நிலைமை இதுதான்.”

இருவரும் ஒருவர்மீது ஒருவருக்கு நம்பிக்கையில்லை என்று வெளிப்படுத்துவதல்ல அவருடைய விருப்பம். அல்லது இந்த விஷயத்தில் அவர்கள் ஏதாவது ஒப்பந்தத்தையும் ஏற்படுத்திக் கொண்டிருக்கவில்லை. இருந்தும் அவர்களுக்கிடையில் பேசப்படாத ஓர் உடன்பாடு இருந்தது. அதை இருவரும் பிரக்ஞையில்லாமலே பரஸ்பரம் ஏற்றுக்கொண்டிருந்தார்கள். அது மிகவும் இக்கட்டான தருணத்தில் ஒருவர் எப்படி நடந்துகொள்ளப் போகிறார், என்ன பழிக்கு ஆளாகப் போகிறார், என்ன துரோகத்துக்கு உள்ளாகப் போகிறார் என்று விளக்க முடியாத மனித இயல்பின் சில சாயல்களைப் பிரதிபலிப்பதாகவும் இருந்தது.

"அதில் மோசமானது என்னவென்றால் எந்த அளவுக்கான சித்திரவதையை அவர் தாங்குவார் என்பதை யாராலும் முன்கூட்டிச் சொல்ல முடியாது என்பதுதான்" என்கிறார் மனைவி. "எல்லாவற்றுக்கும் மேல் ஸாவக் என்றால் மிகக் கொடூரமான சித்திரவதை என்றுதான் பொருள். தெருவில் சென்றுகொண்டிருக்கும் ஒருவரைக் கடத்துவார்கள். கண்களைக் கட்டி எந்தக் கேள்வியும் கேட்காமல் வதைக் கூடத்துக்குக் கொண்டுபோவார்கள். அங்கே, எலும்புகளை முறிப்பது, நகங்களைப் பிடுங்குவது, பழுத்த கணப்பின்மேல் கைகளைப் பதிப்பது, கபாலத்தில் துளையிடுவது, இன்ன பிற மிருகத்தனமான குரூர வதைமுறைகளை ஆரம்பிப்பார்கள். முடிவில், பாதிக்கப்பட்டவர் வலிமுற்றிப் பைத்தியமாகி உடைந்து நொறுங்கி ரத்தக் கூழானதும் அவருடைய அடையாளத்தை நிறுவ முற்படுவார்கள். பெயர்? முகவரி? ஷாவுக்கு எதிராக நீ என்ன சொல்லிக்கொண்டிருந்தாய்? உங்களுக்குத் தெரியும் அவர் ஒருபோதும் எதுவும் சொல்லியிருக்க மாட்டார். அவர் முழு அப்பாவியாக இருப்பார். ஆனால் ஸாவக்குக்கு அப்பாவியாக இருப்பது பொருட்டல்ல. இந்த வகையில் ஒவ்வொருவரும், அப்பாவிகளும் குற்றவாளிகளும் ஒரேபோல அச்சமடைவார்கள். ஒவ்வொருவரும் மிரட்டலை உணர்வார்கள். எவரும் பாதுகாப்பாக உணரமாட்டார்கள். ஒவ்வொருவரையும் பாதிக்கும் ஒவ்வொருவரையும் குற்றம்சாட்டும் இந்தத் தந்திரத்தைத்தான் ஸாவக்கின் கொடூரம் சார்ந்திருந்தது. குற்றச் சாட்டுகள் செயல்களை முன்வைத்தவை அல்ல; யார் மீதும் குற்றம் சுமத்தமுடியும் என்ற ஸாவக்கின் உள்நோக்கம் கொண்டவை. நீ ஷாவுக்கு எதிராக இருந்தாயா? இல்லை. நான் இருந்ததில்லை. ஆனால், அற்பனே, நீ அப்படியிருக்க ஆசைப்பட்டாய். இதுவே போதுமானது.

"சில சமயங்களில் அவர்கள் விசாரணை நடத்துவார்கள். அரசியல் செயல்பாடுகளுக்காக (ஆனால் எது அரசியல் செயல்பாடு? இங்கே எல்லாமும் அரசியல் செயல்பாடுகள்தாம்) ராணுவ நீதிமன்றங்களையே பயன்படுத்தினார்கள். ரகசிய விசாரணைகள், வழக்குரைஞர்கள் இருக்கமாட்டார்கள். சாட்சிகள் இருக்கமாட்டார்கள். உடனடித் தண்டனை. தண்டனை நிறைவேற்றம் மட்டும் பின்னர் நடைபெறும். ஸாவக்குகளால் கொல்லப்பட்டவர்களின் எண்ணிக்கையை யாராவது கணக்கெடுத்திருக்கிறார்களா? நிச்சயம் நூற்றுக்கணக்கிலிருக்கும். எங்களுடைய மகத்தான கவிஞர் கொஸ்ரோ கோலிசொரோகி சுட்டுக் கொல்லப்பட்டார். எங்களுடைய மகத்தான இயக்குநர் கெராமத் தனாஷியான் சுட்டுக் கொல்லப்பட்டார். டஜன்கணக்கான எழுத்தாளர்கள், பேராசிரியர்கள், கலைஞர்கள் சிறையில் அடைக்கப்பட்டார்கள். டஜன் கணக்கானவர்கள் தங்களைக் காப்பாற்றிக்கொள்ள வெளியேறினார்கள். ஸாவக்குகளை உருவாக்கியவை அறிவீனமும் காட்டுமிராண்டித்தனமும் அழுக்கும்தான். புத்தகம் வாசிக்கும் பழக்கமுள்ள ஒருவர்மீது ஸாவக்கின் கை விழுமானால் அந்த நபர் இன்னும் அதிகச் சித்திரவதைக்கு உள்ளாவார்.

"ஸாவக் விசாரணைகளையும் நடுவர் மன்றங்களையும் தவிர்த்தது. வேறு வழிகளைத் தேர்ந்தெடுத்து ரகசியக் கொலைகளை நடத்தியது.

அவை பின்னரும் நிரூபிக்கப் படவில்லை. கொன்றது யார்? யாருக்கும் தெரியாது. யார் குற்றத்துக்குப் பொறுப்பு? குற்றப் பொறுப்பாளர்கள் யாரும் இல்லை.

"மக்கள் வெறுங்கையுடன் ராணுவத்துக்குப் பின்னாலும் காவல் துறைக்குப் பின்னாலும் போகிறார்கள். ஏனெனில் இனிமேலும் கொடுமை களைத் தாங்க முடியாது என்ற கட்டத்தை அவர்கள் எட்டியிருந்தார்கள். உங்களுக்கு இது விரக்தியாகத் தோன்றலாம். எங்களுக்கு எல்லாம் ஒன்றுதான்.

"யாராவது ஒருவர் ஸாவக்கைப் பற்றிச் சொல்லிவிட்டால், யாரிடம் பேசிக்கொண்டிருக்கிறாரோ அந்த நபரே அப்படிச் சொன்னவரை மணிக்கணக்காகப் பார்த்துக்கொண்டிருந்து விட்டு யோசிக்க ஆரம்பிப்பார். 'ஒருவேளை இவர் உளவாளியாக இருப்பாரோ?' நான் பேசிக்கொண்டிருப்பது என் தந்தையிடமோ என் கணவரிடமோ என் நல்ல நண்பரிடமோவாக இருக்கலாம். நான் எனக்கே சொல்லிக்கொள்வேன். அமைதியாக இரு. இது முட்டாள்தனம். ஆனால் அதில் பயனிருக்காது. அந்த யோசனை திரும்பத்திரும்ப வந்துகொண்டேயிருக்கும். நோய் பீடித்திருக்கிறது எல்லாவற்றையும். மொத்த ஆட்சியே நோயால் பீடிக்கப்பட்டது. இதையும் நான் சேர்த்துச் சொல்ல வேண்டும். நாங்கள் எப்போது நலத்தையும் சமநிலையையும் திரும்பப் பெறுவோம் என்று எனக்குத் தெரியாது. ஆண்டாண்டுக் கால சர்வாதிகாரம் அப்படி எங்களை உளவியல்ரீதியாக முறித்துப் போட்டிருக்கிறது. நாங்கள் இயல்பான வாழ்க்கையைத் தொடங்கும் முன்பு மிகமிக நீண்டகாலம் கடந்து போயிருக்கும்.

புகைப்படம் 8

ஷிராஸிலுள்ள புரட்சிக்குழுக் கட்டடத்தின் முன்னால், அறிவிப்புப் பலகையில் முழக்கங்கள், பிரகடனங்கள், இதர சில புகைப்படங்களுக்கு இடையே இந்தப் புகைப்படமும் தொங்கிக் கொண்டிருந்தது. புகைப்படத்துக்குக் கீழே ஒட்டியிருந்த கையால் எழுதிய வாக்குமூலத்தை மொழிபெயர்த்துச் சொல்லுமாறு மாணவன் ஒருவனிடம் கேட்டேன். 'இந்த மூன்றுவயதுச் சிறுவன் ஹபீப் ஃபர்தோஸ்த் ஸாவக்குகளின் கைதியாக இருந்தவன் என்று எழுதியிருக்கிறது' என்றான். 'என்ன மூன்று வயதுச் சிறுவன் கைதியா?' என்று கேட்டேன். சிலவேளைகளில் மொத்தக் குடும்பத்தினரையும் ஸாவக்குகள் சிறையில் அடைப்பார்கள். இதிலும் அதுதான் நடந்திருக்கிறது. அவன் அறிவிப்பைக் கடைசிவரை வாசித்துவிட்டு பையனின் பெற்றோர்கள் சித்திரவதைக்கு இடையில் இறந்து போய்விட்டார்கள் என்பதையும் சேர்த்துச் சொன்னான். சித்திரவதையிலிருந்து தப்பியவர்களின் தனிக் கதைகளும் காவல்துறை ஆவணங் களின் ஆதாரங்களுடன் ஸாவக்குகளின் குற்றங்கள் பற்றிய

விவரணைகளும் கொண்ட ஏராளமான புத்தகங்கள் இப்போது வெளியிடப்படுகின்றன. ஸாவக்குகளால் கொன்று குவிக்கப்பட்ட சடலங்களின் புகைப்படங்கள் அச்சிட்ட அஞ்சல் அட்டைகள் பல்கலைக்கழக வாசலில் விற்கப்படுவதைக் கண்டது எனக்குப் பெரும் அதிர்ச்சியை அளிப்பதாக இருந்தது, தம்பூர்லெய்ன் மறைந்து அறுநூறு ஆண்டுகளுக்குப் பின்னும் நோயின் கொடூரம் நிலவுகிறது. எந்திரங்கள் பயன்படுத்தப்படுகின்றன என்பதைத் தவிர அதில் மாற்றமில்லை. ஸாவக் கொட்டடிகளில் பரவலாகக் காணப்பட்ட கருவி மின்சாரத்தால் வெப்பமேற்றப்படும் உலோக மேஜைதான். வாணலி என்று அழைக்கப்பட்டது. அதன்மேல் பலி ஆள் கைகளும் கால்களும் கட்டப்பட்டுக் கிடத்தப்படுவான். இந்த மேஜைமேல் ஏராளமானவர்கள் இறந்திருக்கிறார்கள். அநேகமாகக் குற்றம் சாட்டப்பட்டவர் வதைக் கூடத்துக்குள் நுழைந்ததும் பிதற்றிக்கொண்டிருப்பார். வெகு சிலரால் மட்டுமே அங்கே காத்துக்கொண்டிருக்கும்போது கேட்கும் கூக்குரல்களையும் பொசுங்கும் சதையின் வாடையையும் பொறுத்துக்கொள்ள முடியும். இந்தக் கொடுங்கனவு உலகத்தின் மத்தியகால வதைமுறைகளைத் தொழில்நுட்ப முன்னேற்றத்தால் மாற்ற முடியவில்லை. இஃப்ஸானில் பெரும் பசியுடனிருக்கும் பூனைகள் நிறைந்த பெரிய பைகளுக்குள்ளோ விஷப்பாம்புகளுக்கு நடுவிலோ ஆட்கள் தள்ளப்படுவார்கள். இதுபோன்ற திகிலூட்டும் விவரங்கள் சில சமயங்களில் ஸாவக்கினாலேயே மக்களிடையே பிரச்சாரம் செய்யப்படும். அவை பீதி அளிப்பவையாக இருந்தன. அரசாங்கத்தின் எதிரி என்பதற்கான வரையறை மிகவும் நொய்மையானதாகவும் தன்னிச்சையானதாகவும் ஒவ்வொருவரும் சித்திரவதைக் கூடத்தில் தான் முடியப் போகிறோம் என்று கற்பனை செய்துகொள்ள வைப்பதாகவும் இருந்தது.

புகைப்படம் 9

இது டெஹ்ரானில் *1973*, டிசம்பர், *23* அன்று எடுக்கப்பட்டது. பத்திரிகையாளர்கள் நிறைந்திருக்கும் அரங்கில் மைக்குகளால் சூழப்பட்டிருக்கும் ஷா உரை நிகழ்த்திக்கொண்டிருக்கிறார். இதுபோன்ற தருணங்களில், பொதுவாக எச்சரிகையாகவும் கட்டுப்படுத்திக் கொண்ட உற்சாகத்துடனும் காணப்படும் முகம்மது ரெஸாவால், தன்னுடைய உணர்ச்சியையும் பரவசத்தையும், சில பத்திரிகையாளர்கள் குறிப்பிட்டாற்போல, ஜுரவேகத்தையும் மறைத்துக்கொள்ள முடியவில்லை. உண்மையில் இந்த விநாடி முக்கியமானது; உலகம் முழுவதும் விளைவுகள் ஏற்படுத்தவிருப்பது. ஷா, பெட்ரோலுக்குப் புதிய விலையை அறிவிக்க இருக்கிறார். இரண்டு மாதங்களுக்கும் குறைவான காலத்தில் விலை நான்குமடங்கு உயர்த்தப்பட்டிருக்கிறது. பெட்ரோலிய ஏற்றுமதி மூலம் ஆண்டுக்கு ஐந்து பில்லியன் டாலர் ஈட்டிவந்த இரான், இப்போது இருபது பில்லியன் டாலரைக் கொண்டுவரப் போகிறது. வேறு என்ன,

இந்தப் பெரும் பணக் குவியலைக் கையாளும் உரிமை ஷாவுக்கு மட்டுமே சொந்தமாகிறது. அவருடைய எதேச்சாதிகார ராஜ்ஜியத்தில் அதைத் தன்னுடைய விருப்பம்போலப் பயன்படுத்த முடியும். அதைக் கடலில் கொட்டலாம். ஐஸ்கிரீம் வாங்கச் செலவழிக்கலாம். அல்லது தங்கப்பெட்டகத்தில் பூட்டி வைக்கலாம். அவர் அவ்வளவு பரவசமடைந்திருப்பதில் ஆச்சரியம் இல்லை. நம்முடைய சட்டைப் பைகளில் இருபது பில்லியன் டாலர் காணப்பட்டால், உபரியாக ஆண்டுக்கு இருபது பில்லியன் டாலரும் நாளடைவில் அதைவிட அதிகமாகவும் வருமென்றால் நம்மில் எவரும் எப்படி நடந்துகொள்வோம்? தலை கிறுகிறுத்துப் போனவராக ஷா நடந்துகொண்டதில் வியப்பில்லை. இந்த அதிர்ஷ்டத்தை நியாயமான வழியில் பயன்படுத்துவதைப் பற்றி, தமது குடும்பத்தினருடனும் அரசாங்கத் தளபதிகளுடனும் நம்பிக்கைக்குரிய ஆலோசகர்களுடனும் சேர்ந்து சிந்திப்பதற்குப் பதிலாக, திடீரென்று ஞானோதயம் அருளப்பெற்றவராகத் தன்னைச் சொல்லிக்கொள்ளும் ஆட்சியாளர், ஒரு தலைமுறைக் காலத்துக்குள்ளாக (பின்தங்கிய, சிதறிக் கிடக்கிற, பாதி எழுத்தறிவற்ற, ஏழை நாடான) இரானை உலகத்தின் ஐந்தாவது வல்லரசாக மாற்றுவேன் என்று அறிவிக்கிறார். அதே சமயம், மன்னர் ‘எல்லாருக்கும் வளம்’ என்ற கவர்ச்சிகரமான முழக்கத்தின் மூலம் மக்களிடையே பெரும் நம்பிக்கைகளையும் எழுப்பிவிடுகிறார். முதலில் ஷாவிடம் மிகப்பெரும் பணம் குவிந்திருக்கிறது. எனவே இந்த நம்பிக்கைகள் வீணாகாது என்று மக்கள் அறிந்தனர்.

நமது புகைப்படத்தில் காட்டிய பத்திரிகையாளர் சந்திப்பு நடைபெற்ற சில நாட்களுக்குப் பிறகு ஜெர்மன் வார இதழான *டெர் ஸ்பீகலு*க்கு நேர்காணல் ஒன்றை அளிக்கிறார். அதில் “பத்து ஆண்டுகளுக்குள் நீங்கள் ஜெர்மானியர்கள், பிரெஞ்சுக் காரர்கள், ஆங்கிலேயர்கள் இப்போது கொண்டிருப்பதைப் போன்ற வாழ்க்கைத் தரத்தை நாங்களும் பெற்றிருப்போம்” என்கிறார்.

“பத்து ஆண்டுகளுக்குள் உங்களால் அதை நிறைவேற்றிவிட உண்மையாகவே முடியும் என்று நீங்கள் நினைக்கிறீர்களா?” என்று பத்திரிகையாளர் நம்ப முடியாமல் கேட்கிறார்.

“ஆம். நிச்சயம் முடியும்.”

வியப்படைந்த பத்திரிகையாளர், மேற்கு நாடுகளுக்கு இன்றைய வாழ்க்கைத் தரத்தை அடைய பல தலைமுறைகள் தேவைப்பட்டன. அதையெல்லாம் நீங்கள் மறந்து விட முடியுமா என்கிறார்.

“நிச்சயமாக”

அந்த நேர்காணலை, முகம்மது ரெஸா இல்லாத, அரை நிர்வாணக் குழந்தைகள் குளிரில் நடுங்கிக்கொண்டிருக்கும் நாட்டில் இப்போது யோசித்துப் பார்க்கிறேன். ஷிராஸுக்கு வெளியே சிறு கிராமத்தில் அழுக்கான மண்குடிசைகளுக்கு இடையில் சகதியிலும் சாணத்திலும் சிரமப்பட்டு நடந்து கொண்டிருக்கிறேன். குடிசையொன்றின் முன்னால் ஒரு பெண், காய்ந்ததும் வீட்டில் பயன்படுத்தும் ஒரே எரிபொருளான

(பெட்ரோலும் எரிவாயுவும் வளம்கொழிக்கும் நாட்டில்) சாண வறட்டியைத் தட்டிக்கொண்டிருக்கிறாள். இந்தத் துக்கமயமான மத்தியகாலக் கிராமத்தின் ஊடே நடந்துகொண்டிருக்கும்போதும் சில ஆண்டுகளுக்கு முந்திய நேர்காணலை நினைத்துக் கொண்டிருக்கும்போதும் மிகச் சாதாரணமான சிந்தனைகள் தலைக்குள் வருகின்றன. மகத்தான அபத்தங்கள்கூட மானுடக் கண்டுபிடிப்புகளுக்கு அப்பாற்பட்டவையாக இருப்பதில்லை.

எதுவாக இருந்தாலும், தற்போது சர்வாதிகாரி தன்னுடைய அரண்மனையில் அடைந்து கிடந்து, தாய் நாட்டைக் கோணலாக்கி ஐந்து ஆண்டுகளுக்குப் பிறகு அவரையே தூக்கி எறியவிருக்கும் நூற்றுக்கணக்கான அறிவிப்புகளை விடுத்துக்கொண்டிருக்கிறார். இரு மடங்கு முதலீட்டுக்கு உத்தரவு பிறப்பிக்கிறார். தொழில்நுட்பங்களைப் பெருமளவு இறக்குமதி செய்கிறார். உலகின் மேம்பட்ட மூன்றாவது ராணுவத்தை உருவாக்குகிறார். அதிநவீனக் கருவிகளுக்கு ஆர்டர் கொடுத்து அவற்றை நிறுவிப் பயன்பாட்டுக்கு விடுகிறார். நவீன இயந்திரங்கள் நவீன வணிகத்தை உருவாக்குகின்றன. இரானின் உலகத்தரமான உற்பத்திகள் உலகை மூழ்கடிக்கின்றன. அவர் அணு உலைகளையும் மின்னணுத் தொழிற்சாலைகளையும் உருக்கு ஆலைகளையும் பெரும்தொழில் வளாகங்களையும் கட்டத் தீர்மானிக்கிறார். பிறகு ஐரோப்பாவில் இனிமையான குளிர்காலம் காத்திருப்பதால் செயிண்ட். மோரிட்ஸுக்குப் பனிச்சறுக்கு விளையாடச் செல்கிறார். ஆனால் செயிண்ட் மோரிட்ஸிலிருக்கும் அவரது அழகும் நேர்த்தியுமான வசிப்பிடம் சட்டென்று அமைதியிலிருந்தும் அந்தரங்கத்திலிருந்தும் பின்வாங்குகிறது. ஏனெனில் இதற்குள் உலகம் முழுவதும் புதிய பொன்னுலகம் பற்றிய செய்தி பரவியிருக்கிறது அதிகார மையங்கள் பரவசமடைகின்றன. உடனடியாக அவை ஒவ்வொன்றும் இரானிலிருந்து பிடுங்க முடியும் பணத்தைப் பற்றிக் கணக்குப்போடத் தொடங்குகின்றன. வலுவும் மதிப்பும் மிக்க நாடுகளின் வலிமையும் வசதியுமுள்ள அரசுகளின் அதிபர்களும் அமைச்சர்களும் ஷாவின் ஸ்விஸ் உறைவிடத்துக்கு வெளியே வரிசையில் நிற்க ஆரம்பிக்கிறார்கள். மன்னர் கைப்பிடியுள்ள ஆசனமொன்றில் அமர்ந்து கணப்பில் கைகளைக் காட்டி வெதுவெதுப்பாக்கிக் கொண்டே கருத்துக்களையும் சலுகைகளையும் பிரகடனங்களையும் உற்றுக் கேட்கிறார். அவருக்கு முன்னால் குனிந்த தலைகள். வளைந்த கழுத்துகள். நீட்டிய கரங்கள். “இங்கே பாருங்கள்” என்று அதிபர்களிடமும் அமைச்சர்களிடமும் சொல்கிறார். “உங்களுக்கெல்லாம் எப்படி ஆட்சி நடத்த வேண்டுமென்றே தெரியவில்லை. அதனால்தான் உங்களிடம் பணமில்லாமலிருக்கிறது” என்கிறார். லண்டனுக்கும் ரோமுக்கும் உபதேசமளிக்கிறார். பாரிஸுக்கு அறிவுரை சொல்கிறார். மாட்ரிட்டை வசைபாடுகிறார். இரானியப் பாலைவனத்தில் எழுகின்ற தங்கப் பிரமிடின்மீது வைத்த விழிகளை எடுக்க முடியாமலிருந்த உலகம் அவர் சொல்வதை அமைதியாகக் கேட்டுக் கொள்கிறது. கண்டனங்களைக் கசப்புடன் விழுக்கிக்கொள்கிறது. டெஹ்ரானிலிருக்கும் அயல்நாட்டுத் தூதர்கள் அமைச்சர்கள் அனுப்பித் தள்ளும் தந்தி வெள்ளத்தில் அகப்பட்டுக் கிறுக்குப் பிடித்தவர்களாகிறார்கள். எல்லாம் பணம் தொடர்பானவை. ஷா நமக்கு

எவ்வளவு கொடுப்பார்? எப்போது என்ன நிபந்தனைகளின் பேரில்? என்ன கொடுக்க மாட்டாரா? அப்படியானால் மாண்புமிகு தூதரே, வலியுறுத்துங்கள். நாம் உத்தரவாதமுள்ள சேவையையும் உதவிகரமான விளம்பரங்களையும் அளிப்போம். நேர்த்திக்கும் முனைப்புக்கும் பதிலாக திணிப்பும் முட்டிமோதலும். இரானின் கடைநிலை அமைச்சர்களின் வீட்டு வரவேற்பறைகளிலும் ஜுரம் பிடித்த முகங்களும் வியர்வை ஊறிய கரங்களும் நிறைந்திருக்கின்றன. கூடியிருந்த ஆட்கள் பரஸ்பரம் தோளைப் பற்றிக்கொண்டு முண்டித் தள்ளுகிறார்கள். வரிசையில் வாருங்கள், உங்கள் முறைக்காகக் காத்திருங்கள் என்று கத்திக்கொண்டிருக்கிறார்கள். அனைவரும் பன்னாட்டுக் குழுமங்களின் தலைவர்கள், பிரபல கம்பெனிகளின் பிரதிநிதிகள், வலிமையான அரசுகளின் உறுப்பினர்கள். ஒருவர் பின் ஒருவராக அவர்கள் கருத்தை முன்வைக்கிறார்கள். சலுகை அறிவிக்கிறார்கள். விமானங்கள், கார்கள், டெலிவிஷன்கள், கடிகாரங்கள் என்று பெரிதும் சிறிதுமான தொழிற்சாலைகள் தொடங்குவதாக உறுதியளிக்கிறார்கள். உலக மூலதனத்திலும் தொழில்துறையிலும் பிரபலமானவர்களைத் தவிர குட்டித் தரகர்களும் தந்திரசாலிகளும் தங்க வைர விற்பன்னர்களும் முந்துகிறார்கள். டிஸ்கொதேக்கள், ஆடை அவிழ்ப்பு அரங்குகள், ஓவியம், மதுக்கூடங்கள், வட்டித் தொழில், பனிச் சறுக்கு எல்லாமும் நாட்டுக்குள் கூட்டமாக வருகின்றன. இவற்றையெல்லாம் நடத்துபவர்கள் இரானுக்குள் நுழைய முண்டியடிக்கிறார்கள். கோபக்கார இளைஞர்கள் சிலர் ஐரோப்பிய விமான நிலையங்களில் துண்டுப் பிரசுரங்களை விநியோகிப்பது இந்த ஆட்களுக்கு அசுவாரசியமாகிறது. எங்கள் தாய்நாட்டில் மக்கள் சித்திரவதையால் செத்துக் கொண்டிருக்கிறார்கள். ஸாவக்குகளால் இழுத்துச் செல்லப்பட்ட பலர் உயிருடன் இருக்கிறார்களா, மடிந்துவிட்டார்களா என்பது தெரியவில்லை என்பன துண்டறிக்கையின் சாரம். வாகான பணம் பிடுங்கும் வாய்ப்பு இருக்கும்போது யாருக்கு இதில் அக்கறை? அதற்குமேல், இவையெல்லாம் நிகழ்ந்து கொண்டிருப்பது ஷாவின் மகத்தான நாகரிகத்தை உருவாக்குவோம் என்ற கொண்டாட்டமான முழக்கத்தின் கீழ்தானே? இதற்கிடையில் முகம்மது ரெஸா, குளிர்கால ஓய்விலிருந்து திரும்பி வந்து நிம்மதியாக இளைப்பாறுகிறார். எல்லாரும் அவரைப் புகழ்கிறார்கள். மொத்த உலகமுமே அவர் ஒரு முன்னுதாரணம் என்று எழுதுகிறது. அவரது ஆகச் சிறந்த இயல்புகளைப் பெருக்கிக் காட்டுகிறது. இந்த மண்ணில் நீங்கள் திரும்பிப் பார்க்கும் எங்கும் ஏராளமான பொய்யர்களும் ஏமாற்றுப் பேர்வழிகளும் இருக்கிறார்கள் என்பதை இது ஓயாமல் சுட்டிக்காட்டிக் கொண்டிருக்கிறது.

துரதிர்ஷ்டவசமாக மன்னரின் நிம்மதி அதிக காலம் நீடிக்கவில்லை. முன்னேற்றம் ஒரு வஞ்சகமான நதி. அதில் மூழ்கி எழுந்த எல்லாருக்கும் அது தெரியும். அதன் மேற்பரப்பில் வெள்ளம் இதமாகவும் வேகமாகவும் ஓடும். ஆனால் நாவிகன் கவனக் குறைவாகவோ முன் யோசனையில்லாமலோ எடுக்கும் தீர்மானம் நதியில் எத்தனை சுழல்களும் திட்டைகளும் இருக்கின்றன என்பதைக் காட்டிக் கொடுத்துவிடும். தடைகள் நெருங்கநெருங்க மாலுமியின் புருவங்கள் மேலும்மேலும் நெரியும். உற்சாகத்தைத் தக்கவைத்துக் கொள்ள அவன் பாடிக்கொண்டும்

சீழ்க்கையடித்துக்கொண்டும் இருப்பான். கப்பலும் முன்னோக்கிச் செல்வதுபோலவே தெரியும். ஆனால் ஓரிடத்தில் நின்று விடும். அதன் அடிமுனை மணல் திட்டைகளில் புதைந்துவிடும். பின்னர் நிகழவிருப்பவை இவை. இதற்கிடையில் ஷா, பில்லியன் டாலர்கள் மதிப்புள்ள சரக்குகளை வாங்குகிறார். எல்லா நாடுகளிலுமிருந்தும் சரக்குக் கப்பல்கள் இரானை நோக்கி முன்னேறிக் கொண்டிருக்கின்றன. ஆனால் அவை வளைகுடாவை அடைந்ததும்தான் அத்தனைப் பெருஞ் சரக்குகளை அங்குள்ள துறைமுகங்களால் கையாள முடியாது என்பது தெரிகிறது. (ஷா இதை அறிந்திருக்கவில்லை.) பல நூறு கப்பல்கள் கடலுக்குள்ளேயே அணிவகுத்து நிற்கின்றன. ஆறுமாதக் காத்திருப்புக்குத் தாமதக் கட்டணமாகக் கப்பல் கம்பெனிகளுக்கு இரான் பில்லியன் டாலர்கள் செலுத்த நேர்கிறது. ஒருவழியாகக் கப்பல்களிலிருந்து சரக்குகள் படிப்படியாக இறக்கப்படுகின்றன. ஆனால் அவற்றைப் பாதுகாக்கக் கிடங்குகள் இல்லை. (ஷா இதை அறிந்திருக்கவில்லை.) எல்லா ரகத்தையும் சேர்ந்த லட்சக்கணக்கான மதிப்புள்ள சரக்குகள் வெட்டவெளியிலும் பாலைவனக் கொடுங்கனவான சுட்டெரிக்கும் வெயிலிலும் கிடக்கின்றன. அவற்றில் சரிபாதி அழுகக்கூடிய உணவுப் பதார்த்தங்கள், வேதிப் பொருட்கள். அவற்றைத் தூக்கிக் கடலில் கொட்டத்தான் முடிந்தது. எஞ்சிய சரக்குகள் இப்போது நாட்டின் உட்பகுதிக்கு எடுத்துச் செல்லப்பட வேண்டும். அந்த நேரத்தில்தான் போதுமான போக்குவரத்து வசதிகள் கிடையாது என்பது தெரிகிறது. (ஷா இதை அறிந்திருக்கவில்லை.) இருப்பவை சில டிரக்குகளும் டிரெய்லர்களும். தேவையுடன் ஒப்பிட்டால் சிறு பகுதி. அவ்வாறாக ஐரோப்பாவிலிருந்து இருபதாயிரம் டிரக்குகளும் டிரெய்லர்களும் வாங்க ஆர்டர் கொடுக்கப்படுகிறது. ஆனால் அவற்றுக்கான ஓட்டுநர்கள் இல்லை என்பது தெரிகிறது. (ஷா இதை அறிந்திருக்க வில்லை.) பெரும் விவாதங்களுக்குப் பிறகு தென் கொரிய ஓட்டுநர்களை அழைத்து வருவதற்காக ஒரு விமானம் சியோலுக்குப் பறக்கிறது. இப்போது சரக்கைக் கொண்டுசேர்ப்பதற்காக டிரக்குகளும் டிரெய்லர்களும் நகரத் தொடங்குகின்றன. டிரக் ஓட்டுநர்கள் பாரசீக மொழியில் ஓரிரு சொற்களை மட்டுமே புரிந்து கொள்கிறார்கள். அப்போதுதான் உள்ளூர் ஓட்டுநர்களின் வேலையில் பாதியைத்தான் அவர்கள் செய்கிறார்கள் என்று கண்டுபிடிக்கப்படுகிறது. அதில் வெகுண்டுபோன அவர்கள் இயக்கியைக் கைவிட்டு கொரியாவுக்குத் திரும்புகிறார்கள். இன்றுவரையிலும் பயன்படுத்தப்படாத அந்த டிரக்குகள் பந்தர் அப்பாஸ் – டெஹ்ரான் நெடுஞ்சாலையில் மணல் மூடி அமர்ந்திருக்கின்றன. அயல்நாட்டுச் சரக்குப் போக்குவரத்து நிறுவனங்கள் உதவியதால் வெளிநாட்டிலிருந்து வாங்கிய தொழிற்சாலைகளும் இயந்திரங்களும் குறித்த காலத்தில் சேருமிடத்தை அடைகின்றன. பின்னர் வருகிறது அவற்றைப் பொருத்துவதற்கான வேலை. அதற்குரிய பொறியாளர்களும் தொழில் வல்லுநர்களும் இரானில் இல்லை என்பது தெரிய வருகிறது. (ஷா இதை அறிந்திருக்க வில்லை.) ஒரு மகத்தான நாகரிகத்தைக் கட்டியெடுப்ப முற்படும் ஒருவர் (தர்க்கபூர்வமான கண்ணோட்டத்தில் பார்த்தால்) மக்களிடமிருந்தே அதைத் தொடங்க வேண்டும். திறமையானவர்களைக் கொண்டு மக்களுக்குப் பயிற்சி அளிப்பதன் வாயிலாகத் தன்னாட்டு நுண்ணறிவை வடிவமைக்க வேண்டும்.

சுருக்கமாகச் சொன்னால் அத்தகைய சிந்தனைக்கு இங்கே இடமில்லை. புதிய பல்கலைக் கழகங்களையும் தொழில்நுட்பக் கல்லூரிகளையும் திறப்பது குளவிக் கூட்டில் கைநுழைப்பதுபோல என்று எல்லாரும் அஞ்சுகிறார்கள். ஒவ்வொரு மாணவனும் போராட்டக்காரன். உதவாக்கரை, சுய சிந்தனையாளன். ஷா, சவுக்கைச் சொடுக்கித் தனது முதுகைக் கிழித்துக்கொள்ளாமல் விட்டதில் வியப்படைய எதுவும் இருக்கிறதா என்ன? மன்னர் அதைவிடச் சிறப்பான வழியைக் கையாண்டார். பெரும்பான்மையான மாணவர்களை நாட்டைவிட்டு வெகு தொலைவுக்கு விரட்டினார். தேசத்தின் இந்தப் பார்வை தனித்துவமானது. இதன் விளைவாக ஒரு லட்சத்துக்கும் மேற்பட்ட இரானிய இளைஞர்கள் அமெரிக்காவிலும் ஐரோப்பாவிலும் கல்வி கற்றுக் கொண்டிருந்தார்கள். உள்நாட்டில் பல்கலைக் கழகங்களை உருவாக்குவதற்கு ஆவதைவிட அதிகச் செலவை இந்தக் கொள்கை ஏற்படுத்தியது. ஆனால் அரசுக்கு நிம்மதியையும் பாதுகாப்பையும் கொடுத்தது. இந்த இளைஞர்களில் பெரும்பான்மையினரும் நாடு திரும்பவில்லை. இன்று தெப்ரீஸிலோ மெஷாத்திலோ பணியாற்றும் டாக்டர்களைவிட அதிகமானவர்கள் சான் பிரான்சிஸ்கோவிலோ ஹாம்பர்க்கிலோ தொழில் புரிகிறார்கள். தாராளமான ஊதியம் அளிக்க ஷா முன்வந்தபோதும் அவர்கள் திரும்பிவரவில்லை. அவர்கள் ஸாவக்குகளுக்கு அஞ்சினார்கள். யாருடைய காலணிகளையோ நக்கிக்கொண்டிருக்கும் நிலைமைக்குத் திரும்பிச் செல்ல அவர்கள் விரும்பவில்லை. ஓர் இரானியன் தன் நாட்டின் சிறந்த எழுத்தாளர்களின் புத்தகங்களைச் சொந்த நாட்டில் வாசிக்க முடியாது. (ஏனெனில் அவை அயல்நாடுகளிலேயே வெளியாகின்றன). தன் நாட்டின் மிகச்சிறந்த இயக்குநர்களின் படங்களைப் பார்க்க முடியாது. (ஏனெனில் இரானில் அவற்றைத் திரையிட அனுமதி இல்லை.) தன் நாட்டு அறிஞர்களின் குரல்களைக் கேட்க முடியாது. (ஏனெனில் அவை மௌனத்துக்குள் தள்ளப்பட்டன.) மக்களை, ஸாவக்குகளுக்கும் முல்லாக்களுக்கும் இடையே தேர்ந்தெடுத்துக் கொள்ள அனுமதித்தார் ஷா. மக்கள் முல்லாக்களைத் தேர்ந்தெடுத்தார்கள். எந்த எதேச்சாதிகார அமைப்பின் வீழ்ச்சியுடனும் அதன் மொத்த அமைப்பு முறையும் ஒரு கொடுங்கனவுபோல மறைந்துபோகும் என்று பெரும் பிரமைகொள்ள முடியாது. அந்த அமைப்பின் பௌதிக இருப்பு இல்லாமற் போகலாம். எதேச்சாதிகாரம் நுண்ணறிவையும் பண்பாட்டையும் அழிக்கிறது. பொட்டலான, எந்தச் சிந்தனை மரமும் எளிதில் முளைவிட முடியாத உவர் நிலத்தை விட்டுச் செல்கிறது. பண்படுத்தப்பட்ட மண்ணின் மூலைகளிலிருந்தும் விரிசல்களிலிருந்தும் எப்போதும் சிறந்த மனிதர்களே மறைமுகமாக எழுவார்கள் என்று சொல்ல இயலாது. தம்மை வலிமையானவர்கள் என்று நிரூபித்தவர்களே எப்போதும் புதிய மதிப்பீடுகளை உருவாக்குவார்கள் என்றும் சொல்ல இயலாது. மாறாக எதையும் பொருட்படுத்தாத, உள்நோக்கம் கொண்டவர்களே வெற்றி பெற்றிருக்கிறார்கள்.இத்தகைய தருணங்களில் வரலாறு அவலமாக மாறுகிறது. இந்தத் தீயவட்டத்தைத் தகர்க்க மொத்தக் காலத்தையுமே எடுத்துக் கொள்கிறது. இந்த விவாதத்தை நாம் இங்கே நிறுத்திக் கொண்டு சில ஆண்டுகள் பின்னோக்கிச் செல்வோம். நிகழ்வுகளை முன்கூட்டியே

தாண்டிச் செல்வதன் மூலம் மகத்தான கலாச்சாரத்தை நாம் ஏற்கனவே நாசமாக்கியிருக்கிறோம்.முதலில் அதைக் கட்டி எழுப்புவோம். ஆனால் அதை நிர்மாணம் செய்ய இங்கே நிபுணர்கள் இல்லை. கற்றுக்கொள்ளத் தயாராக இருந்தாலும் எங்கே போய் கற்றுக்கொள்வது? தன்னுடைய கனவை நிறைவேற்றிக்கொள்ள ஷாவுக்கு உடனடியாக 7,00,000 நிபுணர்கள் தேவை. பாதுகாப்பான வழிமுறையை யாரோ எடுத்துச் சொல்கிறார்கள். உள்நாட்டவர்கள் என்றால் சிக்கல். எனவே ஆட்களை இறக்குமதி செய்யலாம். வெளிநாட்டவர்களாக இருப்பதனால் அவர்கள் தங்கள் வேலையைப் பார்ப்பார்கள். பணம் ஈட்டுவார்கள். நாட்டுக்குத் திரும்பிச் செல்வார்கள். நிச்சயம் சதியாலோசனைகளையோ போராட்டங்களையோ ஒருங்கிணைக்க மாட்டார்கள். போட்டியில் ஈடுபட மாட்டார்கள். ஸாவக்குகளுடன் மோத மாட்டார்கள். இந்த நடவடிக்கை காரணமாகவே பொதுவாக உலகம் முழுவதும் புரட்சிகள் வெடிக்காமலிருக்கின்றன. எடுத்துக்காட்டாக, ஈக்வடோரியர்கள் பராகுவேயையும் இந்தியர்கள் சவூதி அரேபியாவையும் நிர்மாணித்தார்கள். வெளிநாட்டவர்களை உள்ளூர் மக்களுடன் சேர விடுவது, இடம் மாற்றுவது, கலைத்துவிடுவது. இதைச் செய்தால் நீங்கள் நிச்சயமாக அமைதியாக இருக்கலாம். அவ்வாறாக ஆயிரமாயிரம் வெளிநாட்டவர்கள் வந்து சேரத் தொடங்குகிறார்கள். டெஹ்ரான் விமான நிலையத்தில் ஒன்றின் பின் ஒன்றாக விமானங்கள் தரையிறங்குகின்றன. பிலிப்பைன்சிலிருந்து வீட்டுப் பணியாட்கள். கிரீஸிலிருந்து பொறியாளர்கள். நார்வேயிலிருந்து எலெக்ட்ரீஷியன்கள். பாகிஸ்தானிலிருந்து கணக்காளர்கள், இத்தாலியிலிருந்து மெக்கானிக்குகள். அமெரிக்காவிலிருந்து ராணுவத்தினர். இந்தக் காலப்பகுதியில் எடுத்த ஷாவின் புகைப்படங்களைப் பார்ப்போம் ம்யூனிச்சிலிருந்து வந்த எஞ்சினீயர்களிடமும் மிலனிலிருந்து வந்த ஃபோர்மென்களிடமும் பாஸ்டனிலிருந்து வந்த கிரேன் ஆபரேட்டர்களிடமும் அவர் உரையாடிக்கொண்டிருக்கிறார். அமைச்சர்களும் ஸாவக் படையினரும் மன்னருக்குக் காவலாக நிற்கிறார்கள். கண்ணை எவ்வளவு அகட்டிப் பார்த்தாலும் அந்தப் படங்களில் உள்நாட்டவர்கள் தென்படுவதில்லை. எந்தப் பொத்தானை அழுத்த வேண்டும். எந்த லீவரை இயக்க வேண்டும் எந்தக் கம்பிக்கு இணைப்புக் கொடுக்க வேண்டும் என்ற தொழில்நுட்பத்தைத் தெரிந்துவைத்திருக்கும் இந்த வெளிநாட்டுப் படை பணிவானதாக இருந்தபோதும் ஆதிக்கம் செலுத்தவே ஆரம்பிக்கிறது. அது இரானியர்களை மொத்தமாகத் தாழ்வுணர்ச்சியில் தள்ளுகிறது. வெளிநாட்டுக் காரனுக்கு எல்லாம் தெரியும். எனக்கு எதுவும் தெரியாது. இரானியர்கள் சுயமரியாதை குறித்த நுண்ணர்வுகொண்ட பெருமிதக் கூட்டத்தைச் சேர்ந்தவர்கள் தன்னால் ஒன்றைச் செய்ய முடியாது என்று ஓர் இரானியன் ஒருபோதும் ஒப்புக் கொள்வதில்லை. அவனுக்கு வெளிநாட்டவர் வருகை பெரும் அவமானத்தை அளித்தது. முதலில் அவன் வேதனைப்படுவான். ஏமாற்றமடைவான். கடைசியில் வெறுக்க ஆரம்பிப்பான். தன்னுடைய ஆட்சியாளரை வழிநடத்தும் கொள்கையை அவன் விரைவில் புரிந்துகொண்டான். நீங்கள் எல்லாரும் மசூதியின் நிழலான இடங்களில் உட்கார்ந்து ஓய்வெடுங்கள். அல்லது படுத்துத் தூங்குங்கள். ஏனென்றால் நீங்கள் பயனுள்ள ஒருவராக மாற நூற்றாண்டுக்

காலம் ஆகும். இன்னொரு பக்கம், வெளிநாட்டினர் உதவியுடன் பத்தாண்டுகளுக்குள் ஒரு சர்வதேச சாம்ராஜ்ஜியத்தை நான் கட்டியெழுப்ப வேண்டும். மகத்தான நாகரிகத்தை உருவாக்கும் இந்தக் கொள்கைதான் எல்லாவற்றையும் விட இரானியர்களுக்குப் பெரும் அவமானத்தைக் ஏற்படுத்தியது.

புகைப்படம் 10

இது ஒரு புகைப்படம் அல்ல. தைலவண்ண ஓவியமொன்றின் மறு பிரதி. இதில் அடிவருடி ஓவியன் ஒருவன் நெப்போலியன் (பிரெஞ்சுச் சக்ரவர்த்தி தமது வெற்றிக் களங்கலொன்றில் குதிரைமேல் அமர்ந்திருக்கிறார்.) தோற்றத்தில் ஷாவைத் தீட்டியிருக்கிறான். இரானியத் தகவல்தொடர்புத்துறை அமைச்சகம் இந்தப் படத்தைத் தான் சுற்றுக்கு விட்டிருந்தது. இதுபோன்ற ஒப்பீடுகளில் புளகாங்கிதமடைபவரான ஷா அதை அங்கீகரித்திருக்க வேண்டும். கிறுகிறுப்புத் தரும் ஜொலிப்பான கச்சைகளும் பதக்கங்களின் வரிசையும் கச்சிதமான சீருடையும் வசீகரமும் திண்மையுமான முகம்மது ரெஸாவின் நிழலுருவ ஓவியத்துக்கு அழுத்தத்தைக் கொடுக்கின்றன. இந்தப் பிம்பம் அவருக்கு விருப்பமான ராணுவத் தலைவர் பாத்திரத்தில் அவரைக் காட்டுகிறது. ஷா, தமது பிரஜைகளின் மேம்பாட்டைக் குறித்து எப்போதும் அக்கறை கொண்டிருந்தார் என்பது நிச்சயம். முன்னேற்றமடைந்து வரும் நலத்திட்டங்களில் தம்மை ஈடுபடுத்திக்கொண்டார். ஆனால் இவையெல்லாம் தேசத்தின் தந்தை என்ற உரிமையின் நிர்ப்பந்தத்தால் அவருக்கு நேர்ந்த பாரங்களே. அவருடைய உண்மையான கேளிக்கையும் ஆர்வமும் ராணுவம்தான். அது விருப்பமற்றதாக இருந்ததில்லை. அரியணையின் முதன்மைத் துணையாக ராணுவமே இருந்தது. ஆண்டுகள் செல்லச்செல்ல அது மட்டுமே முழுமையான ஆதரவாகவும் ஆனது. ராணுவம் சிதறுண்ட நொடியில் ஷாவும் இல்லாமற் போனார். ராணுவம் என்ற பதத்தைப் பயன்படுத்த நான் தயங்குகிறேன். அது தவறான விளக்கங்களுக்கு இட்டுச் செல்லக்கூடும். இங்கிருப்பது உள்நாட்டுப் பயங்கரவாதத்தின் ஆயுதம். படைமுகாம்களில் வசிக்கும் காவல்துறை என்பது தவிர வேறில்லை. இந்தக் காரணங்களாலேயே ராணுவத்தின் வளர்ச்சியை நாடு அச்சத்துடனும் பீதியுடனும் உற்றுப் பார்க்கிறது. ஷா பழையதைக் காட்டிலும் தடிமனான சவுக்கைச் சுழற்றுகிறார். அது இன்றோ நாளையோ மக்களின் முதுகில் அதிக வீரியத்துடன் விழும் என்பதை உணர்ந்திருந்தது. ராணுவத்துக்கும் போலீசுக்கும் (இதில் எட்டுப் பிரிவுகள் இருந்தன.) இடையிலான வேறுபாடு பெயரளவிலானது. சர்வாதிகாரியின் ஆலோசகர்கள் என்ற நிலையில் ராணுவத் தளபதிகள் காவல்துறையின் எல்லாப் பிரிவுகளுக்கும் கட்டளை பிறப்பித்தார்கள். ராணுவம் அனுபவித்த சலுகைகள் ஸாவக்குகளுக்கு அளிக்கப்பட்ட சலுகைகளுக்குச் சிறிதும் குறைந்தவையல்ல. (ஒரு டாக்டர் நினைவு கூர்ந்தது இவ்வாறு: ‘பிரான்சில் படிப்பை முடித்து விட்டு

இரானுக்குத் திரும்பினேன். நானும் என் மனைவியும் திரைப்படம் பார்க்கச் சென்று டிக்கெட் வாங்குவதற்காக வரிசையில் காத்திருந்தோம். படைத்துறைப் பணியில் இல்லாத ஓர் அதிகாரி முன்னால் வந்து எல்லாரையும் தாண்டி டிக்கெட் கொடுக்குமிடத்துக்குப் போனார். நான் அதைக் குறை கூறினேன். அவர் என்னை நோக்கித் திரும்பிவந்து முகத்தில் அறைந்தார். நான் அதை வாங்கிக்கொண்டு நிற்க வேண்டியதாயிற்று. ஏனென்றால் என் சகவரிசைக்காரர்கள், எந்தவிதமான எதிர்ப்பும் என்னைச் சிறையில் அடைத்து விடும் என்று எச்சரித்திருந் தார்கள்.)

ஆக, ஷா சீருடையில் தம்மைப் பெருமைமிக்கவராக உணர்ந்திருந்தார். ஆயுளின் கணிசமான பகுதியை ராணுவத்துக்குத்தான் ஒதுக்கியிருந்தார். ஆயுத விற்பனையாளர்களும் உற்பத்தியாளர்களும் தங்கள் புதிய ரகத் தயாரிப்புகளைக் காட்சிப்படுத்தக் கொடுக்கும் விளம்பரங்களை ஏராளமாக வெளியிடும் மேற்கத்தியப் பத்திரிகைகளை வாசிப்பதே வருடக்கணக்காக அவருடைய வேலையாக இருந்தது. முகம்மது ரெஸா எல்லா இதழ்களுக்கும் சந்தா செலுத்தித் தருவித்து அட்டை முதல் அட்டைவரை வாசித்தார். தனக்கு விருப்பமான எல்லா விளையாட்டுப் பொம்மைகளையும் வாங்கும் பணம் கைக்கு வருவதற்குப் பல ஆண்டுகள் முன்னர், வாசிப்பில் மூழ்கியிருந்தபோது, இந்த டாங்கையோ அந்த விமானத்தையோ கொடுப்பார்கள் என்பது அவருக்கு வெறும் பகல் கனவாகவே இருந்திருக்கும். அமெரிக்கர்கள் இப்போது அள்ளிக் கொடுக்கிறார்கள் என்பது உறுதி. ஆனால் சில செனட்டர்கள் ஷாவுக்கு அபரிமிதமான ஆயுதங்களை அனுப்புவதைப் பற்றி ஓயாமல் பெண்டகனை விமர்சித்து வந்தார்கள். சிறிது காலம் கப்பல் சரக்கு நிறுத்தப்படும். மன்னருக்கு இப்போது எண்ணெய்ப் பணம் முழுவதும் வருவதால் பிரச்சனைகள் இல்லை. பத்திரிகைகளையும் ஆயுதப் பட்டியல்களையும் வாசிப்பதில் முன்னைவிட அதிகம் ஆழ்ந்திருக்கிறார். மிக அற்புதமான ஆர்டர்களின் பெருக்கு டெஹ்ரானிலிருந்து பாய்கிறது. இங்கிலாந்திடம் எவ்வளவு டாங்குகள் உள்ளன? ஆயிரத்து ஐநூறா? நல்லது, நான் இரண்டாயிரத்துக்கு ஆர்டர் கொடுக்கிறேன். புந்தேஷ்வெரில் எத்தனை பீரங்கிகள் இருக்கின்றன? ஆயிரமா? நல்லது, குறித்துக் கொள்ளுங்கள், எங்களுக்கு ஆயிரத்து ஐநூறு. பிரிட்டிஷ் ராணுவத்தையும் புந்தேஷ்வெரையும் விட நம்மிடம் ஏன் அதிகம் இருக்க வேண்டும்? ஏனெனில் உலகின் சிறந்த மூன்றாவது ராணுவம் நம்முடையதாக இருக்க வேண்டும். முதலாவதாகவோ இரண்டாவதாகவோ இருக்க முடியாமற்போவது வெட்கத்துக்குரியதுதான். ஆனால் மூன்றாவது இடம் நம்மால் அடையக் கூடியது. அதை நாம் அடைய வேண்டும். ஆக மீண்டும் ஒருமுறை, மனிதனால் வடிவமைக்கவும் தயாரிக்கவும் முடிந்த அதி நவீன ஆயுதத் தளவாடங் களைச் சுமந்து கொண்டு இரான் இருக்கும் திசைநோக்கிக் கப்பல்கள் நீராவி பறக்க ஊர்ந்தன. விமானங்கள் பறந்தன. டிரக்குகள் விரைந்தன. அதிக அளவு டாங்குகள் கொள்முதல் செய்யப்பட்டது எவ்வளவு கவர்ச்சிகரமானதோ அதே அளவு சிக்கலானது அவற்றுக்கான தொழிற்கூடங்களைக் கட்டுவது. ஆகவே விரைவிலேயே இரான் எல்லாவகையான போர்க் கருவிகளும் ராணுவத் தளவாடங்களும் வைக்கும் காட்சிக் கூடமானது. காட்சிக் கூடம் என்பதுதான் சரியான வார்த்தை. ஏனென்றால் நாட்டில் கிடங்குகள்

இல்லை. அவற்றை பராமரிக்கவும் பாதுகாக்கவும் வசதிகள் இல்லை. இந்தக் கண்காட்சிக்கு முன்மாதிரியும் கிடையாது. ஷிராஸிலிருந்து இஸ்ஃபஹான் வரை பயணம் செய்தால், நெடுஞ்சாலையின் வலப்புறமாக நூற்றுக்கணக்கான ஹெலிகாப்டர்கள் நிறுத்தப்பட்டிருப்பதை நீங்கள் இன்றும் பார்க்கலாம். அந்த இயந்திரங்களை மணல் மெல்லமெல்ல மூடிக்கொண்டிருக்கிறது.

புகைப்படம் 11

டெஹ்ரானில் உள்ள மெஹ்ராபாத் விமான நிலையத்தில் லூஃப்தான்ஸா விமானம் ஒன்று நிற்கிறது. ஒரு விளம்பரக் காட்சிபோலத் தெரிகிறது. எல்லா இருக்கைகளும் நிரம்பி விடுவதால் விளம்பரத்துக்கு அவசியமில்லை. விமானம் தினமும் காலை டெஹ்ரானிலிருந்து புறப்பட்டு நண்பகலில் ம்யூனிச்சை அடைகிறது. அங்கே காத்திருக்கும் சொகுசு வாகனங்கள் பயணிகளை ஆடம்பரமான உணவகங்களுக்கு அழைத்துச் செல்கின்றன. பகலுணவுக்குப் பிறகு அவர்கள் அனைவரும் அதே விமானத்தில் திரும்ப டெஹ்ரானுக்குப் பறந்து வந்து அவரவர் வீடுகளில் இரவுணவை அருந்துகிறார்கள். ஆடம்பரமான பொழுதுபோக்குத்தான். நிகழ்ச்சியில் பங்கேற்கச் செலவு தலைக்கு இரண்டாயிரம் டாலர்கள் மட்டுமே. ஷாவை அண்டியிருப்பவர்களைப் பொருத்தவரை அது ஒரு தொகையே அல்ல. உண்மையில் மாளிகையிலிருக்கும் சாதாரணர்கள்தாம் பகலுணவுக்காக ம்யூனிச்சுக்குச் செல்பவர்கள். உயர்பதவிகளில் இருப்பவர்கள் இதுபோன்ற தீராத அலுப்பூட்டும் நீண்ட பயணங்களை மேற்கொள்ள எப்போதும் விரும்புவதில்லை. அவர்களுக்காக, பாரீஸிலுள்ள மேக்ஸிம் உணவகத்திலிருந்து, சமையற்காரர்கள், பரிமாறுபவர்கள் சகிதம் ஏர் பிரான்ஸ் விமானம் பகலுணவைக் கொண்டு வருகிறது. அவர்களைப் பொருத்தவரை அந்த விநோதங்களும் அசாதாரணமானவை அல்ல. முகம்மது ரெஸாவும் அவரைச் சேர்ந்தவர்களும் குவித்து வைத்திருக்கும் தேவதைக் கதை அதிர்ஷ்டத்துடன் ஒப்பிட்டால் அந்தச் செலவுகள் அற்பமானவை. சாதாரண இரானியனின் பார்வையில் ஷாவின் பெரும் புரட்சியான மகத்தான நாகரிகம் மேட்டுக்குடியினரை ஊக்கப்படுத்தும் மகத்தான அழிவு மட்டுமே. அதிகாரத்திலிருந்த எல்லாரும் களவாடினார்கள். பதவியிலிருந்தும் திருடாத நபர் தன்னைச் சுற்றி ஒரு பாலைவனத்தை உருவாக்கிக் கொள்வார். எல்லாரும் அவரைச் சந்தேகத்துடன் பார்ப்பார்கள். யார் எவ்வளவு திருடுகிறார்கள் என்று அறிக்கை அனுப்பும் உளவாளியாகக் கருதினார்கள். ஏனெனில் அவர்களுக்கும் அந்த மாதிரியான அறிக்கை தேவைப்பட்டது. சொற்ப எண்ணிக்கையிலிருந்த திருடத் தெரியாதவர்களை ஆட்டத்தைக் கெடுப்பவர்கள் என்று எப்போதெல்லாம் முடியுமோ அப்போதெல்லாம் ஒதுக்கிக் கொண்டார்கள். எல்லா விழுமியங்களுக்கும் தலைகீழான அர்த்தங்கள் கொடுக்கப்பட்டன. நேர்மையாளராக இருக்க முயல்பவர் கூலி ஒற்றனாகப் பார்க்கப்பட்டார். தூய்மை அவமானத்துக்கும் இரட்டைநிலைக்கும் உரியதாகக் கருதப்பட்டதால் கறைபடியாத கரங்கள்

கொண்டவர் அவற்றை ஒளித்துக் கொள்ள நேர்ந்தது. சட்டைப்பைகளை நிரப்பிக் கொள்பவர்களே உயர்வானவர்கள். ஒரு தொழிற்சாலையை நிர்மாணிக்கவோ, வியாபாரம் தொடங்கவோ, பருத்தி சாகுபடி செய்யவோ ஒருவர் விரும்பினால் அந்த மூலதனத்தின் ஒரு பகுதியை ஷாவின் குடும்பத்தினருக்கோ அல்லது பிரமுகர் ஒருவருக்கோ கொடுத்தால் போதும். அரசவையின் ஆதரவால் மட்டுமே ஒரு வியாபார வாய்ப்புக் கிடைக்கும் என்பதால் அவர்களும் அதை மனமுவந்து கொடுத்தார்கள். பணமும் செல்வாக்கும் இருந்தால் நீங்கள் எந்தத் தடையையும் வெல்லலாம். செல்வாக்கை நீங்கள் விலைக்கு வாங்கலாம். பின்னர் உங்கள் எதிர்கால வளமைக்காகச் செல்வாக்கைப் பெருக்கிக் கொள்ளலாம்.ஷா, அவர் குடும்பத்தினர், அரசாங்கத்தின் மேல்மட்டத்தினர், ஆகியோர்வரை ஓடிய பணப்பெருக்கு கற்பனைக்கு எட்டாதது. ஷா குடும்பத்தினருக்குக் கொடுக்கப்பட்ட கையூட்டு சாதாரணமாக நூறு மில்லியன் டாலர்களுக்கும் அதிகம். பிரதமர்களும் அமைச்சர்களும் வாங்கிய கையூட்டு முப்பது முதல் ஐம்பது மில்லியன் டாலர்கள்.

கீழ் மட்டத்தில் கையூட்டின் அளவு குறைவானது; ஆனால் நிரந்தர மானது. விலைகள் உயரத் தொடங்கியதும் கையூட்டுகளும் அதிகரித்தன. ஈட்டிய வருவாய் மேலும்மேலும் ஊழல் என்ற பிள்ளை விழுங்கிக்கு இரையாகவே போகிறது என்று பொதுமக்கள் குறைப்பட்டார்கள். முன்காலங்களில் இரானில் பதவிகளை ஏலமிடும் வழக்கம் இருந்தது. ஆளுநருக்கு என்று நிச்சயிக்கப்பட்ட விலையை ஷா அறிவிப்பார். யார் அதிகத் தொகைக்கு ஏலம் கூறுகிறாரோ ஆளுநர் ஆவார். பிறகு அதிகாரத்துக்கு வந்த ஆளுநர் மன்னருக்குச் செலுத்திய தொகையைக் குடிமக்களிடமிருந்து (வட்டியுடன்) கொள்ளையடிப்பார். இப்போது அந்த வழக்கம் புதிய வடிவில் உயிர்ப்பிக்கப்பட்டது. ராணுவ காண்டிராக்டுகளைப் பேரம் பேச அனுப்பி மக்களை ஆட்சியாளர்கள் விலைக்கு வாங்குகிறார்கள்.

ஷாவின் பெருஞ்செல்வம் ஒரு புதிய வர்க்கத்தைத் தோற்றுவித்தது. (வரலாற்றாளர்களும் சமூகவியலாளர்களும் முன்னர் அறிந்திராத) பெட்ரோ பூர்ஷ்வாக்கள். பெட்ரோ பூர்ஷ்வாக்கள் உற்பத்தியில் ஈடுபடுவதில்லை. தடையற்ற நுகர்வு மட்டுமே அவர்களின் வேலை. இது ஓர் அசாதாரணமான சமூக நிகழ்வு. இந்த வர்க்க உயர்வு (நிலவுடைமை முறையிலிருந்தது போல) சமுதாய முரணையோ அல்லது (தொழிற் சமூகத்திலிருந்ததுபோல) போட்டியையோ சார்ந்தது அல்ல. ஷாவின் தயவையும் உதவியையும் பெறுவதற்கான வேற்றுமையையும் போட்டியையும் சார்ந்தது. இந்தப் பதவி உயர்வு ஒரு நாளிலும் வாய்க்கலாம்; சில நிமிடங்களிலும் நிகழலாம். யார் ஆட்சியாளரை மகிழ்வூட்டுகிறாரோ, யார் சிறப்பாகவும் உரக்கவும் பாராட்டுகிறாரோ, யார் தனது விசுவாசத்தையும் சரணாகதியையும் உறுதிப்படுத்துகிறாரோ அவர் பெட்ரோ பூர்ஷ்வா வர்க்கத்துக்கு உயர்த்தப்படுவார். இந்த ஒட்டுண்ணி வர்க்கம் மிக விரைவில் எண்ணெய் வருமானத்தில் கணிசமான பங்கைத் தன்னுடையதாக்கிக் கொண்டு நாட்டின் உடைமையாளராக மாறுகிறது. வர்க்க உறுப்பினர்கள் தமது சொகுசான வசிப்பிடங்களில், இரானின் விருந்தினர்களை மகிழ்வித்தனர். அவர்கள் (இரானியர்கள்)

ஐரோப்பிய மொழிகளைப் பேசுகிறார்கள். அவர்களைச் சார்ந்து நிற்க வேறென்ன சிறப்பான காரணங்கள் வேண்டும்? நாம் விவாதித்துக் கொண்டிருக்கும் இந்த வர்க்கம் தனது சொந்தத் தொழில்நிலை அதன் பளபளப்பைப்போலவே, சிறிது காலமே நீண்டிருக்கும் என்ற தற்காப்பு உணர்வின் முன் எச்சரிக்கையைக் கொண்டிருக்கிறது. அவ்வாறாக அது ஆரம்பத்திலிருந்தே பணப்பெட்டிகளின் மீதுதான் உட்கார்ந்திருக்கிறது. பணத்தை ஏற்றுமதி செய்து ஐரோப்பாவிலும் அமெரிக்காவிலும் சொத்துக்களை வாங்கிக் குவிக்கிறது. கைவசம் இருக்கும் பெரும் பணத்தைச் சொந்த மண்ணிலேயே வசதியான வாழ்க்கைக்காக ஒதுக்கியிருக்கலாம். வழியில் கடந்து செல்லும் யாரையும் முட்டாளாகக் கூடிய வகையில் போதுமான வசதிகளும் படாடோபமும் உள்ள ஆடம்பரக் குடியிருப்புகள் டெஹ்ரானில் எழும்ப ஆரம்பித்தன. பெரும்பாலான வீடுகளின் மதிப்பு மில்லியன் டாலர்களுக்கும் அதிகம். இந்தக் குடியிருப்புகள் மின்சாரமோ குடிநீர் வசதியோ இல்லாமல் மொத்தக் குடும்பமும் நெரிபடும் குடிசைகள் நிறைந்த மாவட்டங்களின் தெருக்களுக்கு அருகிலேயே வேர்விட்டு முளைத்தன. இந்தச் சலுகை நுகர்வும் சுயநல விளைவும் அமைதியாகவும் மறைமுகமாகவும் நடந்தேறியிருக்கலாம். சலுகைகளை அனுபவிக்கலாம். அதை ஆடம்பரமாகக் காண்பிக்காமலிருந்திருக்கலாம். விருந்து நடத்தும்போது முதலில் ஒரு திரையைப் போடுவது. பிரம்மாண்டமாக வீடு கட்டுவது. சரி, அதை அடர்ந்த காட்டுக்குள் யாரையும் சீண்டாதபடி கட்டியிருக்கலாம். ஆனால் இங்கே அவ்வாறு நடக்கவில்லை. இங்குள்ள வழக்கம் எல்லாரையும் குழப்புவது, மூச்சுத் திணறச் செய்வது என்று போகிறது. எல்லாவற்றையும் கடைபரப்புவது. எல்லாவற்றையும் வெட்டவெளிச்சமாக்கி மக்களைத் திகைக்க வைப்பது. அதன்மூலம் அவர்களை மண்டியிடச் செய்வது. அவர்களை அழிப்பது. துகளாக்குவது. ஏன் இவையெல்லாம்? யாரும் காணாத, கேட்டிராத விஷயங்கள் என்று கூறப்படுபவை ரகசியமாக வைக்கப்பட்டால் என்ன? கூடாது. அதை அப்படி வைப்பது அது இல்லை என்பதாகும். அதன் இருப்பைக் காண்பிக்க உங்கள் எக்காளத்தை உரக்க முழங்க வேண்டும். மற்றவர்கள் வந்து கண்கள் பிதுங்குமளவு மருட்சியுடன் அதைப் பார்க்க வேண்டும். ஆகவேதான் அதிகரித்துவரும் அமைதியும் வெறுப்பும் கொண்ட மனிதர்களின் பார்வைக்கு இந்தப் புதிய வர்க்கம் இரானிய 'இனிய வாழ்வு' கண்காட்சியை, அதற்குள்ளிருக்கும் அற்பத்தனம், பேராசை, வெறுப்பு மனநிலை ஆகியவற்றை மறைத்து உயர்த்திக் காட்டியது. இது அந்த வர்க்கத்துக்குள்ளேயே அதைத் தோற்றுவித்தவரையும் பாதுகாப்பவரையும் அழிக்கவிருக்கும் நெருப்பையும் மூட்டியது.

புகைப்படம் 12

இது புரட்சி நடைபெற்ற காலத்தில் எதிர்ப்பாளர்களில் ஒருவராக இருந்த ஓவியர் ஒருவர் தீட்டிய காரிகேச்சரின் மறுபதிவு. அது டெஹ்ரான்

நகரத் தெருவொன்றைக் காட்டுகிறது. அந்த நிழற்சாலை நெடுகிலும் பெட்ரோலை விழுங்கும் சாலைப் பன்றிகளான பெரிய அமெரிக்கக் கார்கள் ஊர்ந்து செல்கின்றன. நடைபாதைகளில் மக்கள் நிராசை படிந்த முகத்துடன் நின்றுகொண்டிருக்கிறார்கள். ஒவ்வொருவரும் கையில் காரின் (கதவுப் பிடி, ஃபேன் பெல்ட், கியர் ஷாஃப்ட் போன்ற) பாகங்களை ஏந்திக்கொண்டிருக்கிறார்கள். கார்ட்டூனுக்கு அடியிலுள்ள வாசகம் இது. 'ஒவ்வொருவருக்கும் ஒரு பெய்கான் (இரானிய சிக்கனக் காரின் பெயர்.) ஷாவிடம் பெருஞ்செல்வம் குவிந்தபோது எல்லா இரானியர்களுக்கும் கார் வாங்கும் வசதி வந்து விட்டதாக உரிமைகொண்டாடினார். அந்த வாக்குறுதி எப்படி நிறைவேற்றப் பட்டிருக்கிறது என்பதைக் கார்ட்டூன் காட்டுகிறது. தெருவுக்குமேல் ஒரு மேகத்தின் மீது உட்கார்ந்திருக்கும் ஷாவின் தலைக்கு மேலாக இந்த வாசகம் ஓடுகிறது. 'வளர்ச்சியை அறியாத நாட்டின் மீது முகம்மது ரெஸா கோபம் கொண்டிருக்கிறார்'. இரானின் மகத்தான நாகரிகத்தை எவ்வாறு ஒரு மாபெரும் அநீதி என்று விளக்கு கிறார்கள் என்பதை எடுத்துக்காட்டும் சுவாரசியமான ஓவியம் இது. ஒருபோதும் சமத்துவத்தை அறிந்திராத சமூகத்தில் இது இன்னும் பெரிய இடைவெளியை ஏற்படுத்தியது. ஷாக்களிடம் பிறரைக் காட்டிலும் பெருஞ்செல்வம் குவிந்திருந்தது என்பதில் ஐயமில்லை. ஆனால் அவர்கள் அதிபர்கள் அல்லர். அரசைக் கட்டுக் கோப்பாக வைத்துக் கொள்வதற்காக அவர்கள் நிறைய சலுகைகளை விற்றார்கள். ஷா நஸீருத்தீன் பாரீஸ் விபச்சார விடுதிகளுக்குக் கடன்பட்டிருந்தார். அதிலிருந்து மீண்டு நாடு திரும்ப, தொல்பொருள் ஆய்வுப் பயணத்துக்கான அனுமதியையும் அதில் கண்டெடுக்கப்படும் கலைப்பொருட்களை அவர்களே வைத்துக்கொள்ளும் உரிமையையும் பிரெஞ்சுக்காரர்களுக்கு விற்றார். அது கடந்த காலம். இப்போது எழுபதுகளின் இடைப்பகுதியில் இரான் பணபலம் மிக்க நீர்யானை. ஆனால் ஷா என்ன செய்கிறார்? பணத்தில் பாதி ராணுவத்துக்குச் செல்வாகிறது. கொஞ்சம் உல்லாசத்துக்கு. மீதி வளர்ச்சிக்கு. 'வளர்ச்சி' என்ற சொல்லின் பொருள் என்ன? வளர்ச்சி என்பது ஓர் அரூபமான கருத்தாக்கம். எதன் பெயரிலானாலும் எப்போதும் யாருக்கும் பொருந்தும். வளர்ச்சி ஒரு சமூகத்தைப் பொருளாதார வலிமையுடையதாக்கும். வாழ்க்கைத் தரத்தை மேம்படுத்தும். சுதந்திரமானதாகவும் நியாய உணர்வு கொண்டதாகவும் ஆக்கும். அதற்கு நேர்மாறானவற்றையும் செய்யக்கூடும். சர்வாதிகார (தங்களுடைய அக்கறைகள் காப்பாற்றப்படும் என்று உத்தரவாதம் அளிக்கும் அரசுகளுடனேயே மேல்தட்டு வர்க்கம் அடையாளம் காட்டிக் கொள்ளும்) சமூகங்களில் வளர்ச்சி எதேச்சாதிகாரத்தை மீண்டும் நிலைநிறுத்துவதையும் அடக்குமுறைக் கருவிகளை பலப்படுத்துவதையும் மக்களை அடிமைப்படுத்துவதையும் உயிர்ப்பின்மையை உருவாக்குவதையும் குழப்பத்தை ஏற்படுத்துவதையும் மானிட இருப்பை வெறுமையாக்குவதையுமே குறிக்கோளாகக் கொண்டிருக்கும். இரானில் உருவாக்கப்பட்டு விற்பனை செய்யப்பட்ட மகத்தான நாகரிகம் அந்த வழியில்தான் செயல்பட்டது. மேற்சொன்ன வளர்ச்சி மாதிரியை நிர்மூலமாக்க பெரும் தியாகங்கள் மேற்கொண்டு எழுச்சி பெற்று நின்றார்கள் என்பதற்காக இரானியர்களை எவராது குற்றம் சாட்ட இயலுமா?

குறிப்புகளிலிருந்து 6

ஒரு ஷியா முதன்மையாக வெறிபிடித்த சந்தர்ப்பவாதி. ஆரம்பத்தில் ஷியாக்கள், முகம்மது நபியின் மருமகனும் இறைத் தூதரின் அன்பு மகள் ஃபாத்திமாவின் கணவனுமான அலியின் தோழர்களும் ஆதரவாளர்களும் அடங்கிய சிறு குழுவாக இருந்தனர். ஆண் வாரிசு இல்லாமலும் தமது வாரிசாக எவரையும் தெளிவாக நியமிக்காமலும் முகம்மது மறைந்தார். இறைத்தூதரின் வாரிசுரிமை குறித்தும் இஸ்லாமிய உலகின் முதன்மையான நபராகக் கருதப்படும் கலீபா என்னும் அல்லாஹுவில் நம்பிக்கை கொண்டவர்களின் தலைவராக யார் வருவார்கள் என்பது குறித்தும் முஸ்லிம்கள் சஞ்சலமடையத் தொடங்கினார்கள். அலியே இறைத்தூதர் குடும்பத்தின் ஒரே பிரதிநிதி; முகம்மதுவின் இரு பேரப் பிள்ளைகளான ஹசன், ஹுசேனின் தந்தை. எனவே தலைவர் பதவிக்கு அவரது கட்சி (ஷியா என்றால் கட்சி என்று பொருள்) ஆதரவாளர்கள் அவரையே ஆதரித்தார்கள். எனினும் பெரும்பான்மையினரான சுன்னி முஸ்லிம்கள் ஷியாக்களின் குரலை இருபத்து நான்கு ஆண்டுகளாக உதாசீனம் செய்தார்கள். அபூபக்கர், உமர், உதுமான் மூவரையே அடுத்தடுத்த கலீபாக்களாகத் தேர்ந்தெடுத்தார்கள். இறுதியில்தான் அலி கலீபா ஆனார். கொலையாளி ஒருவன் விஷம் தோய்ந்த பட்டாக் கத்தியால் அவரது கபாலத்தைப் பிளந்தான். அதனால் அவரது கலீபா ஆட்சி ஐந்தே ஆண்டுகளில் முடிவடைந்தது. அலியின் இரு புதல்வர்களில் ஹசன் விஷமூட்டிக் கொல்லப்பட்டார். ஹுசேன் போர்க்களத்தில் வீழ்த்தப்பட்டார். அலி குடும்பத்தினரின் மரணம், சுன்னி உமாயத், அபாசித், ஒட்டாமன் பேரரரசுகளின் வழியே தொடர்ந்த அதிகாரத்தைப் பெறும் வாய்ப்பைப் பாழாக்கியது. எளிமையும் பணிவும்கொண்டதாக முகம்மது எண்ணியிருந்த கலீபா ஆட்சி இப்போது பரம்பரை மன்னராட்சியாக மாறியது. இந்தச் சூழலில் எளியவர்களும் விசுவாசிகளும் ஏழைகளுமான ஷியாக்கள் வெற்றியாளர்களான கலீபாக்களின் புதுப் பணக்கார வாழ்க்கையால் அதிர்ச்சியடைந்தனர்; எதிர்க்கத் துணிந்தனர்.

இவையனைத்தும் நிகழ்வது ஏழாம் நூற்றாண்டின் இடைப்பகுதியில். ஆனால் அவை வரலாற்றில் இன்றுவரை உயிர்ப்புடனும் உணர்ச்சியுடனும் இருக்கின்றன. பக்தி நிறைந்த ஷியா ஒருவர் தமது நம்பிக்கையைக் குறித்துப் பேசும்போது அந்த நீண்ட வரலாறுகளுக்கே திரும்பச் செல்கிறார். ஹுசேனின் சிரம் கொய்யப்பட்ட கர்பலா படுகொலையைக் கண்ணீர் வழிய நினைவுகூர்கிறார். சந்தேகவாதியும் அங்கத உணர்வும் கொண்ட ஐரோப்பியன் ‘கடவுளே, அதற்கெல்லாம் இன்று என்ன அர்த்தமிருக்கிறது?’ என்று யோசிக்கிறான். அந்த எண்ணங்களை வெளியில் உரக்கச் வெளிப்படுத்தினால் ஷியாக்களின் கோபத்தையும் வெறுப்பையும் தூண்டிவிடுபவன் ஆகிறான்.

உண்மையில் ஷியாக்களுக்கு வாய்த்தது அவலமான விதியே. தொடரும் வரலாற்றுப் பிழைகளாகவும் துரதிர்ஷ்டங்களாகவும் அந்த

அவலம் அவர்களது பிரக்ஞையில் பதிந்திருக்கிறது. நூற்றாண்டுகளாக நன்மைகள் எதுவும் வந்துசேராத பல சமுதாயங்களை இந்த உலகம் கொண்டிருக்கிறது. அவர்கள் கையிலிருந்து ஒவ்வொன்றும் நழுவிப் போயின. நம்பிக்கையின் ஒளிக்கதிர் ஒவ்வொன்றும் சுடர் விடத் தொடங்கிய உடனேயே அணைந்தும் போயின. இந்த மக்கள் அபாயத்தின் அடையாளமானார்கள். ஷியாக்களும் அந்த வகையினர்தாம். இந்தக் காரணங்களால்தான் அவர்கள் தீவிரமானவர்களாகவும் தங்களுடைய விவாதங்கள், கொள்கைகள்மீது துக்கமும் (இது ஓர் அபிப்பிராயம் மட்டுமே) ஆத்மார்த்தமுமான விடாப் பற்றுக் கொண்டவர்களாகவும் இருக்கிறார்கள்.

ஷியாக்கள் (மொத்த முஸ்லிம் மக்கட் தொகையில் ஷியாக்கள் தோராயமாகப் பத்தில் ஒரு பங்கினர்; மீதியுள்ளவர்கள் சுன்னிகள்) எதிர் அணிக்குச் சென்ற உடனேயே துன்புறுத்தல் தொடங்குகிறது. நூற்றாண்டுகளாகத் தங்களுக்கு எதிராக நடத்தப்பட்ட கொலை கொள்ளை நினைவுகளில் அவர்கள் இன்றுவரை வாழ்ந்து வருகிறார்கள். எனவே சேரிப் பகுதிகளில் ஒதுங்குகிறார்கள். தங்களுக்கு மட்டுமே புரியும் சமிக்ஞைகளைப் பயன்படுத்துகிறார்கள். தந்திரமான நடத்தைகளைக் கைக்கொள்கிறார்கள். இருந்தும் அவர்கள் தலைமேல் அடிகள் விழுந்துகொண்டே இருக்கின்றன.

மெல்லமெல்ல அவர்கள் வாழ்வதற்கு அதிக வாய்ப்புள்ள பாதுகாப்பான இடங்களைத் தேடத் தொடங்குகிறார்கள். தொடர்புகள் அரிதாகவும் மந்தமானதாகவும் இருந்த,தூரமும் வெளியும் தனிமைப்படுத்தும் கருவியாகவும் பிரிவினைச் சுவராகவும் இருந்த அந்தக் காலத்தில், அதிகார மையத்தை (முதலில் டமாஸ்கஸ் பின்னர் பாக்தாத்) விட்டுத் தங்களால் எவ்வளவு முடியுமோ அவ்வளவு தொலைவுக்குச் செல்ல முயல்கிறார்கள். மலைப் பகுதிகளிலும் பாலைவனங்களிலுமாக உலகெங்கும் சிதறியிருக்கிறார்கள். படிப்படியாகக் கீழிறங்கித் தலைமறைவு வாழ்க்கை மேற்கொண்டார்கள். ஆகவேதான் ஷியாக்கள் இன்றும் புலம்பெயர்ந்தவர்களாகவே இருக்கிறார்கள். நம்பவியலாத கைவிடல், தன்னம்பிக்கை, ஆன்மீக பலம் ஆகிய படலங்களால் நிறைந்தது ஷியாக்களின் காவியம். அலையும் சமூகத்தின் ஒரு பகுதி கிழக்கு நோக்கி முன்னேறுகிறது. டைக்ரீஸ், யூப்ரடீஸ் நதிகளைக் கடந்து ஜக்ரோஸ் மலைத்தொடரைத் தாண்டி இரானியப் பாலைவனச் சமவெளியை அடைகிறது.

இந்தச் சமயத்தில் நூற்றாண்டுகளாக பைசாந்தியர்களுடன் நடத்திய போர்களால் இரான் வலிமை குன்றிப் பாழ்பட்டிருந்தது. புதிய நம்பிக்கையான இஸ்லாமைப் பரப்பி வந்த அரேபியர்களால் கைப்பற்றப்பட்டிருந்தது. தொடர் யுத்தங்களுக்கு நடுவே இந்தச் செயல்பாடும் மெல்ல முன்னேறிக்கொண்டிருந்தது. ஆட்சி செய்து கொண்டிருந்த சாசானிய வம்சத்தின் மதமான ஜராஷ்டிரியமே இரானியர்களின் அதிகாரப்பூர்வ மதமாக இருந்தது. இப்போது இதோ இன்னொரு அதிகாரப்பூர்வமான மதத்தை அவர்கள் மேல் திணிக்கும் முயற்சி. அந்நிய ஆட்சியுடன் தொடர்புள்ள புதிய மதம் – சுன்னி இஸ்லாம். இது வாணலிக்குத் தப்பி அடுப்பில் விழுந்த கதையாகிறது.

உண்மையில் இந்த நொடியில்தான் ஏழைகளும் பலவீனர்களும் சிதைந்து போனவர்களும் அதுவரை வாழ்ந்த நரகத்தின் தடயங்களைச் சுமப்பவர்களுமான ஷியாக்கள் தோன்றினார்கள். ஷியாக்களே உண்மையான முஸ்லிம்கள், (அவர்களே சொல்லிக் கொள்வதுபோல) நியாய உணர்வுள்ள முஸ்லிம்கள், ஓர் உண்மையைக் காப்பாற்ற உயிரையும் கொடுக்க ஆயத்தமாக இருக்கும் ஒரே பாதுகாவலர்கள் என்று இரானியர்கள் கண்டறிந்தார்கள். சரிதான், நல்லது, எங்களை வெற்றிகொண்டிருக்கும் உங்கள் சகோதரர்களான அராபியர்கள் குறித்து என்ன சொல்கிறீர்கள்? சகோதரர்களா? என்று ஆத்திரமடைந்து ஷியாக்கள் அலறுகிறார்கள். அந்த அரபிகள் சுன்னிகள். கள்வர்கள், எங்களைக் குற்றம்சாட்டுபவர்கள். அலியைக் கொன்று அதிகாரத்தைக் கைப்பற்றியவர்கள். நாங்கள் அவர்களை ஏற்றுக்கொள்வதில்லை. நாங்கள் அவர்களுக்கு எதிரானவர்கள். இந்தப் பிரகடனத்துக்குப் பிறகே ஷியாக்கள் இரானியர்களிடம் நீண்ட பயணத்துக்குப் பிறகு இளைப்பாறுவதற்கு இடத்தையும் பருகுவதற்குக் குளிர்ந்த நீரையும் கேட்கிறார்கள்.

அந்த வெறும்கால் புதியவர்கள் செய்த பிரகடனம் இரானியர்களைச் சிந்திக்கத் தூண்டுகிறது. நீங்கள் நிறுவன முஸ்லிமாக இல்லாமலே முஸ்லிமாக இருக்க இயலும். மேலும் சொன்னால் எதிர்ப்பாளரும் முஸ்லிமாக இருக்க முடியும் அது உங்களை மேலும் சிறந்த முஸ்லிமாக்குகிறது. இரானியர்கள் ஏழைகளும் அநியாயமிழைக்கப்பட்டவர்களுமான ஷியாக்கள் மேல் பரிவு கொள்கின்றனர். அந்தக் கணத்தில் இரானியர்களும் ஏழைகளாகவும் அநியாயம் இழைக்கப்பட்டவர்களுமாக இருக்கிறார்கள். போரால் சிதைக்கப்பட்டிருக்கிறார்கள். ஆக்கிரமிப்பாளரால் அவர்களுடைய நாடு கட்டுப்படுத்தப்பட்டிருக்கிறது. ஆகவே தங்குமிடம் தேடியும் ஆதரவை நாடியும் வந்த தலைமறைவாளர்களுடன் ஒரு பொதுமொழியைக் கட்டுகிறார்கள். ஷியா போதகர்களின் பேச்சை இரானியர்கள் கவனமாகக் கேட்கிறார்கள். இறுதியில் அவர்களது நம்பிக்கை நெறியை ஏற்றுக்கொள்கிறார்கள்.

இந்தக் கைதேர்ந்த மாற்றத்திலும் இரானியர்களின் அறிவுத் திறனையும் சுதந்திர உணர்வையும் ஒருவர் காண இயலும். எந்த விதமான அடிமை நிலையிலும் தங்களது சுதந்திரத்தைப் பாதுகாத்துக்கொள்ளும் திறமை அவர்களுக்கு இருக்கிறது. நூற்றாண்டுகளாக இரானியர்கள் ஆக்கிரமிப்பாலும் அடக்குமுறையாலும் பிரிவினையாலும் பாதிக்கப்பட்டவர்கள். நூற்றாண்டுகளாக அந்நியர்களால் அல்லது அந்நிய அதிகாரங்களை அண்டியிருந்த உள்நாட்டு அரசுகளால் ஆளப்பட்டவர்கள். இருந்தும் தங்கள் பண்பாட்டையும் மொழியையும் பாதுகாத்துக்கொண்டார்கள். தங்களுடைய மதிப்புக்குரிய ஆளுமையையும் அதே அளவுக்கு இரங்கத்தக்க சூழல்களின் சாம்பலிலிருந்து மறுபிறப்பெடுத்து எழும் மனத் திண்மையையையும் பாதுகாத்துக்கொண்டார்கள். பதிவு செய்யப்பட்டிருக்கும் இரண்டாயிரத்து ஐநூறு ஆண்டுக்கால வரலாற்றில் உடனடியாகவோ தாமதமாகவோ அவர்களை ஆண்டு விடலாம் என்ற அகந்தையுடன் வந்த எவரையும் இரானியர்கள் புறந்தள்ளியிருக்கிறார்கள்.

சில தருணங்களில் கலகம், புரட்சி ஆகிய ஆயுதங்களை நாடி யிருக்கிறார்கள். அந்த அவலங்களுக்கு ரத்தத்தின் மூலம் தீர்வைச் செலுத்தியிருக்கிறார்கள். சில தருணங்களில் சமாதானப் போராட்டத் தந்திரத்தைத் தொடர்ச்சியாகவும் தீவிரமான முறையிலும் பயன்படுத்தி யிருக்கிறார்கள். ஓர் அதிகார அமைப்பின்மீது ஏமாற்றம் கொள்ளும்போதும் அதுவே பொறுத்துக்கொள்ள முடியாமற் போகும் போதும் மொத்த தேசமே உறைந்து போகிறது. மொத்த நாடே மறைந்து போகிறது. அதிகாரம் ஆணையிடுகிறது. ஆனால் யாரும் பொருட்படுத்துவதில்லை. அது குரலை உயர்த்துகிறது. அது வனாந்தரத்தில் ஒருவர் அழுவதுபோல் ஆகிறது. பின்னர் அதிகாரம் சீட்டு மாளிகைபோல வீழ்கிறது. ஒன்றை ஏற்றுக் கொள்வது; அதைத் தன்மயமாக்குவது. மிகவும் பொதுவான இரானியத் தந்திரம் இது. ஒருவகையில் இந்தச் செயல்பாடு அந்நிய வாளை இரானியர்களின் சொந்த ஆயுதமாக மாற்றுகிறது.

அராபியர்களின் ஆக்கிரமிப்பும் அவ்வாறுதான் ஆகிறது. ஆக்கிரமிப்பாளர்களிடம் அவர்கள் கேட்கிறார்கள். இங்கே இஸ்லாம் வர வேண்டும். சரி வரட்டும். ஆனால் அது எங்களுடைய தேசிய வடிவில் இருக்க வேண்டும். சுதந்திரமான, புரட்சிகரமான வடிவில் இருக்க வேண்டும். அது ஒரு நம்பிக்கை நெறியாக இருக்கலாம். ஆனால் எங்களுடைய ஆன்மாவை, எங்களுடைய கலாச்சாரத்தை, எங்களுடைய சுதந்திரத்தை வெளிப்படுத்தும் இரானிய நெறியாகவே இருக்கும். இந்தத் தத்துவம்தான் இஸ்லாமை ஏற்றுக் கொள்வதற்கான இரானிய தீர்மானத்தின் அடிச்சரடு. ஷியாயிசம் என்ற மாற்றுவடிவில் அவர்கள் இஸ்லாமை ஏற்றுக் கொண்டார்கள். அந்த நாட்களில் ஷியாயிசம் அநீதிக்குக் ஆக்கிரமிப்புக்கும் ஆளானவர்களின் நம்பிக்கை நெறியாக இருந்தது. போராட்டத்துக்கும் எதிர்ப்புக்கும் கருவியாகவும் தங்களது தனித்துவத்தையும் கண்ணியத்தையும் காப்பாற்ற எந்தத் துயருக்கும் தயாரான அடங்காதவர்களின் சித்தாந்தமாகவும் இருந்தது. ஷியாயிசம் இரானியர்களின் ஏக தேசிய மதமாக மாறியது மட்டுமல்ல; அவர்களுக்கு புகலிடமாகவும் அடைக்கலமாகவும் போராட்டம், விடுதலை ஆகியவற்றின் சரியான நொடிகளில் தேசிய இருப்பாகவும் ஆகவிருந்தது.

இஸ்லாமியப் பேரரசின் ஆகப் பதற்றமான பிரதேசமாக இரான் தன்னை உருமாற்றிக்கொள்கிறது. இங்கே எப்போதும் யாரோ சதித் திட்டம் தீட்டிக்கொண்டிருக்கிறார்கள். எப்போதும் ஏதாவது கலகம் நிகழ்ந்துகொண்டிருக்கிறது. முகமூடியணிந்த பிரச்சாரகர்கள் தோன்றுகிறார்கள்; மறைகிறார்கள். ரகசியக் கையேடுகளும் துண்டறிக்கை களும் சுற்றுக்கு விடப்படுகின்றன. அதிகார ஆக்கிரமிப்பாளர்களின் பிரதிநிதிகளான அரபு ஆளுநர்கள் பீதியைப் பரப்புகிறார்கள். ஆனால் அது அவர்களின் உள்நோக்கத்துக்கு நேர்மாறான விளைவுகளில் முடிகிறது. அதிகாரபூர்வ அச்சுறுத்தலுக்குப் பதிலடியாக இரானிய ஷியாக்கள் திரும்பத்திரும்பத் தாக்கத் தொடங்குகிறார்கள். ஆனால் நேருக்குநேராக அல்ல. அவ்வாறான தாக்குதலில் அவர்கள் பலவீனர்களாக இருந்தார்கள். இப்படி ஒரு சொல்லைப் பயன்படுத்தலாம் என்றால்,

ஷியா சமூகத்தின் ஒரு பகுதியை விளிம்புநிலைப் பயங்கரவாதிகள் என்று சொல்லலாம். இன்றைய நாள் வரையிலும் அச்சத்தையோ இரக்கத்தையோ அறியாத பயங்கரவாத அமைப்புகள் இரானில் செயல்படுகின்றன. அயதுல்லாக்கள் நடத்தியதாகக் பழிகூறப்படும் கொலைகளில் பாதிக்கும் மேற்பட்டவை இந்தப் பயங்கரவாதக் குழுக்கள் நடத்தியவையே. தனிப்பட்ட பயங்கரவாதத்தைக் கொள்கையாகவும் நடைமுறையாகவும் பின்பற்றியவர்களாகவே ஷியாக்களைப் பொதுவாக வரலாறு மதிப்பிடுகிறது.

உணர்ச்சி வேகம், பழைமைவாதம், கோட்பாட்டுத் தூய்மை ஆகியவற்றின் மீதான வெறித்தனமான ஈடுபாடு – இவையே ஷியாக்களின் இயல்பைக் கட்டமைக்கின்றன. துன்புறுத்தப்பட்டுச் சேரிகளுக்குள் தள்ளப்படும் குழுக்களுக்கும் இதே குணத்தை அளித்தன. தமது இருப்புக்காகப் போராடச் செய்தன. துன்புறுத்தப்படும் மனிதர் தனது தேர்வில் சரி என்று நம்பும் ஓர் அசைக்கவியலாத நம்பிக்கை இல்லாமல் வாழ முடியாது. அந்தத் தேர்வுக்குத் தன்னைக் கொண்டு செல்லும் விழுமியங்களை அவர் காப்பாற்றி ஆக வேண்டும். அவ்வாறாக, ஷியாக்களுக்கு ஒரு பொதுக் குணம் இருக்கிறது. அதை இப்படிச் சொல்லலாம்: ஷியாக்கள் அனைவரும் அதி தீவிர இடதுசாரிகள். ஒரு மதத்தின் அடிப்படைவாதப் பிரிவு, அதன் இணை மதங்களின் பிரிவுகளை நலிந்தவை, நம்பிக்கை நெறியின் கட்டளைகளை மேலோட்டமாகக் கருதுபவை, சூழ்நிலையைச் சாதகமாகப் பயன்படுத்திக் கொள்பவை என்று எப்போதும் குற்றம்சாட்டி வெளியேற்றத் தொடங்குகிறது. பிளவு முற்றியதும் உணர்ச்சிக் கொந்தளிப்புள்ள ஆதரவாளர்கள் இஸ்லாமின் எதிரிகளை அழிக்கவும் சகோதரர்களின் துரோகத்துக்கும் சோம்பலுக்கும் ரத்தத்தால் மீட்புத் தேட (அவர்களும் அதிலேயே மடிகிறார்கள்) ஆயுதமேந்துகிறார்கள்.

இரானிய ஷியாக்கள் ஏறத்தாழ எண்ணூறு ஆண்டுகளாக, நிலத்தடிக் கல்லறைகளில் தலைமறைவாக வாழ்ந்துகொண்டிருந்தார்கள். அவர்கள் வாழ்க்கை ஆரம்ப காலக் கிறித்தவர்களின் துயரங்களையும் சோதனைகளையும் நினைவுகூரச் செய்கின்றன. சிலவேளைகளில் இறுதியான அழித்தொழிப்பு அவர்களுக்காகக் காத்திருந்தது போன்று மொத்தமாக அறுபட்டுப் போனார்கள். ஆண்டுக்கணக்காக மலைகளில் அடைக்கலம் தேடிக்கொண்டிருந்தார்கள். குகைகளுக்குள் வளைபறித்துப் பதுங்கிக்கொண்டிருந்தார்கள். பட்டினியால் மடிந்து கொண்டிருந்தார்கள். இத்தனை காலங்களாக உயிர் பிழைத்திருக்கும் அவர்களது பாடல்கள் துக்கம் நிறைந்த உலகத்தின் முடிவை முன்னறிவிக்கின்றன.

ஆனால் அமைதி நிலவிய காலங்களும் இருந்தன. பின்னாட்களில் இஸ்லாமியப் பேரரசை எதிர்ப்பவர்கள் அனைவருக்கும் இரான் புகலிடமானது. உலகத்தின் சகல மூலைகளிலிருந்தும் அடைக்கலம் தேடியும் ஆதரவு நாடியும் சதியாலோசனையில் ஈடுபட்ட ஷியா பிரிவுகளின் இடையில் சார்புகொள்ளவும் ஆட்கள் வந்தனர். மகத்தான ஷியா 'சதி ஆலோசனைப் பள்ளி'யில் பாடங்களைக் கற்றனர். எடுத்துக் காட்டாக, உயிவாழ்தலுக்கான கொள்கைமுறையான தக்கியா[3]வில்

---

3. தக்கியா – பக்கிரி வாழ்க்கை

தேர்ச்சி பெற்றனர். வலிமையான எதிராளியை விஞ்சி நிற்பவனாககவும் நடைமுறையிலிருக்கும் மதத்தை ஏற்றுக்கொள்ளவும் தனக்கும் தன்னைச் சார்ந்தவர்களுக்கும் நன்மை செய்யும் காலம் முழுதும் அவனை நம்பிக்கையாளன் என்று புகழப்படவும் இந்தக் கொள்கை ஷியாவை அனுமதிக்கிறது. எதிரிகளை இலக்கற்றவர்களாக்கும் கொள்கையான கித்மானை[4]யும் ஷியாயிசம் கற்பிக்கிறது. தன்னுடைய நம்பிக்கையுடன் அவன் முரண்படலாம்; ஆபத்தான கட்டத்தில் தானொரு முட்டாள் என்று நடிக்கலாம். அவற்றையும் அது அனுமதிக்கிறது. இவ்வாறாக, மனக்குறை கொண்டவர்கள், கலகக்காரர்கள், பல்வேறு வகையான துறவிகள், மத எதிர்ப்புக் கொள்கையாளர்கள், தழும்பேறியவர்கள், சித்தர்கள், ஜோதிடர்கள் போன்றவர்களால் இரான் மத்தியகால மெக்காவைப்போல மாறுகிறது. கற்றுக் கொடுக்கவும் தியானம் செய்யவும் தொழுகை நடத்தவும் ஆறுதல் மொழி சொல்லவுமாக அவர்கள் எல்லாச் சாலைகளிலும் பெருக்கெடுத்து வந்தார்கள். பள்ளிக்கூடத்தில் நான் தீவிர பக்தனாக இருந்தேன் என்கிறார் ஓர் இரானியர். என் தலையைச் சுற்றி ஒருவட்டம் சுழல்வதாக எல்லா மாணவர்களும் நினைத்தார்கள் என்கிறார். சவாரி செய்துகொண்டிருந்தபோது தவறி ஒரு செங்குத்தான பாறைச் சரிவில் விழுந்ததாகவும் ஒரு புனிதர் தன்னைக் காப்பாற்றக் கரம் நீட்டியிராவிட்டால் தான் இறந்திருப்பேன் என்று எழுதும் ஒரு ஐரோப்பியத் தலைவரைக் கற்பனையில் முயன்றால்தான் பார்க்க இயலும். ஆனால், இரானின் கடைசி ஷா இது போன்ற காட்சியைத் தனது புத்தக மொன்றில் எழுதுகிறார். அதை எல்லா இரானியர்களும் சிரத்தையாக வாசிக் கிறார்கள். எண் ஜோதிடம், சகுனங்கள், குறியீடுகள், ஆரூடங்கள், நிமித்திகங்கள் போன்ற மூடநம்பிக்கைகள் இங்கே ஆழ வேரூன்றியிருக்கின்றன.

பதினாறாம் நூற்றாண்டில் சாஃபாவித் வம்சத்தைச் சேர்ந்த ஆட்சியாளர்கள் ஷியாயிசத்துக்கு அரசு மதம் என்ற தகுதியை வழங்கினார்கள். வெகுமக்களின் எதிர்ப்புக் கோட்பாடாக இருந்த ஒன்று எதிர்ப்பு அரசின் கோட்பாடாக மாறியது. ஒட்டாமன் பேரரசின் சுன்னியிச ஆதிக்கத்தை இரானிய அரசு எதிர்த்தது. நாளடைவில் மன்னராட்சிக்கும் சுன்னியிசத்துக்கும் இடையிலான உறவு மேலும் சீரழிந்தது.

ஷியாக்கள் கலீபாக்களின் அதிகாரத்தை மட்டும் புறக்கணிக்கவில்லை; எந்த அதிகாரத்தையும் அவர்களால் ஏற்க முடியவில்லை என்பது குறிப்பிடத்தக்கது. தங்கள் மதத் தலைவர்களான இமாம்கள் (அவர்களில் ஒருவர் ஒன்பதாம் நூற்றாண்டில் இந்த உலகை விட்டுப் பிரிந்தவர்) மீது மட்டுமே நம்பிக்கை கொண்ட மக்கள் என்ற விநோதத்தைக் கொண்ட நாடு இரான்.

இங்குதான், தனது விசுவாசிகளின் நம்பிக்கைக்குரிய நடவடிக்கையான ஷியாயிசத்தின் சாரத்தைக் கண்டடைகிறோம். கலீபாக்களின் ஆட்சி அதிகாரத்தை வென்றெடுக்க ஷியாக்களால் இயலவில்லை. அவர்களுக்குப் புறமுதுகு காட்டினர். எனினும் தங்கள் மார்க்கத்தின் தலைவர்களாக இமாம்களைத் தவிர வேறு யாரையும் அவர்கள் ஏற்றுக்கொள்ளவில்லை, அலியே முதலாவது இமாம் ஆவார். அவரது புதல்வர்களான ஹசனும்

4. கித்மான் – பிரச்சாரம் செய்யாமல் அருளப்பட்டதை மறைத்தல்

ஹுசேனும் இரண்டாவதும் மூன்றாவதும் இமாம்கள். இந்த வரிசை பன்னிரண்டு இமாம்கள் வரை நீண்டது. கலீபாக்களால் ஆபத்தான எதிரிகள் என்று கருதப்பட்ட இந்த இமாம்கள் அனைவரும் அவர்களால் வன்முறைச் சாவுகளையே அடைந்தனர். பன்னிரண்டாமவரும் இறுதி இமாமுமான முகம்மது மரணமடையவில்லை என்றும் இராக்கிலுள்ள சமாரா மசூதிக்கு அடியிலிருக்கும் குகைக்குள் மறைந்தார் என்றும் ஷியாக்கள் நம்புகிறார்கள். இது நிகழ்ந்தது 878 ஆம் ஆண்டில். அவர் மறைந்திருக்கும் இமாம்; காத்திருந்த ஒருவர். உரிய காலம் வரும்போது பூமியில் நீதியின் பேரரசை நிலைநிறுத்துவதற்காக மஹ்தியாகத் (இறைவனால் வழிநடத்தப்படுபவராக) தோன்றுவார். அதன் பின்னர் இந்த உலகம் அழிந்துபோகும் என்று ஷியாக்கள் நம்புகிறார்கள். தங்கள் ஆன்மீக வலிமையைக் காத்திருந்த ஒருவரிடமிருந்தே பெறுகிறார்கள். அந்த நம்பிக்கைக்காக வாழ்கிறார்கள், சாகிறார்கள். அநீதி இழைக்கப்பட்டவர்களின் எளிய ஆசை இது. அதன் வாயிலாகத் துன்பத்தில் உழலும் சமூகம் நம்பிக்கை கொள்கிறது. அதற்கும் மேலாக அந்தச் சமூகத்தின் வாழ்வுணர்வே அந்தச் சிந்தனையில்தான் அடங்கியிருக்கிறது. காத்திருந்த ஒருவர் எப்போது தோன்றுவார் என்று நமக்குத் தெரியாது. அது எந்த விநாடியிலும் நிகழலாம். ஏன் இன்றும்கூட. அப்போது கண்ணீர் மறையும். ஒவ்வொருவரும் பெரும்கூட்டத்திலும் தமக்கான இடத்தைப் பெறுவார்கள்.

காத்திருந்த ஒருவரே ஷியாக்கள் தங்களை முழுமையாக ஒப்புக்கொடுக்க விரும்பும் ஒரே தலைவர். அதன் அடுத்த நிலையில் தங்கள் மதப் படகைச் செலுத்தும் படகோட்டிகளான அயதுல்லாக்கள். இன்னும் தாழ்ந்த படியில் ஷா. ஏனெனில் காத்திருந்த ஒருவர் போற்றப்படுபவர். வழிபாட்டின் மையம் அவர். ஷா என்பவர் பொறுத்திருப்பவர்களில் சிறந்தவர்.

சாஃபாவித் காலம் முதலே, மன்னராட்சி, மசூதி ஆகிய இரண்டு அதிகார அமைப்புகள் இரானில் இருந்து வருகின்றன. இந்த இரு சக்தி களுக்குமான உறவு முரண்பாடானது. ஒருபோதும் இந்த இரண்டும் அதிக நட்புணர்வு கொண்டிருந்ததில்லை. இரண்டு சக்திகளுக்கும் இடையிலான சமநிலை குலையுமானால் ஷா, (அடக்குமுறை மூலமோ வெளிநாட்டு ஆதரவுடனோ) தனது அதிகாரத்தைக் கையாளுவார். அப்போது மக்கள் மசூதிகளில் கூட்டமாகத் திரள்வார்கள். மோதல் தொடங்கும்.

ஷியாக்களைப் பொறுத்தவரை, மசூதி என்பது வழிபாட்டுத்தலத்தைக் காட்டிலும் மேலானது. அங்கே புயலிலிருந்து தப்பியவர்கள் புகலிடம் தேடலாம். உயிரைப் பாதுகாத்துக்கொள்ளலாம். அது தடுப்பாற்றலால் பாதுகாக்கப்பட்ட பிரதேசம். அங்கே நுழைய அதிகாரத்துக்கு உரிமையில்லை. காவல்துறையால் தேடப்படும் கலகக்காரன் ஒருவன் மசூதியில் அடைக்கலமாகலாம். அங்கே பாதுகாப்பாக இருப்பான். அவனை அங்கிருந்து யாராலும் பலவந்தமாக வெளியேற்ற இயலாது.

கட்டுமான அமைப்பிலேயே மசூதிக்கும் தேவாலயத்துக்கும் குறிப்பிடத்தகுந்த வித்தியாசங்கள் உள்ளன. தேவாலயம் ஒரு மூடுண்ட வெளி. பிரார்த்தனைக்கும் தியானத்துக்கும் அமைதிக்குமான இடம். அங்கே யாராவது பேசத் தொடங்கினால் அடுத்தவர்கள் அவரை அடக்குவார்கள்.

மசூதி இதிலிருந்து வேறுபட்டது. அதன் பெரும் பகுதி வெட்டவெளியாக இருக்கிறது. அங்கே மக்கள் தொழுகை நடத்தலாம். விவாதம் செய்யலாம். ஏன் கூட்டங்களும் நடத்தலாம். அங்கே களிப்புமிக்க சமூக அரசியல் வாழ்க்கை நடைபெறுகிறது. பணியிடங்களில் துன்புறுத்தப்படுபவனும் கையூட்டுக்காக நச்சரிக்கும் அதிகாரிகளை எதிர்ப்பவனும் காவல்துறையால் எல்லா இடங்களிலும் வேவுபார்க்கப்படுபவனுமாகிய இரானியன் சமநிலையையும் அமைதியையும் உணரவும் தனது கண்ணியத்தை மீட்டெடுக்கவும் மசூதிக்கு வருகிறான். இங்கே யாரும் அவனை விரட்டுவதில்லை. பெயரைக்கூடக் கேட்பதில்லை. இங்கே அதிகார மட்டங்கள் மறைகின்றன. அனைவரும் சமம். அனைவரும் சகோதரர்கள். மசூதி பேசவும் உரையாடவுமான ஓர் இடம். இங்கே ஒருவன் தன் மனதிலிருப்பதைப் பேசலாம். ஆற்றாமைப் படலாம். அடுத்தவர்கள் சொல்வதைக் கேட்கலாம். அது எத்தனை ஆசுவாசமானது? எல்லாருக்கும் அது எத்தனை தேவையாக இருக்கிறது. அதனால்தான் சர்வாதிகாரம் பிடியை முறுக்கும் போதும் தெருக்களிலும் பணியிடங்களிலும் அதீத எதிர்ப்பு கவியும் போதும் மசூதி கூட்டத்தால் நிரம்புகிறது. குரல்கள் ரீங்கரிக்கின்றன. இங்கே வரும் எல்லாரும் பற்று மிகுந்த முஸ்லிம்கள் அல்லர். எல்லாரும் திடீர் பக்தி அலையால் இழுத்துவரப்பட்டவர்கள் அல்லர். இங்கே அவர்கள் வருவது சுவாசிக்க; தம்மை மனிதர்களாக உணர விரும்புவதால். மசூதித் திடல்களில் நடவடிக்கைகளில் இறங்க ஸாவக்குகளுக்கும் வரையறுக்கப்பட்ட உரிமையே உள்ளது. இருப்பினும் அதிகார முறைகேடுகளுக்கு எதிராகப் பேசிய மதகுருக்கள் பலரை காவல்துறை இங்கே வைத்துத்தான் சித்திரவதைக்குள்ளாக்கியது. அயதுல்லா ஸெய்தி 'தகிக்கும் வாணலி' மீது வதைக்கப்பட்டு இறக்கிறார். ஸாவக் உளவாளிகள் கொதிக்கும் எண்ணெய்க் கொப்பரையில் வீசி எறிந்ததில் அயதுல்லா அஸர்ஷாரி மரிக்கிறார். அயதுல்லா தெலிகனி சிறையிலிருந்து வெளிவந்து சிறிது காலமே உயிருடன் இருந்தார். அந்த அளவுக்குச் சிறையில் வதைபட்டிருந்தார். அவருக்கு கண் இமைகள் இல்லை. ஸாவக் உளவாளிகள் அவரது மகளை வல்லுறவு கொள்வதைப் பார்க்கச் செய்வதற்காக சிகரெட்டால் அவருடைய இமைகளைப் பொசுக்கினார்கள். இவையெல்லாம் 1970களில் நடந்தவை. மசூதி தொடர்பான கொள்கையில் ஷா முரண்பாட்டின் வலையில் சிக்கிக்கொள்ளவில்லை. ஒரு பக்கம் அவர் குருமார்களைத் துன்புறுத்தினார். மறுபக்கம் தன்னை விசுவாசமான முஸ்லிமாக அறிவித்துக்கொண்டார். புனிதத் தலங்களுக்கு நிரந்தரமாகப் பயணம் செல்கிறார். முல்லாக்களின் ஆசிகளைப் பெறுகிறார். பின்னர் அவர் எப்படி மசூதிகள்மீது போர் தொடுக்க முடியும்?

எங்கேயும் செல்வதற்கான வழியை ஒட்டிய வீடு இருப்பதனாலேயே ஷியா மசூதிக்குச் செல்கிறான். டெஹ்ரானில் ஆயிரக்கணக்கான மசூதிகள் இருக்கின்றன.

சுற்றுலாப் பயணிகள் சுட்டிக்காட்டப்படும் அழகான சிலவற்றை மட்டுமே பார்க்கின்றனர். ஆனால் பெரும்பான்மையான மசூதிகள், குறிப்பாக ஏழ்மையான அருகாமைப் பகுதிகளில் இருப்பவை சாதாரணக் கட்டடங்கள். அவற்றைக் கீழ்த்தட்டு மக்கள் வசிக்கும்

வலுவற்ற வீடுகளிலிருந்து வேறுபடுத்திப் பார்ப்பது கடினம். மண்ணால் கட்டப்பட்டவை. பின்கட்டுச் சந்துகளும் தெரு முக்குகளும் எல்லாம் ஒரே முகமுள்ளவை. மண்ணிலேயே கரையக் கூடியவை. ஷியாவுக்கும் மசூதிக்கும் நெருங்கிய உறவை அளிப்பது மசூதிக்குச் செல்ல நீண்ட நடை தேவையில்லை; ஆடை மாற்றத் தேவையில்லை என்பனதாம். மசூதி அன்றாட வாழ்க்கைக்குள் இருக்கிறது, வாழ்க்கையாகவும் இருக்கிறது.

முதலில் இரானில் குடியேறிவர்கள் நகரத்து மனிதர்களும் வணிகர்களும் கைவினைஞர்களும்தான். அவர்கள் சேரிகளில் தம்மை ஒடுக்கிக்கொண்டார்கள். மசூதிகளை எழுப்பினார்கள். வீட்டுக்கு அருகிலேயே அங்காடிகளையும் சிறு கடைகளையும் அமைத்தார்கள். கைவினைஞர்கள் பக்கத்திலேயே பட்டறைகளைத் திறந்தார்கள். தொழுகைக்கு முன்பு உடலைச் சுத்திகரித்துக் கொள்ள வேண்டும். எனவே குளியலறைகள் உருவாயின. ஒரு முஸ்லிம் தொழுகை முடிந்ததும் தேநீரோ காப்பியோ தின்பண்டமோ அருந்த விரும்புகிறான். அதற்காகக் கையெட்டும் தூரத்தில் உணவகங்கள்; காப்பியகங்களும் வருகின்றன. அப்படியாக இரானின் (வர்ணமயமான, நெரிசலான, சந்தடி நிரம்பிய, ஆன்மீகமும் வியாபாரமும் பின்னிப் பிணைந்த) நகரக் காட்சி என்ற நிகழ்வு உருவெடுத்தது. ‘பஜாருக்குப் போகிறேன்’ என்று ஒருவர் சொன்னால் பொருட்களை வாங்கப் போகிறார் என்பது அர்த்தமில்லை. தொழுகை நடத்தவும் நண்பர்களைச் சந்திக்கவும் வியாபாரம் செய்யவும் உணவகத்தில் அமர்ந்திருக்கவும் நீங்கள் பஜாருக்குப் போகலாம். கிசுகிசுக்களைக் கேட்கலாம். எதிர்ப்புப் பேரணியில் பங்கெடுக்கலாம். மொத்த நகரத்தையும் சுற்றிக் கொண்டு ஓடத் தேவையில்லாத வகையில் ஷியா ஒரே இடத்தைக் கண்டடைகிறான். உலகியல் வாழ்க்கையில் கைவிட முடியாத எல்லாவற்றுக்குமான, பிரார்த்தனைகள் மூலமாகவும் காணிக்கைகள் மூலமாகவும் உறுதிப்படும் நித்திய வாழ்க்கைக்குமான ஓர் இடம் பஜார்.

குறிப்புகளிலிருந்து

மஹ்மூத் அஸாரி 1977ஆம் ஆண்டுத் தொடக்கத்தில் இரானுக்குத் திரும்பினார். வெவ்வேறு பதிப்பாளர்களுக்காகப் புத்தகங்களை மொழிபெயர்த்தும் விளம்பர ஏஜென்சிகளுக்கு வாசகங்கள் எழுதிக் கொடுத்தும் சுயமாக வசதி ஏற்படுத்திக் கொண்டு எட்டு ஆண்டுகள் லண்டனில் வாழ்ந்தார். வயதானவர். தனிமையானவர். நடப்பதிலும் சொந்த நாட்டுக்காரர்களுடன் உரையாடுவதிலும் ஓய்வு நேரத்தைக் கழிக்கும் விருப்பம் கொண்டவராக இருந்தார். அதுபோன்ற சந்திப்புகளில் உரையாடல் முற்றிலும் ஆங்கிலேயப் பிரச்சனைகளை மையமாகக் கொண்டதாகவே இருக்கும். ஸாவக்குகள் எங்கும் இருந்தார்கள்; லண்டனிலும். எனவே விவேகமானவர்கள் சொந்த நாட்டுப் பிரச்சனைகளைப் பற்றிப் பேசுவதைத் தவிர்த்தார்கள்.

தனது குறுகிய கால வாசத்தின் முடிவில் தனியார் வழியாக டெஹ்ரானிலிருக்கும் சகோதரரிடமிருந்து அவருக்குப் பல கடிதங்கள் வந்தன. இதமான நாட்கள் வரவிருக்கின்றன. அவர் திரும்பி வர வேண்டும் என்று வலியுறுத்தி சகோதரர் எழுதினார். மஹ்மூத் இதமான காலத்தைப் பற்றி அஞ்சினார். ஆனால் குடும்பத்தில் எப்போதும் சகோதரரின் ஆதிக்கமே இருந்ததால் அவர் சாமான்களைக் கட்டிக் கொண்டு டெஹ்ரானுக்குத் திரும்பினார்.

அவரால் நகரத்தை அடையாளம் காண இயலவில்லை.

ஒரு காலத்தில் பாலைவனச் சோலையாக இருந்த இடம் ஐந்து இலட்சம் மக்கள் நிறைந்த அதிர்ச்சியூட்டும் நெரிசல் கொண்ட பெருநகரமாக ஆகியிருந்தது. குறுகிய தெருக்களில் இலட்சக்கணக்கான கார்கள் திணறி இயக்கமற்று நின்றன. ஏனெனில் ஒருவழியில் செல்லும் வாகன வரிசை குறுக்கே செல்லும் இன்னொரு வழியை மறித்தது. போக்குவரத்து இடமும் வலமும் செல்ல முடியாது வடகிழக்காகவும் தென்மேற்காகவும்

குலைந்து பிரம்மாண்டமான புகை மண்டலத்தை உருவாக்கியது. ஆயிரக்கணக்கான கார்கள் தேவையில்லாமல் அதிகாலை முதல் அந்திவரை ஒலிப்பான்களிலிருந்து ஓசையைப் பெருக்கிக் கொண்டிருந்தன.

ஒரு காலத்தில் அமைதியும் மரியாதையும் மிகுந்தவர்களாக இருந்த மக்கள் சின்ன உசுப்பலுக்கும் சச்சரவு செய்பவர்களாகவும் காரணமில்லாக் கோபத்தில் வெடிப்பவர்களாகவும் அடுத்தவர் குரல்வளையை நெரித்துக் கூச்சலிட்டு வசையாடுகிறவர்களாகவும் ஆகியிருப்பதைக் கவனித்தார். வித்தியாசமான, இரண்டாகப் பகுக்கப்பட்ட சர்ரியலிச ராட்சத விலங்காக அந்த மக்கள் தோற்றமளித்தார்கள். முக்கியமானவர்களையோ அல்லது அதிகாரம் நிறைந்தவர்களையோ பார்க்கும்போது உடலின் முன் பகுதியால் விழுந்து வணங்குகிற அதேசமயம் பலவீனர்களைப் பின் பகுதியால் மிதித்து நசுக்குகிற அசுர விலங்காகத் தென்பட்டார்கள். எவ்வளவு அற்பத்தனமாகவும் இரங்கத்தக்கதாகவும் இருந்தாலும் பிழைப்புக்கான சமநிலைக்கு அது அவர்களை இட்டுச் சென்றது.

இதுபோன்ற அசுர விலங்கை நேருக்குநேர் சந்தித்தபோது, இந்த யோசனையிலிருந்த அவரால், அந்த அசுர விலங்கு முதலில் பணிந்து வணங்குமா இல்லை மிதித்து நசுக்குமா என்று சொல்ல முடியவில்லை. ஆனால் மிக விரைவில் பின் பகுதியின் செயல்தான் ஆதிக்கம் செலுத்தும் என்பதைக் கண்டார்.

ஆரம்ப நாட்கள் ஒன்றில் அவர் உள்ளூர் பூங்காவுக்குச் சென்று ஒருவர் அமர்ந்திருக்கும் பெஞ்சில் உட்கார்ந்து கொண்டு அவருடன் உரையாடலைத் தொடங்க முயன்றார். அந்த மனிதர் ஒரு வார்த்தை கூடப் பேசாமல் எழுந்து வேகமாக நடந்து போனார். சில நாட்களுக்குப் பிறகு வழிப்போக்கர் ஒருவரை நெருங்கியதும் மனநல விடுதியிலிருந்து வந்தவரைப் பார்ப்பதுபோல பீதியை ஏற்படுத்தும் பார்வை பார்த்தார். எனவே அவர் முயற்சியைக் கைவிட்டு ஹோட்டலுக்குத் திரும்பினார்.

மேஜையருகில் உட்கார்ந்திருக்கும் முரடனும் சிடுமூஞ்சியுமான பணியாள் அவரைக் காவல்துறையிடம் கொண்டு செல்ல வேண்டுமென்றான். எட்டு ஆண்டுகளில் முதல்முறையாக உண்மையான பயங்கரத்தை உணர்ந்தார். அதுபோன்ற பயங்கரத்தை ஒருபோதும் விட்டொழிக்க முடியாது என்பதையும் சட்டென்று உணர்ந்தார். கடந்துபோன நாட்களைச் சரியாக நினைவுகூர்ந்தபோது வெற்று முதுகில் அதே பனிச் சில்லிடலும் கால்களில் அதே கனமும் இருந்தன.

ஹோட்டலிருக்கும் தெருவிலேயே சற்று தூரத்தில் இருண்ட, முடைநாற்றம் வீசும் கட்டடத்தைக் காவல்துறை கையகப்படுத்தியிருந்தது. சிடுசிடுப்பானவர்களான எண்ணற்ற ஆட்கள் நின்றிருந்த நீண்ட வரிசையில் மஹ்மூத்தும் இடம் பிடித்து நின்றார். கிராதித் தடுப்புக்கு மறுபக்கம் காவலர்கள் அமர்ந்து செய்தித்தாள்களை வாசித்துக் கொண்டிருந்தார்கள். ஆட்கள் நிரம்பிய அந்தப் பெரிய அறையை முழு அமைதி ஆக்கிரமித்திருந்தது. காவலர்கள் படித்துக்கொண்டிருந்தார்கள். மக்கள் முனகக் கூடத் துணிவில்லாமல் நின்றார்கள். பிறகு திடுமெனக் காவல்நிலையப் பணி தொடங்கியது. காவலர்கள் நாற்காலிகளை முன்னும் பின்னுமாக இழுத்துப்

போட்டார்கள். டெஸ்குகளைக் குடைந்தார்கள். தங்களுக்குப் பிடித்தமான வசவுகளால் காத்துக்கொண்டிருந்த வாடிக்கையாளர்களைச் வைதார்கள்.

அச்சமுற்றிருந்த மஹ்மூத் 'எங்கிருந்து வந்தது இந்தக் காட்டுமிராண்டித் தனம்?' என்று வியந்தார். அவருடைய முறை வந்ததும் காவலர் ஒரு கேள்விப்படிவத்தைக் கொடுத்து உடனடியாக அதைப் பூர்த்திசெய்யச் சொன்னார். ஒவ்வொரு பிரிவையும் தயக்கத்துடன் வாசிக்கும் தன்னை மொத்த அறையும் சந்தேகத்துடன் பார்த்துக்கொண்டிருப்பதைக் கவனித்தார். பீதியடைந்த அவர் பதற்றத்துடனும் அரைகுறைப் படிப்பாளியைப் போலத் தடுமாற்றத்துடனும் எழுதத் தொடங்கினார். நெற்றியில் வியர்வை ஊறி வழிந்தபோதுதான் கைக்குட்டையை மறந்துவிட்டதைக் கண்டுபிடித்தார். முன்னை விட அதிகமாக வியர்க்கத் தொடங்கியது.

கேள்விப்படிவத்தை ஒப்படைத்த பின்பு விரைவாகத் தெருவில் இறங்கினார். தாறுமாறாக நடந்ததில் இன்னொரு கால்நடையாளன்மேல் மோதிக்கொண்டார். அந்த அந்நியன் அவரை வசையாடத் தொடங்கினான். வழியில் சென்றவர்களில் சிலர் அவரை முறைத்தனர். இப்படியாக, மஹ்மூத் தன்னுடைய செயலால் கூட்டத்தைத் தூண்டிவிடும் குற்றத்தை இழைத்தார். அனுமதியில்லாமல் கூட்டம் சேர்வதற்குச் சட்டம் தடை விதித்திருந்தது. சட்டென்று ஒரு காவலர் தோன்றினார். அது முழுவதும் தற்செயலான விபத்து என்றும் அந்த எதிர்பாராத இடையூறின்போது ஷாவுக்கு எதிராக ஒரு வார்த்தையும் உச்சரிக்கப்படவில்லை என்றும் மஹ்மூத் விளக்கிச் சொல்ல நேர்ந்தது. இருப்பினும் அந்தக் காவலர் அவருடைய பெயரையும் முகவரியையும் குறித்துக் கொண்டதுடன் ஆயிரம் ரியால்களை வாங்கிப் பாக்கெட்டிலும் திணித்துக்கொண்டார்.

மஹ்மூத் ஹோட்டலுக்குத் திரும்பினார். காவல்துறை ஏற்கனவே அவருடைய பெயரைக் குறித்து வைத்திருந்தது. உண்மையில் இரண்டு முறை. அந்த இரண்டு பதிவுகளும் ஒன்றாகப் பார்க்கப்படுமானால் என்ன நேரும் என்று யோசிக்கத் தொடங்கினார். பிறகு அதிகார மட்டத்தின் அடிகாணாக் குழப்பத்தில் அவை மறைந்து விடும் என்று தனக்குத்தானே ஆறுதல் சொல்லிக்கொண்டார்.

காலையில் சகோதரர் வந்ததும் முகமன் சொல்லிக் கொண்ட உடனேயே காவல்துறையினர் தன்பெயரை இரண்டு முறை பதிவுசெய்து வைத்திருப்பதைச் சொன்னார். லண்டனுக்குத் திரும்பிச் செல்வது விவேகமானதாக இருக்குமா என்று சகோதரனிடம் கேட்டார்.

மஹ்மூத்தின் சகோதரர் பேச விரும்பினார். ஆனால் விளக்குப் பொருத்திகள், தொலைபேசி, மின் உபகரணங்கள், இரவு விளக்கு எல்லாவற்றையும் சுட்டிக் காட்டிவிட்டு நகரத்துக்கு வெளியில் போய்வரலாம் என்றார். சகோதரரின் பழைய உடைசல் காரில் மலைப்பகுதியை நோக்கிச் சென்றார்கள். சாலையில் ஆள்நடமாட்டமில்லா இடத்தில் வாகனத்தை நிறுத்தினார்கள். அது மார்ச் மாதம். துல்லியமான காற்று வீசியது. சுற்றிலும் பனி மூடிக் கிடந்தது. உயரமான பாறையொன்றின் பின்னால் மறைந்து நடுங்கிக்கொண்டே நின்றார்கள்.

(புரட்சி தொடங்கிவிட்டது. அதற்கு நான் தேவைப்படலாம் என்பதனால் என்னை அங்கேயே தங்கச் சொன்னது என் சகோதரர்தான். 'என்ன புரட்சி, உனக்கென்ன பைத்தியமா?' என்று கேட்டேன். எல்லா இடையூறுகளும் என்னை அச்சுறுத்தின. பொதுவாகவே நான் அரசியலைச் சார்ந்திருக்க விரும்புபவன் அல்லன். அன்றாடம் யோகப் பயிற்சிகள் செய்கிறேன். கவிதை வாசிக்கிறேன். மொழிபெயர்க்கிறேன். எனக்கு எதற்கு அரசியல்? நான் எதையும் புரிந்துகொள்ளவில்லை என்றார் என் சகோதரர். விளக்கிச் சொல்லத் தொடங்கினார். 'வாஷிங்டன் தான் தொடக்கப் புள்ளி. அங்கேதான் நமது விதி நிர்ணயிக்கப்படுகிறது' என்றார். 'ஜிம்மி கார்ட்டர் இப்போது மனித உரிமைகள் பற்றிப் பேசிக்கொண்டிருக்கிறார். ஷா அதைக் கவனித்தாக வேண்டும். ஜனநாயகம் நிலவுகிறது என்று காட்டுவதற்காவது சித்திரவதைகளை நிறுத்தியாக வேண்டும். சிலரைச் சிறையிலிருந்து விடுதலை செய்ய வேண்டும். நாம் தொடங்குவதற்கு அதுபோதும்' என்று பரவசத்துடன் சொல்லிக் கொண்டிருந்தார். சுற்றிலும் யாருமில்லை என்றபோதும் நான் அவரை எச்சரித்தேன். இந்தச் சந்திப்பின் போது இருநூறு பக்கத்துக்கும் அதிகம் வரும் ஒரு தட்டச்சுப் பிரதியை என்னிடம் கொடுத்தார். எழுத்தாளர் அலி அஸ்காரா ஜவாதியின் அறிக்கை. ஷாவுக்கு எழுதப் பட்ட திறந்த மடல். தற்போதைய பிரச்சனைகள் பற்றியும் நாட்டை அடிமைப் படுத்தியிருப்பது பற்றியும் முடியாட்சியின் சீர்கேடுகள் பற்றியும் ஜவாதி எழுதியிருந்தார். அந்த ஆவணம் ரகசியமாகத் தனிச்சுற்றுக்கு விடப்படுவதாகவும் ஆட்கள் அதைப் பிரதியெடுத்து வாசிப்பதாகவும் என் சகோதரர் சொன்னார். 'இப்போது நாங்கள் ஷாவின் எதிர்வினைக்காகக் காத்திருக்கிறோம். ஜவாதி சிறைக்குப் போவாரா இல்லையா என்று தெரியாது. இப்போதைக்கு அவருக்குத் தொலைபேசியில் மிரட்டல்கள் வருகின்றன என்பதைத் தவிர வேறு சிக்கல்கள் இல்லை. அவர் இங்கே இருக்கும் ஒரு கஃபேக்கு வருகிறார். நீ அவருடன் பேசலாம்' என்றார் சகோதரர். கட்டாயக் கண்காணிப்பிலிருக்கும் ஒருவரைச் சந்திக்க எனக்குப் பயமாக இருக்கிறது என்று பதிலளித்தேன்).

அவர்கள் நகரத்துக்குத் திரும்பினார்கள். மஹ்மூத் தமது அறையிலேயே அடைந்து கிடந்து அந்த அறிக்கையை வாசிப்பதிலேயே முழு நேரத்தையும் செலவிட்டார். நாட்டின் தார்மீக அடிப்படைகள் அனைத்தையும் நாசமாக்கிக் கொண்டிருப்பதாக ஜவாதி, ஷா மீது குற்றம்சாட்டியிருந்தார். எல்லாச் சிந்தனைகளும் நிர்மூலமாக்கப்படுகின்றன. அறிவார்ந்த சான்றோர்கள் வாயடைக்கப்பட்டார்கள். கலாச்சாரம் சிறைக் கம்பிகளுக்குப் பின்னால் தள்ளப்பட்டது. தலைமறைவானது. டாங்குகள், இயந்திரங்கள் ஆகியவற்றின் எண்ணிக்கையைக் கொண்டு நீங்கள் முன்னேற்றத்தை அளவிட முடியாது என்று ஜவாதி எச்சரித்திருந்தார். மனிதனின் விடுதலை உணர்வும் கண்ணியமுமே முன்னேற்றத்தின் அளவுகோல்கள். இதை வாசிக்கும்போதே மஹ்மூத் நடைக்கூடத்தில் காலடி ஓசை எதுவும் கேட்கிறதா என்றும் கவனித்துக்கொண்டிருந்தார்.

மறுநாள் இந்தக் கைப்பிரதியை வைத்துக்கொண்டு என்ன செய்வது என்று கவலைப்பட்டார். அதை அறையில் விட்டுச் செல்ல விரும்பாமல்

தன்னுடனேயே எடுத்துக்கொண்டார். தெருவிலிறங்கி நடந்தபோதுதான் அவ்வளவு பெரிய காகிதக் கட்டு சந்தேகத்தை ஏற்படுத்தும் என்பதை உணர்ந் தார். செய்தித்தாள் ஒன்றை வாங்கி அதைச் சுற்றிக்கொண்டார். அப்படி யிருந்தும் தாம் மறிக்கப்படுவோம்; பரிசோதனை செய்யப்படுவோம் என்ற நிரந்தரமான அச்சத்துடன் இருந்தார். அதைவிட மோசம் ஹோட்டல் கூடத்தில் அந்தப் பொட்டலம் எல்லார் கவனத்தையும் ஈர்க்கும் என்பது. எனவே பாதுகாப்பை முன்னிட்டுப் போக்குவரத்தை மட்டுப்படுத்திக்கொண்டார்.

மஹ்மூத், தன்னுடைய பழைய நண்பர்களுக்கும் பல்கலைக்கழக சக மாணவர்களுக்கும் என்ன நேர்ந்தது என்று கண்டுபிடிக்க முயன்றார். துரதிர்ஷ்டவசமாகச் சிலர் காலமாகியிருந்தார்கள். பலர் நாட்டை விட்டு வெளியேறியிருந்தார்கள். சிலர் சிறையில் அடைபட்டிருந்தார்கள். கடைசியாக அவரால் பலரின் தற்போதைய முகவரிகளைத் திரட்ட முடிந்தது. பல்கலைக்கழகத்தில் பழைய மலையேற்றத் தோழரான அலி கய்தியைச் சந்தித்தார். கய்தி தாவரவியல் பேராசிரியராகி இருந்தார். வன் இலைத்தாவரவியலில் நிபுணராக இருந்தார். மஹ்மூத் எச்சரிக்கையுடன் நாட்டு நிலவரம் பற்றி விசாரித்தார். ஒரு விநாடி யோசித்த கய்தி கடந்த பல ஆண்டுகளாகவே முழு நேரத்தையும் வன் இலைத் தாவரங்களுக்காகவே செலவிட்டு வருவதாகச் சொன்னார். வன் இலைத்[1] தாவரங்கள் குறிப்பிட்ட வெப்பநிலையுள்ள பிரதேசங்களிலேயே காணப்படும். குளிர்காலத்தில் அதிக மழை; கோடைக் காலத்தில் வறட்சி என்று அந்தத் தலைப்பை விரிவாக்கிக்கொண்டே போனார். குளிர்காலத்தில் குறுகிய காலத் தாவரங்களான தெரோபைட்டு[2]களும் ஜியோபைட்டு[3]களும் செழித்து வளரும். தம்முடைய வளர்ச்சியைக் கட்டுப்படுத்திக் கொள்ளும் இயல்புள்ள செரோபைட்டுகள்[4] வறண்ட கோடையிலும் உயிர்ப்புடன் இருக்கும். தன்னை நோக்கிச் சொல்லப்பட்ட இந்த வார்த்தைகள் எதுவும் மஹ்மூதுக்கு எந்த அர்த்தத்தையும் கொடுக்கவில்லை. எதிர்பாராத ஏதேனும் நிகழவிருக்கிறதா என்று பொறுமையாக நண்பரைக் கேட்டார். கய்தி மீண்டும் யோசனையில் ஆழ்ந்தார். சிறிது நேரத்துக்குப் பிறகு அட்லாண்டிக் தேவதாரு மரத்தின் உச்சிக் கொம்புகளைப் பற்றிப் பேசினார். விஷயத்தை சகஜமாக்குவதற்காக “இருந்தாலும் நமது நாட்டில் வளரும் இமாலய தேவதாருக்களையும் ஆராய்ந்திருக்கிறேன். அவை மிகவும் அழகானவை என்று சொல்லித்தான் ஆக வேண்டும்” என்றார்.

மற்றொரு நாள், பள்ளியில் நாடகம் எழுத முனைந்தபோது உடனிருந்தவரான பழைய நண்பரைச் சந்திக்க வாய்த்தது. நண்பர் இப்போது கராஜ் நகர மேயராக இருக்கிறார். மேயர் இரவுணவுக்காக உயர்தர உணவகமொன்றுக்கு மஹ்மூதை அழைத்துச் சென்றார். உணவருந்தி முடிக்கும் வேளையில் மஹ்மூத், சமூகத்தின் மனநிலை பற்றி விசாரித்தார். தமது நகரத்தின் விவகாரங்களுக்கு அப்பால் செல்ல மேயர் விரும்பவில்லை. கராஜில் தார்ச்சாலைகள் அமைத்துக் கொண்டிருப்பதாகச் சொன்னார். டெஹ்ரானில் கூட இல்லாத வடிகால் அமைப்பை உருவாக்கத் தொடங்கியிருப்பதாகவும் குறிப்பிட்டார். தம்மை நெரிக்கும் எண்களும் பிரச்சார முழக்கங்களும் தவறான கேள்வியைக்

---

1. வன்தோலிகள், 2. குளிர்தாக்கும் தாவரம், 3. தரைக்கீழ் தாவரம், 4. வறள்நிலத் தாவரம்

கேட்டு விட்டோம் என்று அவரை ஒப்புக் கொள்ளச் செய்தன. மனதைத் தயார் செய்துகொண்டு சுருக்கமாக நகரத்தின் பேசு பொருளாக இருந்த பழைய பள்ளி நண்பர்கள் என்ன ஆனார்கள் என்று கேட்டார். "எனக்கு எப்படித் தெரியும்? அதெல்லாம் அவர்களுடைய சொந்தப் பிரச்சனைகள். இந்த மாதிரி ஆட்கள் யோசிப்பதில்லை. அவர்களுக்கு எதுவும் பொருட்டில்லை. எல்லாரும் சோம்பேறிகளாகவும் அரசியல் அறிவு இல்லாதவர்களாகவும் இருக்கிறார்கள். கடந்த காலம் தங்கள் மூக்கு நுனிக்கு முன்னால் முடிவடைந்து விட்டதைப் அவர்களால் பார்க்க முடியவில்லை. உண்மையில் இதுதான் இரானின் பிரச்சனை. அவர்கள் எதில்தான் அக்கறை காட்டுகிறார்கள்?" என்றவர் தொடர்ந்து தாங்கள் புதிய பரால்டிஹைட் தொழிற்சாலையைக் கட்டியது எப்படி என்றும் தங்களுடைய பரால்டிஹைடால் நாட்டை மூழ்கடிக்கப்போவது பற்றியும் பேசிக் கொண்டே போனார். அந்தச் சொற்கள் எல்லாம் எதைக் குறிக்கின்றன என்று தெரியாததால் மஹ்மூத் தன்னை ஓர் அறிவிலி போல உணர்ந்தார்." பொதுவாகப் பேசுவதாக இருந்தால் உங்களுக்குக் கவலை அளிக்கும் பெரிய பிரச்சினை எதுவும் இல்லையா?" என்று நண்பரிடம் கேட்டார். மற்றவர் மேஜைமேல் சாய்ந்து கொண்டு "இந்தத் தொழிற்சாலைகளில் உற்பத்தி செய்யப்படும் சரக்குகள் வீசி எறியத்தான் லாயக்கானவை. வெறும் குப்பை கூளம். மக்களுக்கு வேலை செய்யப் பிடிக்கவில்லை. தாங்கள் என்ன உற்பத்தி செய்கிறோம் என்பதைப் பற்றியும் யோசிப்பதில்லை. எல்லா இடங்களிலும் அதே அலட்சியம், ஒருவிதமான வெறுமை, எரிச்சலூட்டும் எதிர்ப்பு. மொத்த தேசமே மணல் திட்டையில் புதையுண்டிருக்கிறது" என்றார். "அதுதான் ஏன்?" என்று வலியுறுத்திக் கேட்டார் மஹ்மூத். நண்பர் நிமிர்ந்து உட்கார்ந்து சைகை காண்பித்துப் பரிமாறுபவரை அழைத்துக் கொண்டே "அதை நான் சொல்வது சிரமம்" என்றார். பள்ளி நாட்களில் நாடகக்காரனாக இருந்த சிறிது காலத்தில் காணப்பட்ட வெளிப்படையான ஆத்மா வெளியே வந்து வழக்கத்துக்கு மாறான சில வார்த்தைகளைச் சொல்ல இருந்தது. ஆனால் ஜெனரேட்டர்கள் அணி வகுக்கும் தடுப்பரணுக்கும் பொருள் கடத்தும் பெல்ட்டுகளுக்கும் தொடர் ஓட்டத்துக்கும் கட்டுப்பாட்டு விசைப்பலகைகளுக்கும் பின்னால் அது விரைவாக மறைந்தது.

("இந்த மக்களுக்கு இறுக்கம் ஒரு புகலிடமாகவும் மறைவிடமாகவும் மீட்சியாகவும் மாறியிருக்கிறது. தேவதாரு, ஆம், அதுவும் திடமானதுதான். கருங்கற் காரையும் அத்தகையதுதான். நீங்கள் திடத்தன்மை பற்றிப் பேசலாம். நீங்கள் விரும்புவதுபோல உங்களை வெளிப்படுத்தலாம். திடத்தன்மையைப் பொறுத்தவரை அதன் மகத்தான விஷயம் என்னவென்றால் அதற்குள் தெளிவாக நிர்ணயிக்கப்பட்ட பாதுகாப்பான எல்லைகளும் எல்லைகளை மீறும்போது ஒலிக்கும் எச்சரிக்கை மணிகளும் இருக்கின்றன என்பதுதான். திடத்தன்மையில் மூழ்கிய மனம் எல்லையை நெருங்கத் தொடங்கும்போது, அந்தக் கோட்டுக்கு அப்பால் சதிகாரச் சிந்தனைகளும் விரும்பத்தகாத எண்ணங்களும் நிறைந்த பிரதேசம் இருப்பதை மணிகள் ஒலித்து எச்சரிக்கின்றன. இந்தச் சமிக்ஞை ஒலியைக் கேட்டதும் உஷாராகிவிடும் மனம் பின்னோக்கிச் சுருண்டு திடத்தன்மைக்குள் கலந்து விடுகிறது. இந்த மொத்த செயலையும் நமது விளக்கவுரையாளர் முகத்தில்

பார்க்கலாம். எண்கள், சதவீதங்கள், பெயர்கள், தேதிகள் ஆகியவற்றை மேற்கோள்காட்டி அவர் உற்சாகத் துடிப்புடன் நீளமாகப் பேசலாம். குதிரைச் சவாரிக்காரன் சேணத்தில் அழுத்தமாகக் காலுன்றியிருப்பதுபோல அவர் திடத்தன்மையில் ஊன்றியிருப்பதை நம்மால் காண முடியும். நாம் அவரிடம் கேட்கிறோம் “எல்லாம் சரி, நல்லது. ஆனால் மக்கள் ஏன் அரைத் திருப்தியில் இருக்கிறார்கள் ?” இந்த இடத்தில் அவர் முகம் மாறுவதையும் நாம் காண்கிறோம். எச்சரிக்கை மணிகள் ஒலிக்கின்றன. ‘எச்சரிக்கை. நீங்கள் திடத்தன்மையின் எல்லையைத் தாண்ட இருக்கிறீர்கள். அவர் மௌனமாகிறார். பதற்றத்துடன் வெளியேறும் வழியைத் தேடுகிறார். அது திடத்தன்மைக்குத் திரும்பச் செல்லும் வழிதான் என்பதில் சந்தேகமில்லை. பொறியிலிருந்து தப்பிய மகிழ்ச்சியில் ஆசுவாசப் பெருமூச்சு விட்டு மீண்டும் கிளர்ச்சியுடன் பேசத் தொடங்குகிறார். நம்மை திடத்தன்மையை நோக்கித் தள்ளும் வீராவேசத்துடன் பேசுகிறார். திடத்தன்மை எந்த வடிவிலும் இருக்கலாம். பொருளாக, இருப்பாக, உயிரினமாக, அல்லது நிகழ்வாக. திடத்தன்மைகள் பொதுவான படிமங்களை உருவாக்காத, ஒன்றுடன் ஒன்று இணையாத இயல்பு கொண்டவை. உதாரணமாக, ஒன்றுக்கொன்று எதிரான இரண்டு திடத்தன்மைகள் அருகருகே இருக்கலாம். ஆனால் மனித சிந்தனை அவற்றை ஒன்றிணைக்கும் வரையிலும் அவற்றால் ஒரு கூட்டுப் படிமத்தை உருவாக்க இயலாது. இந்தக் கூட்டிணைவுச் சிந்தனையைத் தொடர்ந்து ஒலிக்கும் எச்சரிக்கை மணிகள் தடைசெய்கின்றன. ஆனால் இரண்டு எதிர்மறை இறுக்கங்கள் துன்புறுத்தும் வடிவத்தைக் கொள்ளாமல் உடனிருப்பைக் கொள்கின்றன. ஒரு நபரை அவருடைய இறுக்கமான இருப்பின் எல்லைகளுக்குள்ளேயே நிறுத்துவதில் வெற்றி காண்கின்றன.

அப்படியாகப் பன்முகமான சமூகத்துடன் இணைய முடியாத எண்ணற்ற அணுச் சமூகங்கள் உருவாகின்றன.

எனினும் மஹ்மூத் இந்தச் சாதாரணச் சிக்கலிலிருந்து தன்னை விலக்கிக்கொண்டு கற்பனையிலும் உணர்விலும் சஞ்சரிக்கத் தீர்மானித்தார். மதிப்புக்குரிய கவிஞராக மாறியிருந்த இன்னொரு நண்பரைக் கண்டுபிடித்தார். ஹசன் ரெஸ்வானி தமது ஆடம்பரமான நவீன மாளிகையில் அவரை வரவேற்றார். நீச்சல் குளத்தின் கரையில் (கோடை வெப்பம் ஆரம்பமாகியிருக்கிறது) உடகார்ந்து சில்லிட்ட கிளாஸ்களிலிருந்து ஜின்னையும் டானிக்கையும் உறிஞ்சிக் கொண்டிருந்தார்கள். ஹசன் தம்முடைய களைப்பைப் பழிசொன்னார். அதற்கு முன் தினம்தான் அவர் மான்ட்ரியல், சிகாகோ, பாரீஸ், ஜெனிவா, ஏதென்ஸ் ஆகிய இடங்களில் நீண்ட பயணம் செய்து திரும்பியிருந்தார். மகத்தான நாகரிகம் பற்றியும் ஷாவைப் பற்றியும் தேசத்தைப் பற்றியும் தொடர் சொற்பொழிவுகள் ஆற்றுவதற்காக உலகத்தைச் சுற்றிப் பயணம் செய்திருந்தார். அது சிரமமாக இருந்ததாகவும் ஒப்புக்கொண்டார். சூழ்ச்சிக்காரர்கள் சிலர் கூச்சலிட்டு அவரைப் பேச அனுமதிக்கவில்லை; அவரை அவமானப்படுத்தினார்கள். ஷாவுக்குச் சமர்ப்பிக்கப்பட்ட புதிய கவிதைத் தொகுப்பை ஹஸன், மஹ்மூதிடம் காண்பித்தார். முதல் கவிதையின் தலைப்பு; ‘அவர் பார்வை எங்கோ பூக்கள் மலரும் அங்கே’. அப்படியானால் ஷா எங்காவது சும்மா பார்த்தாலே காரனேஷனும் டூலிப்பும் உடனே பூத்துக் குலுங்கும்.

'எங்கே நெடுநேரம் அவர் பார்வை இளைப்பாறுமோ
அங்கே ரோஜாக்கள் மலரும்.
இன்னொரு கவிதைக்கு இட்டிருந்த தலைப்பு
அவர் எங்கே நிற்கிறாரோ
அங்கே தோன்றும் நீரூற்று.'

இந்தச் செய்யுள்கள் அனைத்திலும் மன்னர் எங்கெல்லாம் கால்வைக்கிறாரோ அங்கெல்லாம் தெளிந்த நீருற்று தோன்றும் என்று வாசகர்களுக்கு ஆசிரியர் உறுதியளிக்கிறார்.

'ஷாவை எங்கேனும் நிற்க வைத்தால்
பெருகியோடும் மண்ணில் ஓர் அகன்ற நதி'

இந்தச் செய்யுள்கள் வானொலியிலும் பள்ளிக்கூடங்களிலும் வாசிக்கப்பட்டன. மன்னரே தமது பகட்டான வாசகங்களில் இவற்றை மேற்கோள் காட்டியிருக்கிறார். ஹசனுக்கு பஃஹ்லவி அறக்கட்டளையின் ஃபெலோஷிப்பும் அளித்திருக்கிறார்.

ஒருநாள் மஹ்மூத் தெருவில் நடந்து சென்றபோது மரத்தடியில் நின்றுகொண்டிருக்கும் நபரைப் பார்த்தார். முன்பு மாணவர் பத்திரிகை ஒன்றை அச்சிடச் செலவழித்த வருடங்களைத் தன்னுடன் பகிர்ந்துகொண்டிருந்த மோஷென் ஜாலவரை மிகுந்த பிரயாசைக்குப் பிறகே அடையாளம் கண்டுகொண்டார். தன்னுடைய குடியிருப்பில் முஜாஹித்தீன் நண்பன் ஒருவனுக்கு அடைக்கலமளித்ததற்காக மோஷென் துன்புறுத்தப்பட்டு சிறையில் அடைபட்டிருந்ததை மஹ்மூத் அறிந்திருந்தார். குசலம் விசாரிப்பதற்காக மஹ்மூத் கைகளை நீட்டியும் மோஷென் அவரை வெறுமையாக விழித்துப் பார்த்தார். மஹ்மூத் நினைவூட்டலாகத் தன் பெயரைச் சொன்னார். "எனக்கு அக்கறை இல்லை" என்று சொல்வதன் மூலமே அவர் எதிர்வினை ஆற்றினார். அங்கேயே நின்று குனிந்து நிலத்தை உற்றுப் பார்த்துக்கொண்டிருந்தார். "உங்களுடன் பேச வேண்டும். நாம் வேறு எங்காவது போகலாம்" என்றார் மஹ்மூத். அப்போதும் தலையைத் தொங்கவிட்டுக் கொண்டு அசையாமலிருந்த மோஷென் "எனக்கு அக்கறை இல்லை" என்றார். மஹ்மூத் ஜில்லிப்பை உணர்ந்தார். "பாருங்கள், நாம் இருவரும் விரைவில் சந்தித்துப் பேசும் ஒருநாளை ஏன் தீர்மானிக்கக் கூடாது?" என்று கேட்டார். மோஷென் பதில் சொல்லாமல் கீழ் நோக்கியே இன்னும் பார்த்துக் கொண்டிருந்தார். கடைசியாக நடுங்கும் குரலில் "இந்த எலிகளைக் கொண்டுபோய்த் தொலையுங்கள்" என்றார்.

சில நாட்களுக்குப் பிறகு மஹ்மூத், நகரத்தின் மையப் பகுதியில் ஒரு சிறு வீட்டை வாடகைக்குப் பிடித்தார். சாமான்கள் எதுவும் பிரிக்கப் படாமலிருந்த நிலையிலேயே மூன்றுபேர் வீட்டுக்குள் வந்தார்கள். மாவட்டத்தின் புதிய குடியிருப்பாளருக்கு வாழ்த்துச் சொன்னார்கள். அவர் ஷாவின் அரசியல் கட்சியான ராஸ்தகீஸின் உறுப்பினரா என்று விசாரித்தார்கள். மஹ்மூத் தாம் ஐரோப்பாவில் பல ஆண்டுகளைக் கழித்துவிட்டு அண்மையில்தான் நாடு திரும்பியிருப்பதாகவும் அதனால் எந்தக் கட்சியிலும் உறுப்பினரல்லர் என்றும் சொன்னார். அவர்கள்

சந்தேகங்களை எழுப்பினார்கள். நாட்டை விட்டு வெளியே செல்லும் வாய்ப்புப் பெற்றவர்கள் அரிதாகவே திரும்ப வருவார்கள். மஹ்மூத் ஏன் திரும்ப வந்தார் என்று கேட்கத் தொடங்கினார்கள். அவர்களில் ஒருவர் மஹ்மூதின் பதில்களை ஒரு நோட்டுப் புத்தகத்தில் எழுதியெடுத்துக் கொண்டிருந்தார். மூன்றாவது முறையாகப் பதிவேட்டில் இடம்பெறுகிறோம் என்பதைப் பீதியுடன் உணர்ந்தார் மஹ்மூத். வந்தவர்கள் ஒரு விண்ணப்பப் படிவத்தைக் கொடுத்தபோது, வாழ்க்கையில் இதுவரை அரசியல் சாராதவனாகவே இருந்து வந்ததையும் கட்சியில் சேர விருப்பமில்லை என்றும் மஹ்மூத் பதிலளித்தார். அவர்கள் வாயடைத்துப் போய் அவரைப் பார்த்தார்கள். இந்தப் புதுக் குடித்தனக்காரனுக்குத் தான் செய்வது என்னவென்று விளங்கவில்லை என்று அவர்கள் யோசித்திருக்கலாம். எனவே ஷாவின் அறிவிப்பு பெரிய எழுத்துக்களில் அச்சிடப்பட்ட பிரசுரத்தைக் கொடுத்தார்கள். 'ராஸ்தகீஸில் உறுப்பினராக இல்லாதவர்கள் சிறைசெல்ல வேண்டிய சதிகாரர்களாகவோ ஷாவின் மீதும் தேசியத்தின் மீதும் தாய்நாட்டின் மீதும் நம்பிக்கையற்ற கூட்டத்தைச் சேர்ந்தவர் களாகவோ இருப்பார்கள். மற்றவர்கள் நடத்தப்படுவதைப் போலவே தாமும் நடத்தப்பட வேண்டும் என்று அவர்கள் எதிர்பார்க்க முடியாது.' இருந்தும் யோசிக்க ஒருநாள் அவகாசம் தேவை; சகோதரருடன் விவாதிக்க வேண்டும் என்று சொல்லும் துணிச்சல் மஹ்மூதுக்கு இருந்தது.

"உனக்கு வேறு வழியே இல்லை. நாங்கள் எல்லாரும் கட்சி உறுப்பினர்கள்தாம். இந்த நாடு மொத்தமாகவே ஒற்றை ஆசாமிக்குச் சொந்தமானதுபோலத்தான் இதுவும்" என்றார் மஹ்மூதின் சகோதரர். மஹ்மூத் வீட்டுக்குத் திரும்பினார். மறுநாள் செயல்வீரர்கள் திரும்பவும் வந்தபோது தான் கட்சியில் சேரவிருப்பதைப் பிரகடனம் செய்தார். அவ்வாறாக அவர் மகத்தான நாகரிகத்தின் போராளியாக மாறினார்.

விரைவில் அண்மையிலிருக்கும் ராஸ்தகீஸ் தலைமையகத்திலிருந்து அவருக்கு ஓர் அழைப்பு வந்தது. படைப்புத்துறை சார்ந்த கட்சி உறுப்பினர்களின் கூட்டமொன்று நடைபெற்றுக்கொண்டிருந்தது. அதில் கலந்துகொண்டவர்கள் அனைவரும் ஷாவின் முப்பத்தி ஏழாம் ஆண்டு முடிசூட்டு விழாவுக்குப் பங்களிக்க விரும்பினார்கள். சாம்ராஜ்ஜியத்தின் மொத்த ஆயுளுமே ஆண்டு விழாவிலிருந்து ஆண்டு விழாவை நோக்கியே பிசுபிசுப்புடனும் அழகுடனும் சீரான லயத்துடனும் ஓடிக்கொண்டிருந்த்து. எல்லாக் கொண்டாட்டத் தேதியும் ஷாவுடனோ அல்லது அவரது அரிய சாதனைகளான வெள்ளைப் புரட்சி, மகத்தான நாகரிகம் ஆகியவற்றுடனோ தொடர்புபடுத்தப் பட்டிருந்தன. மக்கள் தொகையிலிருந்த பெரும்பான்மையான ஊழியர்கள் கையில் கடிகாரத்தையும் காலண்டரையும் வைத்துக்கொண்டு மன்னரின் பிறந்த நாள், அவருடைய கடைசித் திருமண நாள், முடிசூட்டு நாள், அரியணை வாரிசுகளின் பிறந்த நாட்கள், வாரிசல்லாதவர்களின் பிறந்த நாள்கள் ஆகியவற்றைத் துல்லியமாக உறுதிப்படுத்தினார்கள். சம்பிரதாயமான விடுமுறை நாட்களின் பட்டியலை புதிய திருவிழாக்கள் வீங்கச் செய்தன. ஒரு கொண்டாட்டம் முடிந்த உடனேயே அடுத்த கொண்டாட்டத்துக்கான ஆயத்தங்கள் தொடங்கும். ஆவேகமும் பரவசமும் சூழலை மாற்றிவிடும். எல்லா வேலைகளும் நின்றுவிடும்.

மஹ்மூத் கூட்டத்தை விட்டுக் கிளம்பியதும் எழுத்தாளரும் மொழிபெயர்ப்பாளருமான குலாம் கஸாமி அவரை நெருங்கினார். கடந்த பல ஆண்டுகளாக அவர்கள் சந்தித்திருக்கவில்லை. மஹ்மூத் லண்டனில் வசித்துக் கொண்டிருந்த போது குலாம் சொந்த நாட்டிலேயே இருந்து மகத்தான நாகரிகத்தை மேன்மைப் படுத்தும் கதைகளை எழுதிக் கொண்டிருந்தார். அரண்மனைக்குள் சுதந்திரமாகச் சென்றுவரும் உரிமையுள்ளவராக அற்புதமான வாழ்க்கையை வாழ்ந்துகொண்டிருந்தார். அவருடைய புத்தகங்கள் தோல் பைண்டிங்குடன் வெளியிடப்பட்டன. குலாமுக்கு மஹ்மூதிடம் ஏதோ சொல்ல இருந்தது. ஓர் ஆர்மீனியன் கஃபேக்கு அவரை இழுத்துச் சென்றார். மேஜைமேல் ஒரு வார இதழை விரித்துப் போட்டுவிட்டுக் கர்வத்துடனும் “பாருங்கள், நான் எதை வெளியிடுவதில் வெற்றி பெற்றிருக்கிறேன்” என்று சொன்னார். அது பால் எலுவார்டின் கவிதைக்கு அவர் செய்திருக்கும் மொழிபெயர்ப்பு. மஹ்மூத் அதைப் பார்த்துவிட்டு “சரி, நீங்கள் பெருமைப்படும்படியாக இதில் விசேஷமாக என்ன இருக்கிறது?'' என்று கேட்டார். “என்ன உங்களுக்கு எதுவும் புரியவில்லையா?” என்று சீறினார் குலாம்.

இப்போது துக்கத்தின் காலம்; பார்வையற்றவனைக் கூட வெளியில் அனுப்ப முடியாத இருண்ட இரவின் காலம் வாசித்துக் கொண்டிருக்கும் போதே விரல் நகத்தால் ஒவ்வொரு சொல்லுக்கும் கீழே அடிக்கோடிட்டார். “எல்லாச் சிரமங்களையும் எல்லாச் சிக்கல்களையும் சமாளித்துத்தான் இதை அச்சேற்றவும் இது வெளிவந்தே ஆகவேண்டுமென்று ஸாவக்குகளைச் சம்மதிக்கச் செய்யவும் முடிந்தது. நம்பிக்கையையும் மலர்ச்சியையும் புன்சிரிப்பையும் மட்டுமே ஊக்குவிக்கச் சொல்லும் நாட்டில் ‘துக்கத்தின் காலம்’. இதை உங்களால் கற்பனை செய்ய முடிகிறதா?'' என்று பரவசத்துடன் கேட்டார். குலாம் வெற்றியாளனின் முகபாவனையையும் தமது துணிச்சலைப் பற்றி மிகுந்த மகிழ்ச்சியும் கொண்டிருந்தார்.

குலாமின் தந்திரமான முகத்தைப் பார்த்துக் கொண்டிருந்த அந்த ஒற்றைக் கணத்தில்தான் புரட்சி நெருங்கிவிட்டது என்பதை மஹ்மூத் முதன்முதலாக நம்பினார். திடீரென்று எல்லாம் புரிந்து விட்டாற்போலத் தோன்றியது. வரவிருக்கும் பேரழிவை குலாம் முன்னுணர்ந்திருக்கலாம். அவர் சாமர்த்தியமாகத் திட்டமிடவும் தனது படைவரிசையை மாற்றிக்கொள்ளவும் பழியிலிருந்து தன்னைப் பறித்தெடுத்துக் கொள்ளவும் அவரது அச்சம் நிரம்பிய இதயத்தை ஆக்கிரமித்து எதிரொலித்துக் கொண்டிருக்கும் படையின் ஓசைக்கு மரியாதை செலுத்தவும் தயாராகியிருந்தார். ஷா அமரும் ஆசனத்தின் செஞ்சிவப்புக் குஷனில் குலாம் ஒரு ஊசியை ரகசியமாக நுழைத்திருக்கிறார். அது வெடிகுண்டு அல்ல. அது ஷாவைக் கொல்லாது. ஆனாலும் குலாம் அதை ஆசுவாசமாக உணர்ந்தார். ரகசியமான அவர் எதிரணியில் சேர்ந்திருக்கிறார். இப்போது அவர் அந்த ஊசியை காண்பிக்கலாம்; அதைப்பற்றிப் பேசலாம்; நணபர்களின் பாராட்டையும் அங்கீகாரத்தையும் தேடலாம். தனது சுதந்திரத்தை எடுத்துக் காட்டிவிட்டோம் என்ற உணர்வில் களிப்படையலாம்.

ஆனால், மாலையில் மஹ்மூதின் பழைய சந்தேகங்கள் திரும்பி வந்தன தெருக்களில் மஹ்மூதும் சகோதரரும் நடந்து சென்றார்கள். அவை

மேலும்மேலும் நடமாற்றம் இல்லாதவையாக மாறியிருந்தன. கடந்து செல்லும் முகங்களில் உயிர்க்களை இல்லாமலிருந்தன. சோர்ந்து போயிருந்த பாதசாரிகள் வீட்டை நோக்கி நீண்ட நடை போட்டார்கள். அல்லது பேருந்து நிறுத்தங்களில் மௌனமாக நின்றுகொண்டிருந்தார்கள். சிலர் சுவரை ஒட்டி அமர்ந்து முழங்கால்களுக்கு இடையில் முகத்தைப் புதைத்துக் குட்டித் தூக்கம் போட்டுக்கொண்டிருந்தார்கள். மஹ்மூத் அவர்களைச் சுட்டிக் காட்டியபடி “உங்கள் புரட்சியை யார் முன்னெடுத்துச் செல்லப் போகிறார்கள்? எல்லாரும் உறங்கிக்கொண்டல்லவா இருக்கிறார்கள்” என்றார். “இந்த மக்களே அதையும் செய்வார்கள். ஒருநாள் அவர்கள் சிறகடித்து எழுவார்கள்” என்று சகோதரர் பதிலளித்தார். ஆனால், மஹ்மூதால் அதைக் கற்பனை செய்யக் கூட முடியவில்லை.

(“இருந்தபோதும், கோடைக்கால ஆரம்பத்தில் எதுவோ மாறிக்கொண்டிருக்கிறது என்பதை நானே உணரத் தொடங்கினேன். மக்கள் மத்தியில் எதுவோ புத்துயிர் பெறுகிறது. சூழலும் புதுப்பிக்கப்படுகிறது. துன்புறுத்தும் கனவுக்குப் பிந்தைய பிரக்ஞையின் மங்கலான முதல் வெளிச்சம்போல விவரிக்க முடியாததாக இருந்தது சூழல். முதலாவதாக, அமெரிக்கர்கள் அறிவுஜீவிகள் சிலரைச் சிறையிலிருந்து விடுதலை செய்ய வேண்டுமென்று ஷாவைக் கட்டாயப்படுத்தினார்கள். சிலரை விடுவித்தும் சிலரைச் சிறையில் தள்ளியும் அவர்களைச் சரிக்கட்டினார். அதில் குறிப்பிட வேண்டியது இறுக்கமான அமைப்பில் முதலாவது விரிசல், முதலாவது சின்ன இடைவெளி ஏற்பட்டது என்பதே. அந்த இடைவெளியின் வழியாக 1969ஆம் ஆண்டு ஷாவால் தடைசெய்யப்பட்டிருந்த இரானிய எழுத்தாளர் அமைப்புக்குப் புத்துயிர் ஊட்டச் சிலர் முயன்றனர். அந்தச் சமயத்தில் எல்லா அமைப்புகளும் தடைசெய்யப்பட்டிருந்தன. ராஸ்தகீஸ் கட்சியும் மசூதியும் மட்டுமே எஞ்சியிருந்தன. மூன்றாவதாக ஒன்றுக்கு இடமில்லை. அரசாங்கம் எழுத்தாளர் அமைப்பை நிறுவுவதற்கான அனுமதியைத் தொடர்ந்து மறுத்து வந்தது. அதனால் தனிநபர் வீடுகளில் ரகசியக் கூட்டங்கள் நடைபெறத் தொடங்கின. அவை பெரும்பாலும் டெஹ்ரானுக்கு வெளியிலிருக்கும், ரகசியத்தைப் பாதுகாக்க உதவும் பழைய நாட்டுப்புற இல்லங்களில் நடந்தன. இந்தக் கூட்டங்களைக் ‘கலாச்சார மாலைகள்’ என்று அழைத்தார்கள். அங்கே முதலில் கவிதை வாசிப்பு நடைபெறும். பின்னர் தற்போதைய நிலைமை குறித்த விவாதங்கள் தொடங்கும். இதுபோன்ற கூட்டங்கள் ஒன்றில்தான் சிறை மீண்ட எழுத்தாளர்கள், விஞ்ஞானிகள், மாணவர்கள் ஆகியோரை முதன்முறையாகச் சந்தித்தேன். பெரும் அச்சமும் துன்பமும் எந்த மாதிரியான வடுக்களை விட்டுச் சென்றிருக்கின்றன என்று தெரிந்துகொள்ள அவர்களை நெருங்கி முகங்களை உற்றுப் பார்த்தேன். அவர்கள் அசாதாரணமாக நடந்துகொள்கிறார்கள் என்று எண்ணினேன். வெளிச்சமும் அடுத்தவர்களின் இருப்பும் தங்களுக்கு மயக்கத்தை ஏற்படுத்துவதைப் போலத் தயக்கத்துடன் நடந்துகொண்டார்கள். யாராவது நெருங்கினால் கைகலப்பு ஏற்படும் என்பதால் சுற்றி இருப்பவர்களிடமிருந்து எச்சரிக்கையான தூரத்தை கடைப்பிடித்தார்கள். அவர்களில் ஒருவர் விகாரமாகத் தோற்றமளித்தார். அவருடைய முகத்திலும் கைகளிலும் தீயால் சுட்ட வடுக்கள். கைத்தடியை ஊன்றித்தான் நடந்தார். அவர் சட்டக் கல்லூரியில் மாணவராக இருந்தவர்.

திடீர்ச் சோதனை யொன்றில் அவர் வீட்டிலிருந்து ஃபெதாயீன் துண்டுப் பிரசுரங்கள் கைப்பற்றப்பட்டன. ஸாவக் உளவாளிகள், பழுக்கக் காய்ந்த இரும்புச் சுவர்கள் கொண்ட விசாலமான அறைக்குள் தன்னை எப்படிக் கொண்டு சென்றார்கள் என்று அவர் விவரித்ததை நினைவு கூர்ந்தேன். தரையில் தண்டவாளங்கள் போடப்பட்டிருந்தன. அவற்றின் மேல் ஒரு உலோக நாற்காலி. ஸாவக்குகள் அவரை நாற்காலியுடன் பிணைத்தார்கள். பிறகு ஒரு பொத்தானை அழுத்தினார்கள். நாற்காலி சுவரை நோக்கி மெதுவாகவும் குலுக்கலுடனும் நகர்ந்தது. சுவரை அடைய இரண்டு மணிநேரமாவது பிடிக்கும் என்று அவர் கணக்கிட்டார். ஆனால் ஒரு மணி நேரத்துக்குள்ளேயே அவரால் வெப்பத்தைத் தாங்க முடியவில்லை. அலற ஆரம்பித்தார். துண்டுப் பிரசுரங்களைத் தெருவில் கண்டெடுத்ததைத் தவிர அவர் ஒப்புக்கொள்ள எதுவுமில்லை. என்றபோதும் எல்லாவற்றையும் ஒப்புக்கொள்வதாகச் சொன்னார். அந்த மாணவர் கதறி அழுததை நாங்கள் அனைவரும் மௌனமாகப் பார்த்துக் கொண்டிருந்தோம். அதன் பிறகு அவர் சொன்னவற்றை நான் எப்போதும் நினைத்துக்கொள்கிறேன். ‘இறைவனே, சிந்தனை என்ற கொடிய குறைபாட்டைக் கொடுத்து என்னை ஏன் வேதனையில் ஆழ்த்தினாய்? கால்நடைகளின் பணிவைக் கற்றுக் கொடுப்பதற்குப் பதில் எனக்கு ஏன் சிந்திக்கக் கற்றுக் கொடுத்தாய்?’ கடைசியில் அவர் மூர்ச்சையடைந்து விழுந்தார். நாங்கள் அவரைப் பக்கத்து அறைக்குத் தூக்கிச் சென்றோம். அவருக்கு நேர்மாறாக, வதைக் கிடங்குகளிலிருந்து தப்பிய மற்றவர்கள் வழக்கமான அமைதியுடன் இருந்தார்கள்.”)

விரைவிலேயே ஸாவக்குகள் இத்தகைய கூட்டங்கள் நடக்கும் இடங்களைக் கண்டுபிடித்துவிட்டனர். ஒரு நாள் இரவு வீட்டை அவர்கள் விட்டுக் கிளம்பி நடந்துவந்து கொண்டிருந்தபோது, பாதையோரப் புதர்களுக்கு அப்பால் திடீர் சலசலப்பு ஏற்பட்டதை மஹ்மூத் கேட்டார். நொடி நேரக் குழப்பத்துக்குப் பின்பு குரல்களையும் கேட்டார். பின் மண்டையில் ராட்சதத்தனமான அடி விழுந்ததை உணர்ந்தார். இருட்டு கொடியதாக விரிந்தது. தள்ளாடினார். கற்கள் பாவிய பாதையில் முகம் குப்புற விழுந்தார். நினைவு தப்பியது. சகோதரரின் கைகள் அவரைத் தாங்கிக்கொண்டன. கண்கள் வீங்கின. ரத்தம் உறைந்து மூடியது. அந்தக் கூரிருட்டில் சகோதரரின் காயம்பட்ட வெளிறிய முகத்தை அவரால் பார்க்க முடியவில்லை. அனத்தல்களையும் யாரோ உதவி கோரி அழைப்பதையும் கேட்டார். அது அந்த மாணவரின் குரல் என்று அடுத்த நொடியில் அடையாளம் தெரிந்தது. பூமியின் அடியாழத்திலிருந்து வருவதுபோல அந்தக் குரல் மீண்டும்மீண்டும் ஒலித்துக்கொண்டிருந்தது. ‘சிந்தனை என்ற கொடிய குறைபாட்டைக் கொடுத்து என்னை ஏன் வேதனையில் ஆழ்த்தினாய்? எனக்கு ஏன் சிந்திக்கக் கற்றுக் கொடுத்தாய்?’. மஹ்மூதால் இப்போது தன் அருகே நின்றவரின் கை உடைந்து தொங்கிக்கொண்டிருப்பதைப் பார்க்க முடிந்தது. மற்றொருவர் வாயிலிருந்து குருதி வழிய அருகில் மண்டியிட்டு நிற்பதையும் பார்த்தார். ஒன்று சேர்வதற்கான முயற்சியிலும் அந்தக் குழு மீண்டும் தாக்குதல் ஆரம்பிக்குமோ என்ற மரண பயத்துடனேயே நெடுஞ்சாலையை நோக்கி மெதுவாக நகர்ந்தது.

மறு நாள் காலை, வீங்கிய தலையுடனும் நெற்றியில் தையல்களுடனும் மஹ்மூத் படுக்கையில் கிடந்தார். வீட்டு உரிமையாளர் முந்தைய இரவுச் சம்பவம் பற்றிய செய்தி வெளியாகியிருந்த நாளிதழைக் கொண்டுவந்தார். “கடந்த இரவு கான் பகுதியில் குற்றவாளிகளும் சமூக விரோதிகளும் அடங்கிய ஒரு குழு உள்ளூர்ப் பண்ணை வீடொன்றில் விரும்பத்தகாத கூட்டத்தை ஒருங்கிணைத்திருந்தது. அந்தப் பகுதியில் குடியிருக்கும் நாட்டுப் பற்று மிக்க மக்கள் இந்தக் குழுவினரின் முறையற்ற போக்கையும் வெறுப் பூட்டும் நடத்தையையும் குறித்துப் பலமுறை புகாரளித்துள்ளனர். எனினும் இந்தக் கலவரக் கும்பல் உள்ளூர் தேசபக்தர்களுக்கு உரிய மரியாதை அளிக்காமல் அவர்களைக் கற்களாலும் ஆயுதங்களாலும் தாக்கியது. தாக்கு தலுக்கு உள்ளான மக்கள் தற்காப்பு நடவடிக்கையில் ஈடுபட்டு அந்தப் பகுதியில் அமைதியை நிலைநாட்டினர்.” மஹ்மூத் பற்களை நெரித்துக் கொண்டார். ஜுரஅனலை உணர்ந்தார். அவருக்குத் தலை சுற்றியது.

சில நாட்களுக்குப் பிறகு, மஹ்மூதின் சகோதரர் உறுதியாகச் சொன்னார்: “ஷாவின் நாட்கள் எண்ணப்பட்டு விட்டன. பாதுகாப்பில்லாத தேசத்தை ஆண்டுக்கணக்காக ஒருவரே சுரண்டிக் கொள்ள முடியாது.” மஹ்மூத் கட்டுப்போட்ட தலையை உயர்த்தி ஆச்சரியத்துடன் கேட்டார். “எண்ணப்பட்டு விட்டதா? உனக்கு மண்டை குழம்பி விட்டதா என்ன? அவருடைய ராணுவத்தை பார்த்திருக்கிறாயா?” சந்தேகமில்லை. அவர் பார்த்திருக்கிறார். ஆகவே அந்தக் கேள்வி வெறும் வார்த்தை ஜாலம். ஏகாதிபத்தியத்தின் படைப்பிரிவுகள் பற்றிய திரைப்படங்களையும் தொலைக்காட்சி நிகழ்ச்சிகளையும் ஓயாமல் பார்க்க மஹ்மூத் கட்டாயப்படுத்தப்பட்டிருந்தார். அணிவகுப்புகள், படை நடவடிக்கைகள், சிப்பாய்கள், ராக்கெட்டுகள். பீரங்கிப் படையின் குழல்கள் தன் இதயத்தைக் குறிபார்ப்பதாக எண்ணினார். மன்னரின் முன்னிலையில் தங்களைக் கவனத்துக்கு ஆளாக்கிக்கொள்ளும் மூத்த தலைவர்களின் வரிசையை அவர் அருவெருப்புடன் பார்த்தார். உண்மையான வெடிகுண்டு அருகில் வந்து விழுந்தால் அவர்கள் எப்படி நடந்துகொள்வார்கள் என்று மஹ்மூத் யோசித்திருக்கக் கூடும் என்று நான் அனுமானித்தேன். எல்லாருக்கும் மாரடைப்பு நேர்ந்திருக்கும். மேலும்மேலும் டாங்குகளும் பீரங்கிகளும் ஒவ்வொரு மாதமும் தொலைக்காட்சித் திரையை நிறைத்தன. மிக வலிமையான படையை உருவாக்கியிருக்கிறார்கள். அது எந்த எதிர்ப்பையும் மண்ணில் குருதிக் குழம்பாக ஆக்கிவிடும் என்று மஹ்மூத் நினைத்தார்.

சுட்டெரிக்கும் கோடை மாதங்கள் ஆரம்பமாயின. தென் திசையிலிருந்து டெஹ்ரானை நெருங்கும் பாலைவனம் மூச்சுத்திணறச் செய்தது. மஹ்மூத் தேறியிருந்தார். எனவே நீண்ட இடைவேளைக்குப் பிறகு தமது வழக்கமான மாலை நடையைத் தொடரத் தீர்மானித்தார். வெளியே இறங்கியபோது மிகவும் தாமதமாகி இருந்தது. ராஸ்தகீஸின் புதிய தலைமையகத்துக்காக அதி வேகமாகக் கட்டப்பட்டு வரும் பிரம்மாண்டமான கட்டுமானத்தின் அருகிலிருந்த இருண்ட சிறு தெருக்கள் வழியே நடந்தார். இருட்டில் ஓர் உருவம் நகர்வது பார்வையில் பட்டது. புதர்களுக்குள்ளேயிருந்து யாரோ வருவது போன்ற அரவம் கேட்டது. ஆனால் இங்கே புதர்களே இல்லை. அச்சமடைந்தாலும் அடுத்த தெருவுக்குத் திரும்பினார். பயத்துக்குத்

தெளிவான காரணம் எதுவுமில்லை; என்றபோதும் அவர் பயந்தார். சில்லிப்பை உணர்ந்தார். வீட்டுக்குத் திரும்ப முடிவெடுத்தார். நகரத்தின் மையத்தை நோக்கி நடந்தார். திடீரென்று தனக்குப் பின்னால் காலடி ஓசையைக் கேட்டார். தெருக்கள் வெறிச்சோடியிருந்தன. சுற்றும்முற்றும் எவருமில்லை. ஆகவே வியப்படைந்தார். தன்னிச்சையாக நடையில் விரைவுபடுத்தினார். அவருக்குப் பின்னால் வந்த உருவமும் அதையே செய்தது. சிறிது நேரம் இருவரும் அணிவகுப்பு வீரர்கள் நடைபோடும் தாளகதியில் நடந்தார்கள். இப்போது சிறிய திடமான எட்டுவைத்து நடக்கிறார். மற்றவனும் அதையே பின்பற்றி மேலும் நெருங்கி வந்தான். மஹ்மூத் வேகத்தை அதிகரிக்கத் தீர்மானித்தார். அவனும் அதையே செய்தான். தப்பும் வழியை யோசித்துக் கொண்டே மஹ்மூத் நடையை மந்தமாக்கினார். ஆனால் பயம் பொதுப் பிரக்ஞையை வென்றிருந்தது. தப்புவதற்காக மறுபடியும் நீண்ட காலடி வைத்து நடந்தார். பயத்தில் உடம்பு சிலிர்த்தது. மற்றவனைச் சீண்டிவிடக் கூடாது என்று அஞ்சினார். அவன் தாக்குதலைத் தாமதப்படுத்துவதாக நினைத்தார். ஆனால் பின்னால் வந்தவன் மூச்சிரைப்பு கேட்குமளவுக்கு அவரை மிகவும் நெருங்கியிருந்தான். இருளில் காலடி ஓசைகள் ஒன்றாக ஒலித்தன. இறுதியாக மஹ்மூத் ஓடத் தொடங்கினார். அவனும் அவரை விரட்டி ஓடினான். முன்னோக்கி விரையும்போது மஹ்மூதின் ஜாக்கெட் பட்டைகள் கறுப்புப் பதாகைகள் போலப் படபடத்தன. சட்டென்று வேறு சிலரும் அந்தப் பின் தொடரலில் சேர்ந்திருக்கிறார்கள் என்று உணர்ந்தார். தனக்குப் பின்னால் பனிப்புயலின் கடகடப்புடன் டஜன் கணக்கிலான காலடிகள் இரைவதை அறிந்தார். மூச்சிரைத்தபோதும் ஓடிக் கொண்டிருந்தார். வியர்வை ஊறியது. அரைப் பிரக்ஞை நிலையிலிருந்தார். அடுத்த விநாடியில் சரிந்து விழுவோம் என்று தோன்றியது. கடைசிப் பலத்தையும் பயன்படுத்தி அருகிலிருந்த கேட்டைப் பற்றிக்கொண்டு எழுந்தார். மூடிக் கிடந்த ஜன்னலைப் பிடித்து அந்தரத்தில் தொங்கினார். இதயம் வெடித்து நொறுங்கப் போகிறது என்று நினைத்தார். அந்நிய முஷ்டியொன்று விலாவுக்குள் புகுந்து உள்ளே தாக்குவதுபோன்ற வேதனையை உணர்ந்தார். கடைசியாகக் கட்டுப்பாட்டுக்கு வந்து சுற்றிலும் பார்த்தார். சுவர்மீது வேகமாக ஓடும் சாம்பல் நிறப் பூனையைத் தவிர தெருவில் வேறு ஜீவன் எதுவுமில்லை. நொறுங்கிப்போனவராக, ஏமாற்றமடைந்தவராக, வெற்றி பெற்றவராக மெதுவாக நெஞ்சைப் பிடித்துக்கொண்டு வீட்டை நோக்கித் தன்னை இழுத்துச் சென்றார்.

(“நாங்கள் கூட்டம் முடிந்து பிரிந்து சென்ற அந்த இரவு நடத்தப்பட்ட தாக்குதலிலிருந்துதான் இவையெல்லாம் தொடங்கின. அப்போது முதல் நான் அச்சத்தை உணர்ந்தேன். முற்றிலும் எதிர்பாராத தருணத்தில் அது என்னைத் தாக்கலாம். அதற்காக நான் வெட்கப்பட்டேன். ஆனால் அதிலிருந்து மீள முடியவில்லை. அது என்னை வலுவாகத் தொந்தரவு செய்ய ஆரம்பித்தது. எனக்குள்ளேயே பயத்தைச் சுமந்து கொண்டிருப்பதன் மூலம் பயத்தின்மீது எழுப்பப்பட்ட ஓர் அமைப்பின் பகுதியாக நான் மாறியிருந்தேன் என்பதைத் திகிலுடன் சிந்தித்தேன். பயங்கரமான ஆனால் கலைக்க முடியாத உறவு, ஒருவகையான நோய்க்கூறான கூட்டு எனக்கும்

சர்வாதிகாரிக்கும் இடையில் உருவாகியிருந்தது. என் அச்சத்தின் மூலமே நான் வெறுக்கும் ஓர் அமைப்புக்குத் துணையாகி இருக்கிறேன். ஷா என்னைச் சார்ந்திருக்கிறார். அதாவது என் அச்சத்தைச் சார்ந்திருக்கிறார். அதன் அர்த்தம் என் பயம் அவரைக் கைவிடாது என்பதே. என்னுடைய அச்சத்திலிருந்து நான் விடுபட்டால் அரியணையின் அடிப்படைகளைக் கொஞ்சமேனும் அசைக்க முடியும். ஆனால் அதைச் செய்ய முடியாதவனாக இருந்தேன்.")

கோடைக் காலம் முழுவதும் மஹ்மூத் தளர்ந்திருந்தார். சகோதரர் கொண்டுவந்த செய்திகளை உணர்ச்சியற்றுப் பெற்றுக்கொண்டிருந்தார்.

அனைவரும் எரிமலையின் முகட்டில் வாழ்ந்துகொண்டிருந்த நாட்கள் அவை. எந்தச் சிறு அசைவாலும் எரிமலை சீறிவெடிக்கலாம். கெர்மான்ஷாவில் வெறிபிடித்த குதிரை ஒன்று மக்களைத் தாக்கியது. ஒரு குடியானவன் அதை நகரத்துக்கு ஓட்டி வந்திருந்தான். பிரதான சாலையில் ஒரு மரத்தில் அதைக் கட்டிப் போட்டிருந்தான். சாலையில் கடந்து சென்ற காரைப் பார்த்து மிரண்டு திமிறியதில் அந்த விலங்கு கட்டறுந்து பலரைக் காயப்படுத்தியது. முடிவில் ஒரு சிப்பாய் அதைச் சுட்டுக் கொன்றான். இறந்த பிராணியின் சடலத்தைச் சுற்றி ஆட்கள் கூடினார்கள். காவல்துறையினர் வந்து கூட்டத்தைக் கலைத்தார்கள். 'அந்தக் குதிரை ஆட்களை மிதித்துத் தள்ளிக்கொண்டிருந்தபோது போலீஸ் எங்கே போயிருந்தது?' என்று கூட்டத்திலிருந்த யாரோ கத்தினார்கள். அதைத் தொடர்ந்து சண்டை மூண்டது. காவல்துறையினர் துப்பாக்கிச் சூடு நடத்தினார்கள். ஆனால் கூட்டம் சேர்ந்து கொண்டே இருந்தது. சட்டம் வெறிபிடித்துப் பொங்கியது. ஆட்கள் சாலைகளை மறித்துத் தடுப்புகள் ஏற்படுத்தினார்கள். உடன் ராணுவம் வந்தது. கமாண்டர் நகரத்தில் ஊரடங்கு நிலையைப் பிறப்பித்தார். "ஓர் எழுச்சி உருவாக இதைவிட அதிகமாக வேறு என்ன வேண்டும்?" என்று மஹ்மூதின் சகோதரர் கேட்டார். சகோதரர் வழக்கம்போலவே மிகைப்படுத்திச் சொல்கிறார் என்று மஹ்மூத் நினைத்தார்.

செப்டம்பர் மாதத்தில் ஒருநாள் காலை, ரெஸா கான் சாலை வழியாக மஹ்மூத் நடந்துகொண்டிருந்தபோது தெருவில் பதற்றம் நிலவுவதைப் பார்த்தார். பல்கலைக் கழகத்தின் பிரதான நுழைவாயில் முன்னால் ராணுவ டிரக்குகள், ஹெல்மெட்டுகள், துப்பாக்கிகள், பச்சைச் சீருடைச் சிப்பாய்கள் எல்லாம் இருப்பதைத் தூரத்திலிருந்தே அவரால் பார்க்க முடிந்தது. மாணவர்களை இழுத்துவந்து டிரக்குகளுக்குள் தள்ளிக்கொண்டிருந்தார்கள். மஹ்மூத் அலறல்களைக் கேட்டார். இளைஞர்கள் தெருவில் ஓடுவதைப் பார்த்தார். திடீரென்று சைரன்களின் அலறல்களைக் கேட்டார். மாணவர்களை ஏற்றிக்கொண்ட டிரக்குகள் தெருவில் நகரத் தொடங்கின. நடைபாதைகளிலும் மாணவர்கள் பிடித்து வைக்கப்பட்டிருந்தார்கள். அவர்களுடைய கைகள் கயிற்றால் கட்டப்பட்டிருந்தன. போர்வீரர்கள் அவர்களைச் சுற்றிவளைத்து நின்றார்கள். அந்த முற்றுகை முடிந்ததாகத் தோன்றியதும் மஹ்மூத், ராணுவம் பல்கலைக்கழகத்தின்மீது திடீர்த் தாக்குதல் நடத்தியதைப் பற்றிச் சகோதரரிடம் சொல்ல முடிவெடுத்தார். இளைஞரான உயர்நிலைப்பள்ளி

ஆசிரியர் ஃபெரேஜ்துன் கஞ்ஜியும் அவர்களிடையே இருந்தார். காவல்துறை தாக்குதல் நடத்திய அன்று கூடிய 'கலாச்சார மாலை'யில் அவரைச் சந்தித்ததை மஹ்மூத் நினைவுகூர்ந்தார். தாக்குதல் நடந்த இரவுக்கு மறுநாள் கஞ்சி பள்ளிக்குச் சென்றபோது பள்ளி முதல்வர் அவரை வேலையிலிருந்து நீக்கியிருந்தார். ஸாவக்கிடமிருந்து அவருக்கு முன்னமே தொலைபேசி ஆணை வந்திருந்தது. கஞ்ஜியைப் போக்கிரி என்றும் கொடியவன் என்றும் குற்றம்சாட்டிய முதல்வர் அப்பாவி மாணவர்கள் அவரைப் பார்ப்பதைத் தான் அவமானமாகக் கருதுவதாகக் கூறியதாகவும் மஹ்மூதின் சகோதரர் சொன்னார். நீண்ட நாட்களாக வேலையில்லாமல் இருந்த கஞ்ஜி வேலை தேடி அலைந்துகொண்டிருந்தார்.

இரவுணவுக்கு பஜாருக்குப் போகலாம் என்று சகோதரர் தீர்மானித்தார். நெரிசலும் புழுக்கம் நிறைந்ததுமான சந்துகளில் ஏராளமான இளைஞர்கள் கஞ்சா மயக்கத்தில் தள்ளாடிக் கொண்டிருப்பதை மஹ்மூத் பார்த்தார். சிலர் நடைபாதையில் உட்கார்ந்து பார்வை மழுங்கிய பளபளக்கும் விழிகளால் எங்கோ பார்த்துக்கொண்டிருந்தார்கள். மற்றவர்கள் வழிப்போக்கர்களைச் சீண்டிக்கொண்டும் கை முஷ்டிகளை உயர்த்திச் சைகை காட்டிக்கொண்டுமிருந்தனர். "போலீஸ் இதை எப்படிப் பொறுத்துக் கொள்கிறது?" என்று கேட்டார் மஹ்மூத். "வெகு சாதாரணமாக எடுத்துக்கொள்வார்கள்" என்று சகோதரர் பதிலளித்தார். "இதுபோன்ற கும்பல்கள் அவ்வப்போது வாகாக உதவிக்கு வரும். இன்று அவர்களுக்கு ஒன்றுசேர்ந்திருக்க அனுமதி அளிக்கப்பட்டிருக்கிறது. காசும் கொடுக்கப்படுகிறது. பிறகு மாணவர்களை அடித்து நொறுக்க அனுப்புவார்கள். அதற்குப் பிறகு கட்சியின் அழைப்பின் பேரில் ஆரோக்கியமான தேசபக்த இளைஞர்கள், பல்கலைக்கழக வளாகத்துக்குள் இருந்த சமூகவிரோதிகளுக்குப் பாடம் புகட்டினார்கள் என்று பத்திரிகைகள் எழுதும்."

அவர்கள் உணவகத்துக்குள் நுழைந்து அறை நடுவே இருந்த மேஜையருகில் அமர்ந்தார்கள். பரிமாறுபவருக்காகக் காத்திருந்தபோது பக்கத்து மேஜையில் இரண்டு தடியர்கள் இளைப்பாறிக்கொண்டிருப்பதை மஹ்மூத் கவனித்தார். ஸாவக் என்ற எண்ணம் சிந்தனையை ஊடுருவியது. "நாம் வாசல் பக்கமாகப் போய் விடலாம். என்ன சொல்கிறீர்கள்?" என்று சகோதரரிடமும் கஞ்ஜியிடமும் கேட்டார். அவர்கள் மேஜையை மாற்றிக்கொண்ட உடனேயே பரிமாறுபவர் வந்தார். சகோதரர் ஆர்டர் கொடுத்துக்கொண்டிருந்தபோது மஹ்மூதின் கண்கள் மிக நேர்த்தியாக உடையணிந்த இரண்டு அழகர்கள் கைகோர்த்து அமர்ந்திருக்கும் காட்சியில் பதிந்தன. ஸாவக் உளவாளிகள் தன்பாலினர்போலப் பாவனை காட்டுகிறார்கள் என்பதைக் கிலியுடன் யோசித்தார். "பஜாரில் என்ன நடக்கிறது என்று பார்க்க வேண்டும். நான் ஜன்னலருகே உட்காருகிறேன்" என்று சகோதரரிடம் தெரிவித்தார். புதிய மேஜை நோக்கி நகர்ந்தார்கள். சாப்பிடத் தொடங்குவதற்குச் சில நொடிகள் முன்பு மூன்றுபேர் உள்ளே வந்தார்கள். முன் கூட்டியே தீர்மானித்ததுபோல எதுவும் பேசாமல் மஹ்மூத் பஜாரைப் பார்த்து உட்கார்ந்திருந்த ஜன்னல் அருகில் வந்து உட்கார்ந்தார்கள். "நாம் கண்காணிக்கப்படுகிறோம்" என்று மஹ்மூத்

முணுமுணுத்தார். அதே சமயம், தங்களுடைய மேஜை மாற்றங்களைப் பரிமாறுபவர்கள் சந்தேகத்துடன் பார்த்துக் கொண்டிருப்பதையும் கவனித்தார். பரிமாறுபவர்களுக்குத் தாங்களும் அந்த அறையில் இரையைத் தேடிக்கொண்டிருக்கும் ஸாவக் உளவாளிகளாகத் தென்படுவோம் என்பதைத் தெளிவாக உணர்ந்தார். அவருக்குப் பசி மறைந்தது. உணவு வாய்க்குள் சிக்கிக்கொண்டது. தட்டை ஒருபுறமாகத் தள்ளி விட்டு வெளியேற முடிவு செய்தார்.

சகோதரரின் வீட்டை அடைந்ததும் அலுப்பூட்டும் நகரத்தை விட்டு வெளியே, மலைப் பகுதிக்குப் போய்ச் சுத்தமான காற்றைச் சுவாசிக்கலாமென்று தீர்மானித்தார்கள். புதிய பணக்கார மாவட்டமான ஷெமிரான் வழியாக வடக்கு நோக்கிக் காரில் சென்றார்கள். அங்கே காற்றில் சிமெண்ட் வாடை இன்னும் மிஞ்சியிருந்தது. எழும்பிவரும் குடியிருப்புகள், ஆடம்பர வில்லாக்கள், சொகுசான உணவகங்கள், நீச்சல் குளங்களும் டென்னிஸ் கோர்ட்டுகளும்கொண்ட நகர்ப்புறக் கிளப்கள் ஆகியவற்றைக் கடந்தார்கள். சகல திசைகளிலுமாக விரிந்திருக்கும் இந்தப் பாலைவனத்தின் ஒவ்வொரு சதுர அடியும் (ஆயிரக் கணக்கில் அல்லவெனினும்) நூற்றுக் கணக்கான டாலர்களில் விலை பேசப்படுகிறது. அதிக விலையாக இருந்தபோதும் தேவை அதிகரித்துக்கொண்டே இருக்கிறது. இதுதான் அரண்மனையின் ஒட்டுண்ணிகளான மேட்டுக் குடிகளின் வசீகர வட்டாரம். இது வேறொரு உலகம். வேறொரு கிரகம்.

அடுத்த சில வாரங்களில் புதிய பேரணிகள், புதிய எதிர்ப்பு அறிக்கைகள், ரகசியக் கூட்டங்கள், விவாதங்கள். நவம்பர் மாதத்தில் மனித உரிமைகளைப் பாதுகாக்க ஒரு கமிட்டியும் தலைமறைவு மாணவர்களின் சங்கமும் நிறுவப்பட்டன. அவ்வப்போது மஹ்மூத் அருகிலிருக்கும் பள்ளிவாசலுக்குப் போய் அங்கே திரண்டிருக்கும் மக்கள் கூட்டத்தைப் பார்ப்பார். ஈடுபாடுமிக்க பக்தி அவருக்கு அந்நியமான ஒன்று. ஆகவே அந்த மக்களுடன் எப்படித் தொடர்புகொள்வது என்று தெரியவில்லை. தாங்கள் எங்கே போய்க்கொண்டிருக்கிறோம் என்ற கேள்வியை இந்த மக்கள் அவர்களாகவே கேட்டுக் கொள்ள வேண்டும் என்று நினைத்தார். பெரும்பான்மையினரும் எழுதவோ படிக்கவோ தெரியாதவர்கள். தங்களை ஏமாற்றவும் சுரண்டவும் செய்யும் அவமானமும் குழப்பமும் பகையும் நிறைந்த உலகில் தாங்கள் அகப்பட்டிருப்பதை அவர்கள் பார்க்கிறார்கள். தமக்கான புகலிடத்தைத் தேடுகிறார்கள். நிம்மதியையும் பாதுகாப்பையும் தேடுகிறார்கள். ஆனால் அவர்களுக்கு ஒரு விஷயம் தெரியும். தோழமையற்ற இந்த எதார்த்தத்தில் மாறாமல் இருப்பவர் அல்லாஹ் மட்டுமே. தங்களுடைய கிராமத்திலிருந்ததைப் போலவே அப்படியே இருக்கிறார். எப்போதும்போல; எங்கேயும்போல.

மஹ்மூத் ஏராளமாகப் படித்துக்கொண்டும் லண்டனையும் கிப்ளிங்கையும் மொழி பெயர்த்துக்கொண்டுமிருந்தார். தமது ஆங்கில நாட்களை நினைவு கூர்ந்தபோது ஐரோப்பாவுக்கும் ஆசியாவுக்கும் இடையிலுள்ள வேற்றுமைகளைப் பற்றி யோசித்தார். க்ப்ளிங்கின் சூத்திரத்தைத் தனக்குத்தானே சொல்லிக்கொண்டார். ‘கிழக்கு

கிழக்குதான் . . . மேற்கு மேற்குதான் . . . ஒருபோதும் . . .'. ஒருபோதும் அல்ல. ஒருபோதும் அவை சந்தித்துக்கொள்ளமாட்டா. ஒருபோதும் ஒன்றையொன்று புரிந்துகொள்ளமாட்டா. ஐரோப்பிய மாற்றம் ஒவ்வொன்றையும் அந்நிய வஸ்துவாகவே ஆசியா நிராகரிக்கும். ஐரோப்பியர்கள் அதிர்ச்சியடைவார்கள்; கொந்தளிப் பார்கள். எனினும் அவர்களால் ஆசியாவை மாற்ற இயலாது. ஐரோப்பாவில் சகாப்தங்கள் ஒன்றையொன்று பின் தொடர்கின்றன. புதிய முயற்சிகள் பழையவற்றை வெளியே தள்ளுகின்றன. மண் அவ்வப்போது பழைமையிலிருந்து விடுவித்துக்கொண்டு தன்னைச் சுத்திகரித்துக் கொள்கிறது. எனவே நமது நூற்றாண்டைச் சேர்ந்தவர்களுக்கு அவர்களுடைய முன்னோர்களைப் புரிந்துகொள்வது கடினமாகிறது. இங்கோ நிலைமை வேறானது. இங்கே இறந்த காலம், நிகழ்காலத்தைப் போலவே உயிருடன் இருக்கிறது. அனுமானிக்க முடியாத கொடூரம் நிறைந்த கற்காலம் திட்டமிட்ட மின் அணு யுகத்துடன் சக வாழ்வு வாழ்கிறது. இதனால் இரண்டு சகாப்தங்களும் ஒரே மனிதனுக்குள் வாழ்கின்றன. அவர் செங்கிஸ்கானின் வழித் தோன்றலாகவும் எடிசனின் மாணவனாகவும் இருக்கிறான். அதனால் எடிசனின் உலகைக் கடந்தே செல்கிறான்.

ஜனவரி மாதத் தொடக்கத்தில் ஒரு நாள் மஹ்மூத் கதவு தட்டப்படும் ஓசையைக் கேட்டார். படுக்கையிலிருந்து துள்ளி எழுந்தார்.

("என் சகோதரர்தான் வந்திருந்தார். அவர் முற்றிலும் கலவரமடைந் திருப்பதைக் காண முடிந்தது. தாழ்வாரத்தில் வைத்து அவர் உச்சரித்த ஒரே வார்த்தை 'படுகொலை'. அவருக்கு உட்காரப் பிடிக்கவில்லை. அறைக்குள்ளேயே சுற்றிச்சுற்றி நடந்தார். பெரும் குழப்பத்துடன் பேசினார். க்வாம் நகரத் தெருக்களில் பொதுமக்கள்மீது காவல்துறை துப்பாக்கிச் சூடு நடத்தியிருக்கிறது. ஐநூறு பேர் மரணம் அடைந்திருக்கிறார்கள் என்று குறிப்பிட்டார். ஏராளமான பெண்களும் குழந்தைகளும் கொல்லப்பட்டிருக்கிறார்கள். அற்பமானது என்று தோன்றும் ஒரு விஷயமே எல்லா நிகழ்வுக்கும் காரணம். எடிலாத் நாளிதழில் கோமெய்னியை விமர்சிக்கும் கட்டுரை ஒன்று வெளியாகி இருந்தது. அரண்மனையைச் சேர்ந்த ஒருவரோ அல்லது அரசைச் சார்ந்தவரோ அதை எழுதியிருக்க வேண்டும். கோமெய்னியின் நகரமான க்வோமுக்கு பத்திரிகை வந்ததும் மக்கள் அதைப்பற்றிப் பேசுவதற்காகத் தெருக்களில் கூடினார்கள். காவல்துறை துப்பாக்கிச் சூடு நடத்தியது. சதுக்கத்தில் பீதியூட்டும் போராட்டம். மக்கள் தப்பிச்செல்ல விரும்பினார்கள். ஆனால் எங்கேயும் ஓடிச் செல்ல முடியாதபடி எல்லாத் தெருக்களும் அடைக்கப்பட்டன. துப்பாக்கிச் சூடு தொடர்ந்துகொண்டிருந்தது. மறுநாள், மொத்த டெஹ்ரான் நகரமுமே வெகுண்டு எழுந்தது எனக்கு நினைவிருக்கிறது. இருண்ட கொடிய நாட்கள் எங்களை நெருங்கிக் கொண்டிருந்தன என்பதை உங்களால் உணர முடியும்.")

அணைந்த நெருப்பு

புரட்சி ஷாவின் ஆட்சிக்கு முடிவு கட்டியது. மாளிகையைத் தரைமட்டமாக்கியது. முடியாட்சியைக் குழிதோண்டிப் புதைத்தது. அரசு அதிகாரத் தரப்பில் நேர்ந்த வெளிப்படையான சிறு பிழையிலிருந்தே எல்லாம் ஆரம்பமாயின. அந்தத் தவறான காலடிவைப்பில் முடியாட்சி தனது மரண சாசனத்தில் தானே கையொப்பமிட்டது.

வழக்கமாகப் புறச் சூழல்களிருந்தே புரட்சிக்கான காரணங்கள் தேடப்படுகின்றன. அவை பொதுவான வறுமை, அடக்குமுறை, முறைகேடுகள் போன்றவை. இந்தப் பார்வை ஒருபுறம் சரியானது; ஆனால் ஒருபக்கச் சார்பானது. நூற்றுக்கணக்கான நாடுகளில் அத்தகைய சூழ்நிலைகள் நிலவுகின்றன. ஆனால் அங்கெல்லாம் அரிதாகவே புரட்சிகள் வெடிக்கின்றன. வறுமை, அடக்குமுறை ஆகியவை குறித்த பிரக்ஞையும் அந்த வறுமையும் அடக்குமுறையும் இவ்வுலகின் இயற்கை நியதிகள் அல்ல என்ற திட்பமான சிந்தனையும் தேவைப்படுகின்றன. இந்த விவகாரத்தில் அனுபவமோ அனுபவத்தின் சார்போ மேலெழவில்லை என்பது ஆர்வத்தைத் தூண்டுவது. இங்கே இன்றியமையாத வினையூக்கியாக இருப்பது சொல்; அதன் விளக்கக் கருத்து. அதிர்வேட்டையும் சூறுவாளையும் விடச் சொற்கள் மேலானவை. சுதந்திரமாக உலவும், தலைமறைவாக இருக்கும், சீருடைக்குள் இல்லாமல் கலகமூட்டும், சான்றளிக்கப்படாமல் மிரளச் செய்யும், கொடுங்கோலன்போலக் கட்டுப்பாடற்ற சொற்கள். ஆனால் சில சந்தர்ப்பங்களில் அதிகாரபூர்வமான, சான்றளிக்கப்பட்ட சொற்களே புரட்சியைக் கொண்டு வருகின்றன.

கலகத்திலிருந்தும் ஆட்சிக் கவிழ்ப்பிலிருந்தும் அரண்மனை முற்றுகையிலிருந்தும் புரட்சி வேறுபடுத்தப்பட வேண்டும். ஆட்சிக் கவிழ்ப்போ அரண்மனை கையகப்படுத்தலோ திட்டமிடப்படலாம். ஆனால் புரட்சி ஒருபோதும் திட்டமிடப் படுவதல்ல. அதன் எழுச்சியும் எழுச்சிக்கான காலமும் புரட்சிக்கு முயல்பவர்கள் உள்ளிட்ட எல்லாரையும் அவர்கள் அறியாமலேயே இழுத்துக்கொள்கிறது. தன்னெழுச்சியான அதன் தோற்றத்தையும் தனது வழியிலிருக்கும் எல்லாவற்றையும்

பார்த்து அவர்கள் வியந்து நிற்கிறார்கள். அது இரக்கமற்று அனைத்தையும் தகர்க்கிறது. அதை நடைமுறைக்குக் கொண்டுவந்த இலட்சியங்களையும் அழித்தொழிக்கிறது.

வரலாற்றால் துன்புறுத்தப்பட்ட நாடுகள் புரட்சி ஒன்றே மிக எளிய தீர்வு என்று கண்டு அதைக் குறித்த சிந்தனையிலேயே வாழ்கின்றன என்பது பிழையான கணிப்பு. ஒவ்வொரு புரட்சியும் ஒரு நாடகம். மனித இனம் அதன் உள்ளுணர்வில் நாடகீயத் தருணங்களைத் தவிர்க்கிறது. நாம் அத்தகைய சூழலில் இருந்தால் வெளியேறுவதற்கான வழியையே பார்க்கிறோம். அமைதியான பொது இடத்தையே பெரும்பாலும் தேடுகிறோம். எனவேதான் புரட்சிகள் நெடுங்காலம் நீடிப்பதில்லை. அது இறுதிப் புகலிடம். மற்ற நடவடிக்கைகளும் மற்ற எல்லா வழிமுறைகளும் தோற்றுவிட்டன; இதைத்தவிர வேறு தீர்வு இல்லை என்று நீண்டகால அனுபவம் கற்றுக் கொடுத்திருப்பதே மக்கள் புரட்சியில் ஈடுபடக் காரணம்.

பொது வெறுப்பிலிருந்தே ஒவ்வொரு புரட்சியும் முன்னெடுக்கப் படுகிறது. கட்டற்ற வன்முறைத் தாக்குதல் பின்புலத்துக்கு எதிராகவே நிகழ்கிறது. வெறுப்பில் ஆழ்ந்திருக்கும் நாட்டுடன் ஒத்துப்போக அதிகாரத்தால் முடிவதில்லை. வெறுக்கத்தக்க அதிகாரத்தை நாடும் பொறுத்துக்கொள்வதில்லை. அதிகாரம் தனது நம்பகத் தன்மையை விரயம் செய்துவிட்டு வெறுங்கையுடன் நிற்கிறது. நாடோ தனது பொறுமையின் இறுதித் துணுக்கையும் இழந்து முஷ்டியை ஓங்குகிறது. பதற்றமான காலநிலையும் அதிகரிக்கும் அடக்குமுறையும் நிலவுகின்றன. நாம் பீதி என்ற மனநோயில் விழுகிறோம். வடிகால் பெருக்கெடுத்து வந்துகொண்டிருக்கிறது. நாம் அதை அறிகிறோம்.

போராட்டத் தந்திரத்தைப் பொறுத்து வரலாற்றுக்கு இரண்டு வகையான புரட்சிகள் தெரியும். முதலாவது, தாக்குதல் மூலமான புரட்சி. இரண்டாவது முற்றுகை மூலமான புரட்சி. தாக்குதல் புரட்சியின் எதிர்கால அதிர்ஷ்டத்தையும் வெற்றியையும் அதன் முதல் ஆக்கிரமிப்பே தீர்மானிக்கிறது. எவ்வளவு முடியுமோ அவ்வளவு தாக்குவது; பறிமுதல் செய்வது. இதுபோன்ற புரட்சி அவ்வளவு வன்முறை கொண்டதாக இருக்கும்போதே மேம்போக்கானதாகவும் இருக்கும் என்பதும் முக்கியமானது. எதிரி தோற்கடிக்கப்படுகிறான். ஆனால் தனது பின்னடைவில் ஒரு பகுதி ஆயுதங்களைப் பாதுகாத்துக்கொள்கிறான். பின்னர் எதிர்த்தாக்குதல் நடத்தி வெற்றியாளனைப் பின் வாங்கச் செய்கிறான். இவ்வாறு முதல் ஆக்கிரமிப்பைத் தொடங்குவதால் பின்னர் ஆதாயம் அடைவதைவிட அப்போதே பெரும் பகுதிகளைப் பாதுகாத்துக்கொள்ள முடிகிறது. தாக்குதல் புரட்சியில் முதல் கட்டம் தீவிரமானது. பிந்தைய கட்டங்கள் நிதானமானவை. ஆனால் எதிர்ப்பவர்கள், எதிர்க்கப்படுபவர்கள்

இருவருக்கும் இடையிலான பின்வாங்கல் முடிவு சமரசத்தில் வந்து நிற்கும். முற்றுகைப் புரட்சி இதிலிருந்து வேறுபட்டது. இதில் முதல் தாக்குதல் பொதுவாகப் பலவீனமானது. அது ஒரு விரயத்தைத் தடுக்கிறது என்று நாம் சுருக்கமாகப் புரிந்துகொள்ளலாம். ஆனால் விரைவில் நிகழ்வுகள் வேகமடைந்து நாடகீயமாகின்றன. மேன்மேலும் மக்கள் பங்கேற்கிறார்கள். அதிகாரத்தைப் பாதுகாக்கும் சுவர்கள் முதலில் விரிசலுற்றுப் பின்னர் நொறுங்கி விழுகின்றன. முற்றுகைப் புரட்சியின் வெற்றி அதில் ஈடுபடும் போராளிகளின் திடசிந்தனையையும் மன உறுதியையும் பொறுமையையும் சார்ந்திருக்கிறது. இன்னும் ஒரே நாள். இன்னும் ஒரே உந்தல். கடைசியில் கதவுகள் கீழ்ப்படிகின்றன. கூட்டம் ஆர்ப்பரித்து உள்ளே நுழைந்து தனது வெற்றியைக் கொண்டாடுகிறது.

அதிகாரமே புரட்சியைத் தூண்டி விடுகிறது. நிச்சயமாக அது பிரக்ஞைபூர்வமாகச் செய்வதில்லை. அதிகாரத்தின் (அதிகாரத்திலிருப் பவர்களின்) வாழ்க்கை முறையும் ஆட்சி செலுத்தும் விதமும் இறுதியில் தூண்டுதலாகின்றன. மேல்தட்டினர் இடையே தீமையுணர்வு வேர்கொள்ளும்போது இது நிகழ்கிறது. நாங்கள் எல்லாவற்றுக்கும் அனுமதி பெற்றவர்கள். நாங்கள் எதையும் செய்வோம். இது ஒரு பிரமை. ஆனால் அந்த மாயை பகுத்தறிவின்மேல் கட்டப்படுகிறது. சிறிது காலத்துக்குத் தாங்கள் விரும்பிய எதையும் செய்ய அவர்களால் முடியும் என்று காண்பிக்கிறது. முறைகேடுகள் மீதே முறைகேடுகளும்; சட்ட விரோதங்கள் மீதே சட்டவிரோதங்களும் தண்டிக்கப்படாமல் போகின்றன. மக்கள் அமைதியாகவும் பொறுமையாகவும் எச்சரிக்கையுடனும் காத்திருக்கிறார்கள். அச்சத்துடன் இருக்கிறார்கள். தங்கள் வலிமையை உணராமல் இருக்கிறார்கள். அதே சமயம் குறிப்பிட்ட ஒரு தருணத்தில் தீர்ப்பதற்காக, தவறுகளின் விரிவான கணக்குகளை வைத்துக் கொண்டிருக்கிறார்கள். அந்த நொடியைத் தேர்வு செய்வது வரலாற்றுக்கு மட்டுமே தெரிந்த மகத்தான புதிர். அது வேறு ஒரு நாளில் நடைபெறாமல் ஏன் அந்தக் குறிப்பிட்ட நாளில் நடந்தது? வேறொரு நிகழ்வு அதைக் கொண்டுவராமல் ஏன் இந்தக் குறிப்பிட்ட நிகழ்வு கொண்டுவந்தது? ஆகப்பெரிய முறைகேட்டில் நேற்றுத்தான் அரசாங்கம் தன்னை மூழ்கடித்துக் கொண்டது. ஆனால் எந்த எதிர்வினையும் இல்லையே? "நான் என்ன செய்து விட்டேன்?" என்று ஆட்சியாளர் கேட்கிறார். "எந்தப் பிசாசு திடீரென்று இவர்களைப் பிடித்து ஆட்டுகிறது?" என்று கேட்கிறார். அவர் செய்ததெல்லாம் இதுவே. மக்களின் பொறுமையை அலட்சியம் செய்தார். அந்தப் பொறுமைக்கு எல்லை எங்கே? யார் அதை வரையறுப்பது? இவற்றுக்கான பதில்கள் நிர்ணயிக்கப்பட முடியுமானால் அவை ஒவ்வொரு சிக்கலுக்கும் வெவ்வேறானவையாகவே இருக்கும். ஒன்று நிச்சயம். அப்படி ஓர் எல்லை உண்டு என்று அறிந்த ஆட்சியாளர்கள் நீடிக்கிறார்கள். அதை மதிக்கத் தெரிந்தவர்கள் நீண்டகாலம் ஆட்சியைத் தக்கவைத்துக் கொள்கிறார்கள். ஆனால் அதுபோன்ற ஆட்சியாளர்கள் எண்ணிக்கையில் மிகக் குறைவு.

இந்த எல்லையை ஷா எப்படி மீறினார்? தனக்குத்தானே எப்படி தண்டனை விதித்துக்கொண்டார்? பொறுப்பற்ற ஒரு சொல் மகத்தான சாம்ராஜ்ஜியத்தையும் கீழே தள்ளிவிடும் என்பது அதிகார அமைப்புக்குத் தெரிந்திருக்க வேண்டும். இதைத் தெரிந்துகொள்ள விழிப்புடன் இருக்க வேண்டும். அப்படி இருந்தாலும் குறிப்பிட்ட நொடியில் தற்காப்பு உள்ளுணர்வு தோல்வியடையும். தற்காப்பு உறுதியாலும் மிதமிஞ்சிய அகந்தையாலும் அதிகாரம் தவறிழைக்கிறது. அதனால் நாசமடைகிறது. 1978 ஜனவரி 8 ஆம் தேதியன்று அரசாங்கத்தின் நாளிதழான எடெலெத்தில் கோமெய்னியைத் தாக்கிக் கட்டுரையொன்று வெளியிடப்பட்டது. அந்தச் சமயத்தில் குடியேறியாக இருந்த கோமெய்னி வெளிநாட்டிலிருந்தபடியே ஷாவுடன் போர் செய்து கொண்டிருந்தார். சர்வாதிகாரியால் கொடுமைப்படுத்தப்பட்டு நாட்டைவிட்டு வெளியேற்றப்பட்டிருந்த கோமெய்னி மக்களின் வழிபாட்டுக்கு உரியவராகவும் மனசாட்சியாகவும் இருந்தார். கோமெய்னி என்ற தொன்மத்தை அழிப்பது புனிதமான ஒன்றை நிர்மூலமாக்குவதற்கு இணையானது. ஒடுக்கப்பட்டவர்கள், அவமதிப்புக்கு உள்ளானவர்கள் ஆகியோரின் நம்பிக்கைகளைச் சிதறடிப்பதற்கு ஒப்பானது. அந்தக் கட்டுரையின் சரியான உள்நோக்கம் அதுதான்.

எதிராளியை ஒழித்துக்கட்ட ஒருவர் ஏன் கட்டுரை எழுத வேண்டும்? அந்த எதிராளி நம்மில் ஒருவரல்லர். அந்நியர். வெளி ஆள். வெளிநாட்டவர் என்பதை நிரூபிக்க அதுதான் சிறந்த வழி. இந்த முனையில் நாம் நிஜமான குடும்ப வகைமாதிரியை உருவாக்கிப் பார்க்கலாம். இங்கிருக்கும் நாம், அதாவது நீங்களும் நானும். அதாவது ஆட்சியாளர்களும் நாமும் ஓர் உண்மையான குடும்பத்தை சேர்ந்தவர்கள். நம்முடைய வழியில் நாம் ஒற்றுமையாக வாழ்கிறோம். நம் தலைக்கு மேலே ஒரே கூரை. நாம் ஒரே மேஜையில் உட்காருகிறோம். ஒருவருக்கொருவர் இணங்கிப்போக நமக்குத் தெரியும். ஒருவருக்கொருவர் உதவி செய்துகொள்ளத் தெரியும். துரதிருஷ்ட வசமாக நாம் தனியாக இல்லை. ஆனால் அந்நியர்களின் கும்பலும் வெளி ஆள்களும் வெளிநாட்டவர்களும் நம்மைச் சூழ்ந்திருக்கிறார்கள். நமது அமைதியையும் நிம்மதியையும் அழித்து நம் வீட்டை அபகரிக்கப் பார்க்கிறார்கள். யார் அந்நியர்கள்? நம்மைக் காட்டிலும் கீழானவர்கள். அதே சமயம் ஆபத்தானவர்கள். அந்நியர் மோசமானவராக மட்டுமே இருந்தால் விட்டுவிடலாம். ஆனால் அதற்கு வாய்ப்பில்லை. அவர் குழப்பம் ஏற்படுத்தவும் சிக்கலை உண்டாக்கவும் நாசமாக்கவும் போகிறார். நம்மை ஒருவருக்கொருவர் எதிரியாக்கவும் முட்டாள்களாக்கவும் பிளவு படுத்தவும் போகிறார். அந்நியர் உங்களுக்காக்க் காத்திருக்கிறார். உங்கள் துரதிர்ஷடங்களுக்கெல்லாம் அவரே காரணம். இதற்கான வலிமை அவருக்கு எங்கிருந்து வருகிறது? அந்நிய (வெளி, வெளிநாட்டு) சக்திகள் பின்னணியில் இருக்கின்றன என்பதுதான் உண்மை. அந்தச் சக்திகள் அடையாளம் காணப்படவோ காணப்படாமலோ போகலாம். ஆனால் ஒன்று நிச்சயம். அவர்கள் வலிமையானவர்கள். அல்லது நாம் அவர்களை மேலோட்டமாக எடுத்துக்கொள்வதனாலேயே வலிமை பெற்றவர்கள். இன்னொரு பக்கம், நாம் விழிப்புடன் இருந்தால் மட்டுமே தொடர்ந்து

போராடிக் கொண்டிருந்தால் மட்டுமே வலிமை மிக்கவர்கள் ஆவோம். இப்போது கோமெய்னியைக் கவனியுங்கள். உங்களுக்காகக் காத்திருக்கும் அந்நியர். அவருடைய பாட்டனார் இந்தியாவிலிருந்து வந்தவர். எனவே நம்மை நாமே கேட்டுக்கொள்வோம். வெளிநாட்டவரின் இந்தப் பேரன் யாருக்குச் சேவைசெய்கிறார்? அந்தக் கட்டுரையின் முதற் பகுதி இது. இரண்டாவது பகுதி நல்வாழ்வு தொடர்பானது. நாம் நலமுடன் இருக்கிறோம் என்பது எவ்வளவு மகத்தானது. நமது உண்மையான குடும்பமும் நலமாக இருக்கிறது. வலுவான உடல்; திடமான மனம். இந்த நல்வாழ்வுக்காக நாம் யாருக்குக் கடமைப்பட்டிருக்கிறோம்? நமது ஆட்சியாளர்களுக்கு. நன்மையும் மகிழ்ச்சியும் நிறைந்த நமது வாழ்க்கைக்கு அவர்களே உறுதியளித்திருக்கிறார்கள் எனவே சூரியனுக்குக் கீழே இருப்பவர்களில் சிறந்த ஆட்சியாளர்கள் அவர்களே. அத்தகைய ஆட்சியாளர்களை யார் எதிர்ப்பார்கள்? பொதுப் புத்தியே இல்லாதவர்கள் தாம் அதைச் செய்வார்கள். நம்முடையவர்கள் மிகச் சிறந்த ஆட்சியாளர்கள் என்பதாலேயே ஒரு பைத்தியக்காரர் அவர்களை எதிர்த்துப் போர் புரிகிறார். ஆரோக்கியமான ஒரு சமூகம் இதுபோன்ற முட்டாள்களை அடையாளம் கண்டு அவர்களைத் தனிமைப்படுத்தி விரட்ட வேண்டும். ஷா அவரை நாட்டை விட்டு வெளியேற்றியது நல்ல செயல். இல்லையென்றால் கோமெய்னி மனநல விடுதியில் அடைக்கப்பட்டிருப்பார்.

க்வோமுக்கு வந்து சேர்ந்த நாளிதழ்க் கட்டுரை மக்களைக் கொதிப்படையச் செய்தது. அவர்கள் சதுக்கங்களிலும் தெருக்களிலும் திரண்டார்கள். வாசிக்கத் தெரிந்தவர்கள் மற்றவர்களுக்காக உரக்க வாசித்தார்கள். பதற்றம் பெருமளவு மக்களை அங்கே இழுத்து வந்தது. பெரிய குழுக்கள் உரக்கக் கத்தி விவாதித்துக்கொண்டிருந்தன. (எந்த இடத்திலும், இரவு பகல் எந்த நேரமும், ஓயாமல் விவாதம் செய்வது இரானியர்களுக்குப் பிடித்தமான வேலை). இந்த இடைவிடாத பேச்சுக்களால் மிகவும் கொந்தளித்த குழுக்கள் காந்தங்களைப்போல இருந்தன. சதுக்கத்தில் பெருங்கூட்டம் திரளும்வரை இந்தப் பேச்சுகள் காந்தம்போல மக்களை ஈர்த்துக்கொண்டிருந்தன. இதுதான் காவல்துறையினரை அப்பட்டமாக வெறுப்படையச் செய்தது. இத்தனை பெரிய கூட்டத்துக்கு அனுமதி கொடுத்தது யார்? எவருமில்லை. எந்த அனுமதியும் அளிக்கப்படவில்லை. உரக்க முழக்கமிட யார் அனுமதித்தார்கள்? சுற்றிலும் கைகளை உயர்த்தி அசைத்துக்காட்ட அனுமதி வழங்கியது யார்? இவையெல்லாம் உள்ளீடற்ற கேள்விகள் என்பது காவல் துறையினருக்கு நன்றாகவே தெரியும். நடவடிக்கையில் இறங்க அவர்கள் காத்திருந்த சரியான நேரம் இதுதான்.

மிக முக்கியமான விநாடி இது. நாட்டின் விதியையும் ஷாவின் விதியையும் புரட்சியின் விதியையும் நிர்ணயிக்கும் நொடி. போலீஸ்காரன் ஒருவன் தன் இடத்தைவிட்டு எழுந்து, கூட்டத்தின் விளிம்பில் நின்றிருக்கும் மனிதனை நோக்கி நடந்து சென்று உரத்த குரலில் அவனை வீட்டுக்குச் செல்லுமாறு கட்டளையிட்ட நொடி. போலீஸ்காரனும் கூட்டத்திலிருக்கும்

மனிதனும் சாதாரணர்கள்; அறிமுகமற்றவர்கள். ஆனால் அவர்களது சந்திப்பு வரலாற்று முக்கியம் வாய்ந்தது. இருவரும் முதிர்ந்தவர்கள். இருவரும் பல நிகழ்வுகளைக் கடந்து வாழ்பவர்கள். இருவரும் தனித்தனி அனுபவம் கொண்டவர்கள். போலீஸ்காரனின் அனுபவம்: நான் யாரையாவது பார்த்து அதட்டிக் குறுந்தடியைத் தூக்கினால் அவன் முதலில் திகைத்துப் போவான். பிறகு ஓட்டமெடுப்பான். கூட்டத்தின் விளிம்பில் நிற்பவனின் அனுபவம்: ஒரு போலீஸ்காரன் என்னை நோக்கி நெருங்குவதைப் பார்த்தால் பயம் என்னைக் கவ்விக் கொள்ளும். நான் ஓடத் தொடங்குவேன். இந்த அனுபவங்களின் அடிப்படையில் நாம் ஒரு திரைக்கதையை விரிவாக்கிப் பார்ப்போம். போலீஸ்காரன் கத்துகிறான். அந்த மனிதன் ஓடுகிறான். மற்றவர்களும் பாய்கிறார்கள். சதுக்கம் காலியாகிறது. ஆனால் இப்போது எல்லாம் மாறுகிறது. போலீஸ்காரன் கத்துகிறான். அந்த மனிதன் ஓடுவதில்லை. போலீஸ்காரனைப் பார்த்தபடி அங்கேயே நின்றுகொண்டிருக்கிறான். பயத்தின் சாயை இருந்தாலும் எச்சரிக்கும் பார்வை. அதேசமயம் தீர்க்கமும் துடுக்குமான பார்வை. ஆக இப்போது இங்கிருப்பது இதுதான். கூட்டத்தின் விளிம்பில் நிற்கும் மனிதன் சீருடை அணிந்த அதிகாரியைத் துடுக்குத்தனமாகப் பார்க்கிறான். அவன் பணிவதில்லை. சுற்றிலும் பார்க்கிறான். பிற முகங்கள் எல்லாவற்றிலும் அதே பார்வையைக் காண்கிறான். அந்த முகங்களிலும் எச்சரிக்கை. பயம் மிஞ்சியிருந்தாலும் திடமும் மாறாத ஊக்கமும் தென்படுகின்றன. போலீஸ்காரன் கத்திக்கொண்டே இருந்தபோதும் எவரும் ஓடவில்லை. கடைசியில் அவன் கத்துவதை நிறுத்துகிறான். அங்கேயொரு கணம் மௌனம் நிலவுகிறது. போலீஸ்காரனும் கூட்டத்தின் விளிம்பில் நிற்கும் மனிதனும் நிகழ்ந்தது என்னவென்று ஏற்கனவே உணர்ந்திருந்தார்களா என்று நமக்குத் தெரியாது. அந்த மனிதன் பயத்தை விட்டிருந்தான். சுருக்கமாகச் சொன்னால் இதுதான் புரட்சியின் ஆரம்பம். தொடக்கம் இங்கேதான். சற்று முன்பு இரண்டு மனிதர்கள் ஒருவரை ஒருவர் நெருங்கியபோது சட்டென்று மூன்றாவது உருவம் ஒன்றும் அவர்களுக்கு இடையில் குறுக்கிட்டது. அந்த மூன்றாவது உருவமே பயம். அச்சம் போலீஸ்காரனின் கூட்டாளி. கூட்டத்தின் விளிம்பில் நிற்கும் மனிதனின் பகைவன். அச்சம் அதன் விதிகளில் ஊடுருவி எல்லாவற்றையும் தீர்மானிக்கிறது. இந்த இரண்டு மனிதர்களும் இப்போது தம்மைத் தனித்துப் பார்க்கிறார்கள். ஒருவரையொருவர் எதிர்கொள்கிறார்கள். பயம் இல்லாமல் மறைகிறது. சிறிது முன்புவரை அவர்களுடைய உறவில் வன்மம், வெறுப்பு, ஆத்திரம் பீதி ஆகியவை இணைந்த கலவையான உணர்ச்சி நிறைந்திருந்தது. இப்போது பயம் பின்னொதுங்கிவிட்டது. துரோகமும் வெறுப்பும் கலந்த ஒற்றுமை திடீரென்று நொறுங்கிப் போனது. ஏதோ ஒன்று வெளியேற்றப்பட்டு விட்டது. இருவரும் இப்போது ஒருவருக்கு ஒருவர் அலட்சியத்துக்குரியவர்கள். ஒருவருக்கு ஒருவர் பயனற்றவர்கள். அவர்கள் தத்தம் வழியில் செல்லலாம். அதன் படியே போலீஸ்காரன் தனது இடத்தை நோக்கி அழுத்தமான நடையுடன் திரும்புகிறான். கூட்டத்தின் விளிம்பில் நிற்பவன் மறைந்துகொண்டிருக்கும் தனது எதிரியைப் பார்த்துக்கொண்டு நிற்கிறான்.

அச்சம் – நமக்குள்ளேயே வாழ்ந்துகொண்டிருக்கும் வெறியும் வேட்கையும் கொண்ட மிருகம். அது அங்கிருக்கிறது என்பதை மறந்துவிட நம்மை அனுமதிப்பதில்லை. அது நம்மைத் தின்று கொண்டேயிருக்கிறது. நமது குடல்களைப் பிசைகிறது. எல்லா நேரமும் தீனி கேட்கிறது. விருப்பத்துக்குரிய சுவையான உணவு அதற்குக் கிடைக்குமாறு நாமும் பார்த்துக்கொள்கிறோம். புரளிகள், வதந்திகள், கெட்டவார்த்தைகள், பீதியூட்டும் எண்ணங்கள், துர்க்கனவுப் படிமங்கள் ஆகியவை அதற்கு விருப்பான உணவு. நூற்றுக்கணக்கான வதந்திகளிலிருந்து, தீய அறிகுறிகளிலிருந்து, கருத்துக்களிலிருந்து மோசமானவற்றையே நாம் சலித்தெடுக்கிறோம். அச்சம் அதை மிகவும் விரும்புகிறது. அந்த அசுர விலங்கைத் திருப்திப்படுத்தவும் நிம்மதியாக வைத்துக்கொள்ளவும் எதையும் கொடுக்கிறோம். யாரோ பேசிக்கொண்டிருப்பதை உற்றுக் கேட்கும் ஒருவனை இங்கே பார்க்கிறோம். அவன் முகம் வெளிறுகிறது; உடலசைவுகள் பதற்றம்கொள்கின்றன. என்ன நடக்கிறது? அவன் தன்னுடைய அச்சத்துக்குத் தீனி போட்டுக்கொண்டிருக்கிறான். அதற்கு இரையளிக்க எதுவும் கிடைக்கவில்லை என்றால் என்ன செய்கிறோம்? நாமாக அதைத் தயாரிக்கிறோம். நாம் எதையும் தயாரிக்கவில்லை என்றால் என்ன ஆகும்? (அரிதாகவே அப்படி நிகழ்கிறது.) மற்றவர்களைத் தேடிச் செல்கிறோம். அவர்களைப் பார்க்கிறோம். அவர்களிடம் கேள்விகள் கேட்கிறோம். உன்னிப்பாகக் கவனிக்கிறோம். நமது அச்சத்துக்குத் திகட்டும்வரை தீய செய்திகளைச் சேகரிக்கிறோம்.

எல்லாப் புரட்சிகளையும் பற்றி எழுதப்பட்டிருக்கும் எல்லாப் புத்தகங்களும் தடுமாறும் அதிகாரத்தின் வீழ்ச்சியைக் குறித்த அத்தியாயத்துடனோ மக்களின் இன்னல்களையும் துயரங்களையும் விவரிக்கும் அத்தியாயத்துடனோதான் தொடங்குகின்றன. அவை உளவியல் சார்ந்த அத்தியாயத்துடன் ஆரம்பிக்கப்பட வேண்டும். துன்புறுத்தலுக்கும் பீதிக்கும் உள்ளான ஒருவன் திடீரென்று எப்படி அந்தப் பயங்கரத்திலிருந்து விடுபட்டான் என்பதைக் காட்டும் அத்தியாயத்துடன். வழக்கத்துக்கு மாறான இந்தச் செயல் சிலசமயம் திடீர் அதிர்ச்சியையோ துலக்கமான தெளிவுபடுத்தலையோ சாத்தியமாக்கலாம். அச்சத்திலிருந்து விடுபடும் மனிதன் சுதந்திரத்தை உணர்கிறான். அந்த உணர்வில்லாமல் எந்தப் புரட்சியும் இல்லை.

போலீஸ்காரன் தன்னுடைய இடத்துக்குத் திரும்பி கமாண்டரிடம் (படைத் தலைவரிடம்) விவரங்களை அறிவிக்கிறான். கமாண்டர் துப்பாக்கிப்படை வீரர்களை வரவழைத்து, சதுக்கத்தைச் சுற்றியுள்ள வீடுகளின் மேற்கூரைகளில் ஆயத்தநிலையில் நிற்குமாறு கட்டளை பிறப்பிக்கிறார். அவரே நகரத்தின் மையத்துக்கு வாகனமோட்டிச் சென்று கலைந்து செல்லும்படி கூட்டத்தினரிடம் ஒலிபெருக்கி மூலம் அறிவிப்புச் செய்கிறார். ஆனால் யாரும் அதைக் கேட்பதாக இல்லை. எனவே அவர் பாதுகாப்பான பகுதிக்குத் திரும்பி துப்பாக்கிச் சூடு நடத்த

ஆணையிடுகிறார். தானியங்கித் துப்பாக்கிகள் மக்களின் சிரசுக்குமேல் குண்டுமழை பொழிகின்றன. கலவரம் வெடிக்கிறது. அமளிப்படுகிறது. முடிந்தவர்கள் தப்பி ஓடுகிறார்கள். துப்பாக்கிச் சூடு நிற்கிறது. இறந்தவர்கள் சதுக்கத்தில் மிஞ்சுகிறார்கள்.

இந்தப் படுகொலைக்குப் பிறகு காவல்துறையினரால் சதுக்கத்தில் எடுக்கப்பட்ட புகைப்படம் ஷாவிடம் காண்பிக்கப்பட்டிருக்குமா என்று தெரியவில்லை. காண்பிக்கப்பட்டது என்றும் காண்பிக்கப்படவில்லை என்றும் நாம் எடுத்துக்கொள்ளலாம். ஷா ஓய்வில்லாமல் பணியாற்றிக்கொண்டிருக்கிறார். எனவே அதைப் பார்க்க அவருக்கு நேரம் இருந்திராது. அவரது வேலைநாள் காலை ஏழு மணிக்குத் தொடங்கி நள்ளிரவில் பூர்த்தியாகிறது. உண்மையில் அவர் ஓய்வெடுப்பது குளிர்காலத்தில் பனிச் சறுக்கு விளையாடுவதற்காக செயிண்ட். மோரிட்ஸுக்குச் செல்லும்போது மட்டுமே. அங்கும் இரண்டு அல்லது மூன்று ஆட்டங்கள்தான் பனிச் சறுக்கு விளையாடுவார். அதுவும் தங்குமிடத்துக்குத் திரும்பிய பிறகு மீண்டும் வேலைக்குச் செல்வதற்கு முன்னதாக. இந்தச் சந்தர்ப்பங்களை நினைவுகூரும் மேடம். எல். செயிண்ட். மோரிட்ஸிருந்தபோது பேரரசி மிகுந்த ஜனநாயக உணர்வுடன் நடந்துகொண்டதாகச் சொல்கிறார். பனிச் சறுக்கு விளையாடுமிடத்தில் லிஃப்டுக்காக பனிச் சறுக்குப் பலகையின்மீது சாய்ந்து வரிசையில் காத்திருக்கும் பேரரசியின் புகைப்படத்தைச் சான்று காட்டுகிறார். துடிப்பும் அழகும் நிறைந்த பெண். தனக்கு மட்டுமாக ஒரு லிஃப்டை அமைத்துக்கொள்ளும் அளவுக்கு அவர்களிடம் ஏராளமான பணம் இருந்ததையும் மேடம். எல். சுட்டிக்காட்டுகிறார்.

இங்கே இறந்தவர்கள் வெள்ளைத்துணி போர்த்திச் சவப்பேழைகளில் கிடத்தப்பட்டிருக்கிறார்கள். பிணப்பேழை சுமப்பவர்கள் விசையாகவும் சமயங்களில் பெருநடை நடந்தும் பரபரப்பை ஏற்படுத்திக்கொண்டிருக் கிறார்கள்.மொத்த ஊர்வலமும் விரைந்து நகர்கிறது. ஓலமும் புலம்பலும் ஒலிக்கின்றன. இறந்தவரின் இருப்பு அவர்களை அதிருப்திக்கு உள்ளாக்கியிருப்பதுபோலவும் உடனே அவரை மண்ணோடு சேர்த்துவிட வேண்டும் என்று விரும்புவதுபோலவும் துக்கம் கடைப்பிடிப்பவர்கள் பதற்றத்துடனும் அமைதியற்றும் இருக்கிறார்கள். பிறகு சமாதிமேல் உணவைப் படைக்கிறார்கள். நீத்தார் சடங்குக்கான விருந்து ஆரம்பமாகிறது. வழிச்செல்பவர் அனைவரும் சடங்கில் கலந்துகொள்ள அழைக்கப்படுகிறார்கள்; விருந்தளிக்கப்படுகிறார்கள். பசி இல்லாதவர் களுக்கு பழங்கள், ஆரஞ்சோ, ஆப்பிளோ அல்லது வேறு பழங்களோ அளிக்கப்படுகின்றன. கட்டாயம் எல்லாரும் உண்ண வேண்டும்.

அடுத்த நாள் முதல் நினைவேந்தும் பருவம் ஆரம்பமாகிறது. இறந்தவரின் வாழ்க்கையையும் அவருடைய இரக்கம் நிறைந்த இதயத்தையும் நேர்மையான

குணத்தையும் மக்கள் நினைவு கூர்கிறார்கள். இந்தப் பருவம் நாற்பது நாட்கள் நீடிக்கிறது. நாற்பதாம் நாளன்று குடும்பத்தினரும் நண்பர்களும் தெரிந்தவர்களும் மரித்தோர் இல்லத்தில் கூடுகிறார்கள். தெருவிலிருந்தும் மொத்தக் கிராமத்திலிருந்தும் பெரும் கூட்டத்தை பக்கத்து வீட்டார் திரட்டுகிறார்கள். அது நினைவைப் போற்றும், துக்கத்தைக் கடைப்பிடிக்கும் திரள். வேதனையும் துயரமும் அவர்களை உச்சமாகத் துளைக்கின்றன. அவர்களின் துக்க அனுசரிப்பு உச்சமடைகிறது. மரணம் இயற்கையானதாக இருந்தால், மனித வழக்கமான நிலையாக இருந்தால், நாள் முழுக்கத் திரளும் கூட்டம் சில மணிநேரப் பரபரப்பையும் துக்க வெளிப்பாட்டையும் கொண்டிருக்கும். மாறாக அந்த மரணம் வன்முறையான ஒன்றாக, யாரோ திட்டமிட்டு நடத்திய ஒன்றாக இருக்குமானால் திருப்பியடிக்கும் உணர்வும் பழிவாங்கும் தாகமும் மக்களை ஆக்கிரமித்துக்கொள்கின்றன. தங்குதடையில்லா ஆவேசத்துடனும் அதிகரித்துவரும் வெறுப்புடனும் அவர்கள் கொலையாளியின் பெயரை, தங்கள் துயரை உருவாக்கியவனின் பெயரைச் சொல்கிறார்கள். அவன் மிகத் தொலைவில் இருந்தாலும் அதைக் கேட்கும் நொடியில் நடுநடுங்குவான் என்று நம்புகிறார்கள். ஆம். அவனது நாட்கள் எண்ணப்படுகின்றன.

எதேச்சாதிகாரத்தால் நசுக்கப்பட்டு, கீழ்நிலைக்குத் தள்ளப்பட்டு, ஜடப்பொருளின் தன்மைக்குச் சுருக்கப்பட்ட ஒரு தேசம், தன்னையும் தன்னுடைய தனித்துவத்தையும் அடையாளத்தையும் இயல்பையும் காப்பாற்றிக்கொள்ளத் தனக்குள்ளேயே புதைந்துகொள்கிறது, தன்னைச் சுற்றிச் சுவரெழுப்பிக் கொள்கிறது. இந்த செயல்பாடு தவிர்க்க இயலாதது. ஒட்டுமொத்தமாக ஒரு தேசம் குடிபெயர இயலாது. ஆகவே அது வெளியினூடே அல்ல; காலத்தினூடே இடப்பெயர்ச்சி மேற்கொள்கிறது. தன்னை சூழும் இன்னல்கள், எதார்த்தத்தின் அச்சுறுத்தல்கள் ஆகியவற்றின் நேர்முகத்துக்கு எதிராக இழந்த சொர்க்கமாகத் தெரியும் இறந்த காலத்துக்குத் திரும்பிச் செல்கிறது. தன்னுடைய பாதுகாப்பைப் பழைய மரபுகளிலிருந்து திரும்பப் பெறுகிறது. அதன் மூலம் புனிதம் அடைகிறது. ஆட்சியாளர்கள் அதற்கு எதிராகப் போர் தொடுக்க அஞ்சுகிறார்கள். எனவேதான் ஒவ்வொரு சர்வாதிகார அமைப்புக்குக் கீழும் அந்த எதேச்சாதிகாரத்தை எதிர்க்கவும் எதேச்சாதிகாரத்தின் விருப்பங்களுக்கு எதிராக நிற்கவும் பழைய சடங்குகளும் நம்பிக்கைகளும் குறியீடுகளும் மெல்ல மெல்ல மறுபிறப்பு எடுக்கின்றன. பழைமை ஒரு புத்துணர்வை, கோபத்துக்கான காரணத்தைக் கைவரித்துக் கொள்கிறது. முதலில் இந்தச் செயல் தயக்கத்துடனும் ரகசியமாகவும் நிகழ்கிறது. ஆனால் எதேச்சாதிகாரம் பொறுத்துக்கொள்ள முடியாத ஒன்றாகவும் அடக்குமுறையாகவும் வளர்ச்சியடையும்போது பழைமைக்குத் திரும்ப வேகமும் வாய்ப்பும் அதிகரிக்கின்றன. சிலர் இதை மத்திய யுகத்துக்குத் திரும்பிச் செல்லும் பிற்போக்கு நடவடிக்கை என்கிறார்கள். சரியாக இருக்கலாம். ஆனால் மக்கள் அவ்வப்போது தங்கள் எதிர்ப்புணர்வை வெளிக்காட்டும் வழி இதுவே. ஆட்சியாளர்கள் முற்போக்கையும் நவீனத்தையும் பிரதிநிதித்துவம் செய்வதாக உரிமை பாராட்டும் போது

நாம் நமது மதிப்பீடுகள் வேறுபட்டவை என்று காட்டுகிறோம். இது முன்னோர்களின் மறந்துபோன உலகத்தை மீண்டும் கொண்டுவருவது அல்ல. அதற்கும் மேலான அரசியல் பழிவாங்கல். வாழ்க்கை மேம்பட அனுமதித்தால் மட்டுமே சடங்கு வடிவத்திலிருந்த பழைய வழக்கங்கள் திரும்ப வருவதற்கான அவற்றின் உணர்ச்சிகரமான நிறங்களை இழக்கும்.

வளர்ந்து வரும் எதிர்ப்புணர்வின் செல்வாக்கால் பழைய சடங்கு திடீரென்று அரசியல் செயல்பாடாக மாற்றப்படுகிற நீத்தார் நினைவேந்தும் நாற்பது நாள் சடங்கு அவ்வாறு மாற்றப்பட்டது. குடும்பத்தினரும் அண்டை வீட்டாரும் பங்கேற்கும் சடங்காக இருந்த ஒன்று எதிர்ப்புக் கூட்டமாக மாற்றப்பட்டது. க்வோம் சம்பவங்கள் நடைபெற்று முடிந்த நாற்பது நாட்களுக்குப் பிறகு,பெரும்பாலான இரானிய நகர மசூதிகளில் படுகொலை யில் இறந்தவர்களை நினைவுகூரும் சடங்குக்காக மக்கள் திரண்டனர். தப்ரீஸில் பதற்றம் அதிகரித்துக் கலவரம் வெடித்தது. 'ஷாவுக்கு மரண தண்டனை' என்று கத்திக்கொண்டு ஒரு கூட்டம் தெருவில் ஊர்வலம் சென்றது. ராணுவம் உள்ளே புகுந்து நகரத்தை ரத்தத்தில் மூழ்கடித்தது. நூற்றுக்கணக்கானவர்கள் கொல்லப்பட்டார்கள். ஆயிரக்கணக்கானவர்கள் காயமடைந்தார்கள். நாற்பது நாட்களுக்குப் பின்னர் தப்ரீஸ் படுகொலைக்காக நகரங்கள் நினைவேந்தல் நிகழ்ச்சிகளை நடத்தின. இஸ்ஃபஹான் நகரத்தில் விரக்தியடைந்த கோபத் திரள் தெருக்களில் திரண்டது. ராணுவம் ஆர்ப்பாட்டக்காரர்களைச் சுற்றி வளைத்துத் துப்பாக்கிச் சூடு நடத்தியது. ஏராளமானவர்கள் பலியானார்கள். மற்றொரு நாற்பது நாட்கள் கடந்தன. இஸ்ஃபஹானில் வீழ்த்தப்பட்டவர்கள் நினைவுக்காக டஜன் கணக்கான நகரங்களில் துக்க அனுசரிப்புக் கூட்டங்கள் கூடின. மேலும் ஆர்ப்பாட்டங்கள். மேலும் படுகொலைகள். நாற்பது நாட்களுக்கு அப்புறம் மெஷாத்திலும் அதுபோலவே திரும்பவும் நடைபெற்றது. பின்னர் டெஹ்ரானில். அதன் பிறகு மீண்டும் மெஷாத்தில். முடிவில் ஏறத்தாழ ஒவ்வொரு ஊரிலும் நகரத்திலும் அதுபோலவே நிகழ்ந்தன.

இவ்வாறாக இரானியப் புரட்சி நாற்பது நாட்களுக்கு ஒருமுறை வெடிக்கும் என்ற தாளகதியை ஏற்படுத்திக் கொள்கிறது. ஒவ்வொரு நாற்பது நாட்களுக்கு ஒருமுறையும் விரக்திக் கொந்தளிப்பு, கோபம், ரத்தம். ஒவ்வொரு முறையும் இந்த வெடிப்பு மேலும் கொடூரமானதாகிக் கொண்டிருக்கிறது. பெரும்பெரும் கூட்டங்கள். பெரும்பெரும் பலிகள். பயங்கரவாதம் பின்னோக்கி இயங்குகிறது. அச்சுறுத்தல் அச்சத்தை ஏற்படுத்தவே பயன்படுத்தப்படுகிறது. ஆனால் இப்போது ஆட்சியாளர்கள் கையாளும் அச்சுறுத்தல் புதிய போராட்டங்களுக்கும் புதிய தாக்குதல்களுக்குமே நாட்டைத் தூண்டிவிடுகிறது.

ஷாவின் எதிர் நடவடிக்கை எல்லா சர்வாதிகாரிகளின் நடவடிக்கையைப் போன்றே இருந்தது. முதலில் தாக்குவது. அடக்குவது.

பிறகு அதைக் குறித்து யோசிப்பது. அடுத்து என்ன? முதலில் வலிமையைக் காட்டுவது; பின்னர் மெல்ல முழு சக்தியையும் பிரயோகிப்பது. அதன் பிறகே மூளை இருப்பதைப் பற்றி யோசிப்பது. சர்வாதிகாரிகளில் அதிகமும் அவர்களது வலிமைக்காகவும் மிகக் குறைவாகவே அறிவைப் பயன்படுத்தியதற்காகவும் முக்கியத்துவம் அளிக்கப்படுகிறார்கள். இவற்றுக்கும் அப்பால் சர்வாதிகாரிகளைப் பொறுத்தவரை அறிவு என்பது என்ன? அதிகாரத்தைப் பயன்படுத்துவதற்கான திறன் மட்டுமே. அறிவுத் திறனுள்ள சர்வாதிகாரிக்கு எப்போது தாக்குதல் நடத்த வேண்டும் என்று தெரியும். தொடர்ச்சியான அதிகாரப் பிரயோகம் தேவையானது. ஏனெனில் சர்வாதிகாரம் தன்னால் ஆளப்படுபவர்களின் தாழ் உணர்வுகளான அச்சம், பிறர் மீதான அடக்குமுறை, கால் நக்குதல் ஆகியவற்றுடனேயே பொருந்திச் செல்வது. அச்சுறுத்தல் அத்தகைய உணர்ச்சிகளைக் கிளர்த்திவிடுகிறது. வலிமையின்பால் கொள்ளும் அச்சமே பயங்கரவாதத்தின் ஊற்றுக்கண்.

மனிதன் ஓர் இழிபிறவி என்று எதேச்சாதிகாரி நம்புகிறார். இழிபிறவிகளே அவரது சபையையும் சூழலையும் நிரப்புகிறார்கள். அச்சுறுத்தப்பட்ட ஒரு சமூகம் சிந்தனையற்ற, கீழ்ப்படியும் கும்பலாகவே நீண்ட காலம் நடந்துகொள்ளும். அதைப் பணியவைக்க தீனி போட்டுக்கொண்டிருந்தால் போதும். கேளிக்கை காட்டினால் மகிழ்ச்சி அடையும். அரசியல் தந்திரங்களின் பாசறைகள் கடந்த ஆயிரமாயிரம் ஆண்டுகளில் ஒப்பிட்டளவில் சிறிதும் மாறிவிடவில்லை. அதன் பயனாக அரசியலில் நாம் கற்றுக் குட்டிகளையே பெற்றிருக்கிறோம். அதிகாரம் மட்டும் கிடைத்துவிட்டால் தங்களால் ஆட்சி நடத்திவிட முடியுமென்று அவர்கள் நம்புகிறார்கள். ஆனால் எதிர்பாராத சம்பவங்களும் நிகழ்வதுண்டு. இதோ இங்கே நன்றாக உணவு புகட்டப்பட்ட, நன்றாகக் கேளிக்கை அளிக்கப்பட்ட கூட்டம் பணிய மறுக்கிறது. கேளிக்கையைவிட மேலான ஒன்றைக் கோருகிறது. சுதந்திரம் கேட்கிறது. நீதியை வலியுறுத்துகிறது, எதேச்சாதிகாரி அதிர்ச்சியடைகிறார். ஒரு மனிதனை அவனது முழுமையுடனும் பெருமையுடனும் பார்க்க அவருக்குத் தெரியவில்லை. முடிவில் அந்த மனிதன் சர்வாதிகாரத்தை அச்சுறுத்துகிறான். அதன் எதிரியாகிறான். ஆகவே சர்வாதிகாரம் அவனை அழித்தொழிக்க வலிமையைத் திரட்டுகிறது.

சர்வாதிகாரம் மக்களைத் துச்சமாகக் கருதினாலும் அவர்களிடம் அங்கீகாரம் பெற வேதனைகளையும் மேற்கொள்கிறது. சட்டத்துக்குப் புறம்பாக இருக்கும்போதும் (சட்டத்துக்குப் புறம்பானதாக இருப்பதனாலேயே) அது சட்டபூர்வமானதாக இருப்பதுபோன்ற வெளித் தோற்றத்துக்காகப் போராடுகிறது. இந்தக் குறிப்பிட்ட புள்ளியில் அது சுணங்கும் தன்மை கொண்டது; அதீத உணர்ச்சிகரமானது. அதற்கும் மேலாக (எவ்வளவு ஆழத்தில் மறைக்கப் பார்த்தாலும்) தாழ்வு மனப்பான்மையால் துன்புறுவது. எனவே அது தன்னை வெளிப்படுத்துவதில் ஏற்படும் எந்த

வேதனையையும் மிஞ்சவிடுவதில்லை. தனக்குக் கிடைக்கும் மக்கள் அங்கீகாரத்தில் மகிழ்கிறது. அந்த ஆதரவு வெறும் போலித்தனமாகவே இருப்பினும் அதில் திருப்தி அடைகிறது. வெளித் தோற்றம் மட்டுமாகவே இருந்தால்தான் என்ன? சர்வாதிகாரத்தின் உலகமே வெளித் தோற்றங்களால் ஆனதுதான்.

அங்கீகாரத்தின் தேவையை ஷாவும் உணர்ந்திருந்தார். தப்ரீஸ் படுகொலையில் பலியானவர்கள் அடக்கம் செய்யப்பட்டபோது முடியாட்சிக்கு ஆதரவாக ஓர் ஆர்ப்பாட்டம் நடைபெற்றது. ஷாவின் கட்சியான ரஸ்தகீஸ் கட்சியின் தொண்டர்கள் நகரத்தின் பொது இடங்களில் திரண்டார்கள். மகுடம் பொருத்திய தலைக்குமேலே சூரியன்கள் வரையப்பட்டிருந்த தங்கள் தலைவரின் உருவப்படங்களைச் சுமந்திருந்தார்கள். மொத்த அரசாங்கமுமே பார்வையாளர் மேடையில் இருந்தது. பிரதமர் ஜம்ஷித் அமுசேகர் கூட்டத்தில் உரையாற்றினார். இந்த தேசத்தின் ஒற்றுமையையும் அமைதியையும் எப்படிச் சில அராஜகவாதிகளும் எதிர் மறுப்பாளர்களும் அழிக்க முடியும் என்று வியந்தார். “ஒரு குழு என்று சொல்லக்கூடத் தகுதியில்லாத எண்ணிக்கையிலுள்ளவர்கள் அவர்கள். ஒரு கையளவு ஆட்கள்.” அதிர்ஷ்டவசமாக நமது வீட்டையும் நல்வாழ்வையும் நாசமாக்க முயலும் அவர்களுக்கு எதிராக நாடு முழுவதுமிருந்து கண்டனங்கள் பெருகுகின்றன என்றார். தொடர்ந்து ஷாவுக்கு ஆதரவாகத் தீர்மானம் நிறைவேற்றப்பட்டது. ஆர்ப்பாட்டப் பேரணி முடிந்ததும் தேச பக்தர்கள் வீட்டுக்குள் பதுங்கினார்கள். இந்த நிகழ்ச்சிக்காக அருகாமை நகரங்களிலிருந்து பேருந்துமூலம் ஆட்கள் தப்ரீஸில் இறக்குமதி செய்யப்பட்டிருந்தார்கள்.

ஆர்ப்பாட்டத்துக்குப் பிறகு ஷா சற்று ஆசுவாசமடைந்தார். தன்னுடைய காலை அழுந்த ஊன்றிக் கொண்டார் என்று தோன்றியது. அதுவரை அவர் ரத்தக்கறை படிந்த துருப்புச் சீட்டுகளைத்தான் இறக்கிக் கொண்டிருந்தார். இப்போது சுத்தமான மேடையில் விளையாடத் தீர்மானித்திருக்கிறார். தப்ரீஸ்வாசிகள்மீது துப்பாக்கிச் சூடு நடத்திய படைப் பிரிவுகளுக்குப் பொறுப்பான அதிகாரிகள் சிலரைப் (பொதுமக்களின் அனுதாபத்தைப் பெறுவதற்காக) பதவிநீக்கம் செய்தார். படைத்தலைவர்கள் நடுவே இந்த நடவடிக்கை அதிருப்திகரமான முணுமுணுப்புகளுக்குக் காரணமானது. அவர்களுக்கு ஆறுதல் அளிப்பதற்காக இஸ்ஃபஹான் நகரவாசிகள்மீது துப்பாக்கிச் சூடு நடத்த உத்தரவிட்டார். மக்கள் வெறுப்பும் ஆத்திரமுமாகத் திருப்பி அடித்தனர். மக்களை அமைதிப்படுத்த விரும்பினார். எனவே ஸாவக் அமைப்பின் தலைவரைப் பதவியிலிருந்து நீக்கினார். ஸாவக்குகள் திகைப்படைந்தனர். அவர்களைச் சமாதானப் படுத்துவதற்காக யாரையும் கைதுசெய்ய அவர்களை அனுமதித்தார். சுற்றுப்பாதைகள், வளைந்து நெளிந்த தாறுமாறான வழிகளில் பின்னோக்கி ஓடியதில் படிப்படியாகச் சரிவை நெருங்கினார்.

உறுதிப்பாடு இல்லாதவர் என்று ஷா இகழப்பட்டார். அரசியல் வாதிகள் உறுதி மிக்கவர்களாக இருக்க வேண்டும் என்று கூறப்படுகிறது. ஆனால் உறுதியற்றவராக இருப்பது எதற்காக? தன்னுடைய அரியணையைக் காப்பாற்றிக் கொள்ளவே ஷா உறுதியற்றவராக இருந்தார். அரியணையைத் தக்கவைத்துக் கொள்ளும் ஒவ்வொரு சாத்தியத்தையும் ஆராய்ந்துகொண்டிருந்தார். துப்பாக்கிச் சூடு நடத்தியும் ஜனநாயக நடவடிக்கைகளைக் கையாண்டும் முயன்றார். ஆட்களைச் சிறையில் அடைத்தார். விடுதலையும் செய்தார். சிலரைப் பதவி நீக்கம் செய்தார். வேறு சிலருக்குப் பதவி உயர்வு அளித்தார். முதலில் அச்சுறுத்தினார். பிறகு ஆணை பிறப்பித்தார். எல்லாம் வீண். ஏனெனில் இதற்கு மேலும் மக்கள் ஷாவையும் விரும்பவில்லை. அந்த ஆட்சியையும் விரும்பவில்லை.

ஷாவின் தற்பெருமையே அவருக்குப் பாதகமானது. அவர் தன்னைத் தேசத்தின் தந்தை என்று எண்ணினார். ஆனால் நாடு அவருக்கு எதிராக் கிளர்ந்து எழுந்த்து. அதை மனதில் குறித்துக் கொண்டார். துல்லியமாக உணர்ந்தார். எந்த விலை கொடுத்தாவது (துரதிர்ஷ்டவசமாக ரத்தத்தைக் கொடுத்தாவது) மக்கள் மனதில் பதிந்த பழைய பிம்பத்தை, குதூகலமான மக்கள் கூட்டம் தமது புரவலரின் கால்களில் விழுந்து வணங்கும் பிம்பத்தை, மீண்டும் நிறுவ விரும்பினார். ஆனால் நாம் வாழ்ந்துகொண்டிருப்பது மக்கள் உரிமைகளைக் கேட்கும் காலத்தில்; கருணையை யாசிக்கும் காலத்தில் அல்ல என்பதை அவர் மறந்திருந்தார்.

தன்னை நேர்மையாளராகவும் தீவிரமானவராகவும் கற்பனை செய்திருந்ததன் மூலமும் ஷா நசிவடைந்திருக்கலாம். மக்கள் தன்னை அவர்களின் மதிப்புமிக்க பகுதியாக நினைக்கிறார்கள் என்றும் தன்னை வணங்குகிறார்கள் என்று நிச்சயம் நம்பினார். எனவே அவர்கள் மேற்கொண்ட புரட்சிக் கோலம் ஒப்புக்கொள்ள முடியாததாகவும் அதிர்ச்சியளிப்பதாகவும் இருந்து அவருக்கு வெறியேற்றியது. உடனடியாக எதிர்வினையாற்ற வேண்டும் என்று அவர் கணக்குப் போட்டார். இது வன்முறையான வெறித்தனமான பைத்தியக்காரத்தனமான முடிவுகளுக்கு அவரைக் கொண்டு சென்றது. அவருக்குக் கொஞ்சம் குயுக்தி இல்லாமலும் இருந்தது. அது இருக்குமானால் அவர் இப்படிச் சொல்லியிருக்கலாம்; “ஆர்ப்பாட்டம் நடத்துகிறார்களா? நடத்தட்டும். எவ்வளவு காலம் நடத்துவார்கள்? ஆறு மாதம், ஒரு வருடம்? நான் காத்திருக்கத் தயார். அரண்மனை பணியாது.” இறுதியில் மயக்கமும் கர்வமும் கலைந்த மக்கள் வீடு திரும்பியிருப்பார்கள். ஏனெனில் வாழ்நாள் முழுவதும் ஆர்ப்பாட்ட ஊர்வலங்களில் சென்று கொண்டிருக்க வேண்டும் என்று மக்களிடம் எதிர்பார்ப்பது நியாயமற்றது. ஆனால் ஷா காத்திருக்க விரும்பவில்லை. அரசியலில் காத்திருப்பது எவ்வாறு என்று உங்களுக்குத் தெரிந்திருக்க வேண்டும்.

சொந்த நாட்டைப் பற்றி தெரிந்து வைத்துக் கொள்ளாததாலும் அவர் வீழ்ச்சி அடைந்தார். வாழ்க்கை முழுவதும் அரண்மனைக்குள்ளேயே வாழ்ந்தார். கதகதப்பான அறைக்குள்ளேயே இருக்கும் ஒருவர் கதவு வழியாக விறைக்கும் குளிரில் தலையை நீட்டிப் பார்ப்பதுபோலத்தான், ஒரு நிமிடம் சுற்றிலும் பார்த்துவிட்டுத் திரும்ப உள்ளே ஒடுங்கிக் கொள்வதுபோலத்தான் நடந்துகொண்டார். இந்த நியதிகளே எல்லா அரண்மனை வாழ்க்கைகளும் அழியவும் சிதையவும் செயலாற்றுகின்றன. எனவே நினைவுக்கெட்டாத காலம் முதல் அது அவ்வாறே இருந்தது. இன்றும் இருக்கிறது. இனியும் இருக்கும். நீங்கள் பத்து அரண்மனைகளை எழுப்பலாம். அவை கட்டி முடிக்கப்பட்ட உடனேயே ஐந்தாயிரம் ஆண்டுகளுக்கு முன்பு கட்டப்பட்ட மாளிகை களுக்குப் பொருந்தும் அதே நியதிகளுக்கு இவையும் உட்படுகின்றன. அரண் மனையைத் தற்காலிக இருப்பிடமாக்க் கருதுவதுதான் ஒரே தீர்வு; ஒரு வாடகைக் காரையோ பேருந்தையோ கருதுவதுபோல. நீங்கள் ஏறுகிறீர்கள். சிறிது தூரம் பயணம் செய்கிறீர்கள். பிறகு இறங்கி விடுகிறீர்கள். சரியான நிறுத்தத்தில் இறங்க வேண்டும் என்று நினைவு வைத்துக் கொள்வதே நல்லது; வெகுதூரம் போய்க் கொண்டே இருப்பதல்ல.

ஓர் அரண்மனை வாசத்தில் கடினமான வேலையாக இருப்பது மாறுபட்ட வாழ்க்கையைக் கற்பனை செய்வதுதான். உதாரணமாக உங்கள் வாழ்க்கையை; அரண்மனை நீங்கலான வாழ்க்கையை. மக்கள் தங்களை வெளியே கொண்டுசெல்ல உதவுவார்கள் என்று ஆட்சியாளர்கள் கற்பனை செய்கிறார்கள். அதுபோன்ற தருணங்களிலேயே பெரும்பான்மையான வாழ்க்கைகள் காணாமற் போயிருக்கின்றன. இது அரசியலில் மரியாதை எதிர்கொள்ளும் சிக்கல். மரியாதைக்குரிய நபரான தெ காலை எடுத்துக்கொள்வோம். பொது வாக்கெடுப்பில் அவர் தோல்வியடைந்தார். தன்னுடைய மேஜையைத் துப்புரவு செய்தார். அரண்மனையை விட்டு வெளியேறினார். ஒருபோதும் திரும்பவில்லை. பெரும்பான்மையினர் தன்னை ஏற்றுக்கொள்ள வேண்டும் என்ற நிபந்தனையின் பேரில்தான் ஆட்சியை நடத்த விரும்பினார். பெரும்பான்மையினர் நம்பிக்கையை நிராகரித்த அடுத்த நொடியில் அவர் பதவி விலகினார். ஆனால் அவரைப் போல எத்தனை பேர் இருக்கிறார்கள்? வேறு சிலர் வருவார்கள்; ஆனால் அசைய மாட்டார்கள். நாட்டை வதைப்பார்கள்; ஆனால் கீழிறங்க மாட்டார்கள். கதவுக்கு வெளியே வீசியெறிந்தாலும் வேறு வழியாக உள்ளே நுழைவார்கள். படிகளில் உதைத்து உருட்டினாலும் திரும்பத் தவழ்ந்து மேலே ஏறப்பார்ப்பார்கள். ஆட்சியில் இருந்தால் அல்லது ஆட்சிக்குத் திரும்ப முடியும் என்று தெரிந்தால் அவர்கள் தலைவணங்குவார்கள். புளுகுவார்கள். அசட்டுச் சிரிப்புச் சிரிப்பார்கள். கைகளை உயர்த்திக் காட்டி.'பாருங்கள் ரத்தக்கறை படிந்திருக்கவில்லை' என்பார்கள். சட்டைப் பைகளை உள்ளும் புறமுமாகத் திருப்பி 'பாருங்கள், இதில் ஒன்றுமில்லை' என்பார்கள். ஆனால் சட்டைப் பையைத் திறந்து காட்டுவது எவ்வளவு பெரிய அவமானம்? ஷா அரண்மனையை விட்டு வெளியேறும்போது அழுதுகொண்டிருந்தார். விமான நிலையத்திலும் அழுதுகொண்டிருந்தார்.

பின்னர் நேர்காணலில் தன் வசமிருந்த பணம் மக்கள் நினைத்திருந்ததை விடவும் குறைவு என்று குறிப்பிட்டார்.

எந்த நோக்கமும் எந்தத் தீர்மானமும் இல்லாமலேயே டெஹ்ரானைச் சுற்றித் திரிந்து மொத்த நாட்களையும் கழித்தேன். என்னுடைய அறையின் தடுமாறவைக்கும் வெறுமையிலிருந்தும் மூர்க்கமும் அவதூறு பரப்பும் சுபாவமும் கொண்ட துப்புரவுக்காரக் கிழவியிடமிருந்தும் தப்பித்துக்கொண்டிருந்தேன். அவள் எப்போதும் காசு கேட்டுக்கொண்டே இருந்தாள். லாண்டரியிலிருந்து கொண்டுவந்த என்னுடைய சுத்தமான தேய்த்த சட்டைகளை நீரில் முக்கிக் காயப்போட்டு விட்டுக் காசு கேட்பாள். எதற்கு? என் சட்டைகளைப் பாழாக்கியதற்கா? அவளுடைய முக்காடுக்குள்ளேயிருந்து எப்போது கூர் நகங்கள் துருத்திக் கொண்டிருக்கும். அவளிடம் காசில்லை என்று எனக்குத் தெரியும். அது என்னிடமும் இல்லை. அதை அவள் புரிந்துகொண்டதே இல்லை. வெளி உலகத்திலிருந்து வந்திருக்கும் ஒருவன் நிச்சயம் பணக்காரனாகத்தான் இருப்பான். ஹோட்டல் உரிமையாளரான பெண்மணி தோளைக் குலுக்கினார். "இதில் நான் எதுவும் செய்வதற்கில்லை. என் அருமை ஐயா, புரட்சியின் விளைவாக அந்தப் பெண் அதிகாரம் பெற்றிருக்கிறாள்." ஹோட்டல் உரிமையாளர் இயல்பான தோழனாகவும் புரட்சிக்கு எதிரானவனாகவும் நடுநிலையாளனாகவும் என்னை நினைத்தார். என்னுடைய கருத்துக்கள் தாராளவாதம் சார்ந்தவை என்று கருதினார். அந்தச் சமயத்தில் மக்களைப் பொறுத்தவரை நடுநிலைமையாளர்களே உண்மையில் தாக்குதலின் இலக்காக இருந்தார்கள். கடவுளுக்கும் சாத்தானுக்குமிடையில் எதையாவது தேர்ந்தெடு. அதிகாரப் பிரச்சாரம் எல்லாரிடமிருந்தும் தெளிவான ஒப்புதலை எதிர்பார்த்தது. வெளியேற்றத்தின் தினங்கள் அல்லது ஒருவரை ஒருவர் உளவுபார்க்கும் தினங்கள் ஆரம்பமாகி இருந்தன.

டிசம்பர் மாதம் மொத்தத்தையும் நகரத்தில் திரிவதிலேயே செலவழித்தேன். 1979இன் புத்தாண்டுக் கொண்டாட்டம் நெருங்கிக் கொண்டிருந்தது. நண்பர் ஒருவர் நியாயமும் எச்சரிக்கையுமான கேளிக்கை நிரம்பிய மாலை விருந்துக்குத் திட்டமிட்டிருப்பதாகவும் நானும் வர வேண்டும் என்றும் தொலைபேசி மூலம் அழைப்பு விடுத்தார். எனக்கு வேறு திட்டங்கள் இருக்கின்றன என்று மறுத்தேன். வேறு திட்டங்கள்? டெஹ்ரானில் இது மாதிரியான மாலை வேளையில் நீங்கள் என்ன செய்ய முடியுமென்று அவர் வியப்படைந்தார். விநோதமான திட்டங்கள் வைத்திருக்கிறேன் என்றேன். நான் கண்டறிய வேண்டிய உண்மைகளுக்கு மிக நெருக்கமான திட்டம் புத்தாண்டு முன்னிரவில் அமெரிக்கத் தூதரகத்துக்குச் செல்லத் திட்டமிட்டிருந்தேன். மொத்த உலகமும் வியந்து பேசும் அந்த இடத்தைப் பார்க்க விரும்பினேன். இரவு பதினோரு மணிக்கு ஹோட்டலை விட்டுக் கிளம்பினேன். ஹோட்டலின் கீழ்ச் சாரியில் தூதரகம் இருந்தது. ஒன்றரை மைல் தூரம்கூட நடக்கத் தேவையில்லை. குளிர் துளைத்துக்கொண்டிருந்தது.

காற்று கனத்து இறுக்கமாக இருந்தது. மலைப்பகுதிகளில் பனிப்புயல் வீசிக்கொண்டிருக்கலாம். கால்நடையாளர்களும் ரோந்துக் காவலர்களும் இல்லாத தெருக்கள் வழியே நடந்தேன். ஆள் நடமாட்டமில்லாத வாலியாத் சதுக்கத்தில் கடலை விற்பனையாளன் தனது கடையில் உட்கார்ந்திருந்தான். வார்ஸா நகரத்தின் போல்னாத் தெருவில் காணப்படும் குளிர்கால வணிகர்களைப்போல கதகதப்பான உடையணிந்து மஃப்ளரைச் சுற்றியிருந்தான். ஒரு பொட்டலம் கடலையை வாங்கிக்கொண்டு கைநிறைய ரியால் நாணயங்களை எடுத்துக் கொடுத்தேன். மிக அதிகமான காசுதான். என்னுடைய கிறிஸ்துமஸ் அன்பளிப்பு. அவனுக்கு அது விளங்கவில்லை. நான் கொடுக்க வேண்டியதை எண்ணிப் பார்த்துவிட்டு மீதியைத் தீவிரமும் கௌரவமும் கலந்த பாவனையுடன் திருப்பிக் கொடுத்தான். இந்த இறந்த நகரத்தில், உறைந்த நகரத்தில் எதிர்கொண்ட ஒரே அந்நியனுடன் நான் நிறுவ விரும்பிய கணப்பொழுது நெருக்கம் அவ்வாறாக நிராகரிக்கப்பட்டது. மூடிக் கிடந்த ஜன்னல்களைப் பார்த்துக் கொண்டு நடந்தேன். தக்தே ஜம்ஷித் அருகில் திரும்பினேன். எரிந்துபோன வங்கியையும் நெருப்புச் சுவடுகள் மிஞ்சிய திரையரங்கையும் காலியாக இருந்த ஹோட்டல்களையும் விளக்கேற்றியிராத விமான அலுவலகத்தையும் கடந்தேன். கடைசியில் தூதரகத்தை அடைந்தேன். பகல் பொழுதுகளில் இந்த இடம் பெரிய சந்தைக் கடை போலவும் பரபரப்பான முகாம் போலவும் ஆட்கள் வந்து கூச்சல்போட்டு கொதிப்பைத் தீர்த்துக்கொள்ளும் இரைச்சல் நிரம்பிய அரசியல் கேளிக்கைப் பூங்காபோலவும் இருக்கும். நீங்கள் இங்கே வரலாம். உலகத்தின் வல்லரசை இழித்துப் பேசலாம். எந்த விளைவையும் சந்திக்க நேராது. கண்காணிப்பாளர்கள் இல்லாமலில்லை. ஆனாலும் கூட்டம் கூடுகிறது. இப்போது நள்ளிரவை நெருங்கும் இந்த நேரத்தில் இங்கே யாருமில்லை. கடைசி நடிகர்களால் கைவிடப்பட்டது போன்ற மேடையைச் சுற்றி நடந்தேன். அரங்கேறிய காட்சித் துணுக்குகளும் பேய் நகரத்தின் அணைந்த பின்புலங்களும் எஞ்சியிருக்கின்றன. காற்று படபடத்துத் தோரணங்களைக் கிழிக்கிறது. நரகத்தின் நெருப்புக் குழிக்கு முன்னால் உட்கார்ந்து பிசாசுக் கூட்டம் குளிர்காயும் பெரிய ஓவியத்தைச் சலசலக்கச் செய்கிறது. சற்றுத் தள்ளி நட்சத்திரங்கள் ஜொலிக்கும் நீண்ட தொப்பியணிந்த கார்ட்டர் தங்கக் கட்டிகள் நிரப்பிய பையைக் குலுக்கிக்கொண்டிருக்கிறார். இமாம் அலி தியாக மரணத்துக்குத் தயாராகிக்கொண்டிருக்கிறார். மேடைமேல் மைக்குகளும் ஒலிபெருக்கிகளும் சிதறிக் கிடந்தன. ஒலிபெருக்கிகள் ஊமையாகக் கிடக்கும் காட்சி உயிர்ப்பற்ற வெறுமையின் சாயையை ஆழமாக்கியது. பிரதான வாயிலை நோக்கி நடந்தேன். வழக்கம்போல சங்கிலியும் கொண்டிப் பூட்டும் தொங்க அடைக்கப்பட்டிருந்தது. மக்கள் கூட்டம் தூதரக முற்றுகையின்போது உடைத்த பூட்டு இன்னும் சரி செய்யப்படவில்லை. இளம் பாதுகாவலர் இருவர் கிராதிக் கதவினருகில் உயரமான செங்கல் மதிலையொட்டிக் குளிருக்காகப் பதுங்கியிருந்தார்கள். அவர்கள் தோள்மீதிருந்து தானியங்கித் துப்பாக்கிகள் தொங்கின. இமாமின் ஆதரவாளர்கள். குட்டித் தூக்கம் போட்டுக்கொண்டிருந்தார்கள் என்பது என் அனுமானம். பின்புலத்தில்தான் மரங்களின் நடுவில் பிணைக் கைதிகளை அடைத்து வைத்திருக்கும் வெளிச்சமுள்ள பெரிய கட்டடம்.

ஜன்னல் வழியாக கவனித்துப் பார்த்த என்னால் யாரையும் பார்க்க முடியவில்லை. ஓர் உருவத்தையோ நிழலையோ கூடக் காணவில்லை. கடிகாரத்தைப் பார்த்தேன். நள்ளிரவு ஆகியிருந்தது. குறைந்தது டெஹ்ரானிலாவது புத்தாண்டு தொடங்கியதே. உலகத்தின் வேறெங்கோ கடிகாரங்கள் ஒலித்துக்கொண்டிருந்தன. ஷாம்பெயின் குப்பிகள் நுரைத்துக் கொண்டிருந்தன. பளபளப்பான வண்ணமய அரங்குகளில் விசாலமான விருந்துக் கொண்டாட்டங்கள் எழுச்சியுடன் நடந்துகொண்டிருந்தன. மெல்லிய அரவமோ வெளிச்சத்தின் சிறு மினுக்கமோ இல்லாத இந்த இடத்திலிருந்து மாறுபட்ட கிரகத்தில் அவை நடந்துகொண்டிருக்கின்றன. குளிரில் விரைத்துக்கொண்டு அங்கே நின்றிருந்தபோது அந்த உலகத்தை விட்டுவிட்டு முற்றிலும் தனித்து விடப்பட்ட அதீத துக்கத்தையளிக்கும் இந்த இடத்துக்கு வந்தேன் என்று வியந்தேன். எனக்குப் புரியவில்லை. நான் இங்கே இருக்க வேண்டும் என்ற எண்ணத்துக்கு எப்படி ஆட்பட்டேன்? அந்த ஐம்பத்திரண்டு அமெரிக்கர்கள், இரண்டு இரானியர்களில் யாரையும் எனக்குத் தெரியாது. அவர்களுடன் எனக்குத் தொடர்பு இல்லை. ஒருவேளை இங்கே ஏதாவது நிகழும் என்று நான் எண்ணியிருக்கலாம். ஆனால் எதுவும் நிகழவில்லை.

ஷாவின் வெளியேற்றம், முடியாட்சியின் வீழ்ச்சி ஆகியவற்றின் ஆண்டு நினைவு நாள் நெருங்கிக்கொண்டிருந்த்து. நிகழ்வைச் சிறப்பிப்பதற்காகத் தொலைக்காட்சி புரட்சி தொடர்பான டஜன் கணக்கான படங்களை ஒலிபரப்பிக்கொண்டிருந்தது. எல்லாப் படங்களும் பலவிதத்திலும் ஒரே மாதிரியானவை. அதே காட்சிகளும் அதே சம்பவங்களும் திரும்பத்திரும்ப இடம்பெற்றிருந்தன. அங்கம் ஒன்றில் பிரம்மாண்டமான ஊர்வலக் காட்சிகளே அதிகம் காண்பிக்கப்பட்டன. ஒரு மனிதப் பேராறு. அகண்ட, கொந்தளிக்கும் ஆறு. முடிவில்லாமல் பெருக்கெடுத்துக் காலை முதல் இரவு வரையிலும் பிரதான தெருக்களின் ஊடே புரண்டோடும் ஆறு. ஒரு பெருவெள்ளம் வன்முறையான மற்றொன்றை நொடியில் சூழ்ந்து மூழ்கடித்து விடும்.

எழுச்சி ஒரு காடு. லயம் தப்பாமல் உயரும் முஷ்டிகளின் காடு. ஆர்ப்பாட்டமான காடு. ஆரவாரமான கூட்டம் “ஷாவுக்கு மரண தண்டனை” என்று முழங்கிக்கொண்டிருந்த்து. முகங்களின் மிக குறைவான குளோசப் அப் காட்சிகள். இந்த முதிர்ச்சியற்ற காட்சிகளால் காமிராக்காரர்கள் வசீகரிக்கப்பட்டிருந்தார்கள். தாங்கள் காணும் காட்சிகளின் பரிமாணங்களால் இமயமலை அடிவாரத்தில் நின்றதுபோலத் திகைத்திருந்தார்கள். புரட்சி முடிந்து பல மாதங்களான பின்னும் ஒவ்வொரு நகரத்திலும் லட்சக்கணக்கானவர்கள் ஊர்வலம் சென்றுகொண்டிருந்தார்கள். அவர்களிடம் ஆயுதங்கள் எதுவுமில்லை. எண்ணிக்கையிலும் அசைக்க முடியாத நம்பிக்கையிலும்தான் அவர்களுடைய வலிமை இருந்தது.

இரண்டாம் அங்கம் மிகுந்த நாடகீயமானது. கட்டடக் கூரைகள் மேல் நின்றிருக்கும் காமிராக்காரர்கள் மேலிருந்து பறவைப் பார்வையில் காட்சிகளைப் படம்பிடித்துக் கொண்டிருக்கிறார்கள். முதலில் தெருவில் என்ன நடக்கிறது என்று காட்டுகிறார்கள். அங்கே இரண்டு டாங்குகளும் இரண்டு கவச வாகனங்களும் நிறுத்தப்பட்டிருக்கின்றன. ஹெல்மெட்டும் கவச உடையும் அணிந்த ராணுவ வீரர்கள் பாதையோர நடைபாதையில் ஆயத்த நிலையில் நிற்கிறார்கள். காத்திருக்கிறார்கள். இப்போது நெருங்கிவரும் ஆர்ப்பாட்ட ஊர்வலத்தைக் காட்டுகிறார்கள். முதலில் தெருவில் தூரப் பார்வையில் தென்படுகிறது. விரைவில் குளோஸ் அப் காட்சியாகிறது. ஆண்களும் பெண்களும் குழந்தைகளும் அணிவகுத்து வருகிறார்கள். சாகத் தயார் என்று உருவகித்துக் காட்டும் வகையில் வெள்ளை உடைகளை அணிந்திருக்கிறார்கள். காமிராக்காரர் அந்த முகங்களை நமக்குக் காட்டுகிறார். இன்னும் உயிர் ததும்பும் கண்கள். குழந்தைகள் சோர்ந்திருக்கிறார்கள்.அமைதியாக இருக்கிறார்கள். என்ன நடக்கப் போகிறது என்று பார்க்க விரும்புகிறார்கள். கூட்டம் தடைப்படவோ நிற்கவோ செய்யாமல் நேராக டாங்குகளை நோக்கி முன்னேறுகிறது. வசியத்துக்கு ஆட்பட்ட கும்பலா? புத்தி பிறழ்ந்தவர்களா? எதையும் ஏறிட்டுப் பாராமல் மனித சஞ்சாரமே இல்லாத நிலத்தில் திரிவதுபோல முன்னேறுகிறது. காமிராக்காரரின் கை நடுக்கத்தால் பிம்பங்கள் நடுங்குகின்றன. ஒரு கட்டை விரல் உயர்த்தல், துப்பாக்கிச் சூடு, தோட்டாக்களின் சீற்ற ஒலி, எல்லாம் தொலைக்காட்சிக்கு உள்ளிருந்து வருகின்றன. குண்டுகளை நிரப்பும் வீரர்களின் குளோஸ் அப். இடவலமாக வட்டமிடும் டாங்குகளின் குளோஸ் அப். ஆறுதல் தரும் நகைச்சுவையாக ஓர் அதிகாரியின் ஹெல்மெட் கீழே இறங்கிக் கண்களை மறைக்கும் குளோஸ் அப். நடை பாதையின் குளோஸ் அப். அதன் பின்பு காமிரா பலவந்தமாகத் தெருவுக்கு அப்பாலிருக்கும் வீட்டின் சுவர் மீதும், கூரை மீதும், புகைபோக்கி மீதுமாக நகர்ந்து வெற்று வெளியில் தெரியும் மேகத்தின் விளிம்பில் சென்று நிலைக்கிறது. பின்னர் காலியான ஃப்ரேம். பிறகு இருட்டு. திரையில் ஒளிர்ந்த வாசகம் இது காமிராக்காரரால் எடுக்கப்பட்ட கடைசிக் காட்சி என்கிறது. ஆனால் அவற்றையெல்லாம் மீட்டெடுப்பதற்காகச் சிலர் உயிர்பிழைத்திருந்தார்கள். அவற்றை ஆவணமாக்கினார்கள்.

இறுதி அங்கம் – பிரேத பரிசோதனை. இறந்தவர்கள் இங்கும் அங்குமாகச் சிதறிக் கிடக்கிறார்கள். படுகாயமடைந்த ஒருவர் ஒரு கதவை நோக்கி இழுத்துக்கொண்டு செல்கிறார். ஆம்புலன்சுகள் வேகமாக விரைகின்றன. மக்கள் ஓடிக் கொண்டிருக்கிறார்கள். ஒரு பெண்மணி கைகளைத் தூக்கிக் கதறிக்கொண்டிருக்கிறாள். பருத்த குட்டையான மனிதர் வியர்வை வழிய யாரோ ஒருவருடைய உடலைத் தூக்க முயன்றுகொண்டிருக்கிறார். கூட்டம் பின் வாங்குகிறது. கலைகிறது. குழப்பம் தணிந்து சிறு தெருக்களில் ஒதுங்குகிறது. ஹெலிகாப்டர் ஒன்று உயரமான கூரைகளை ஒட்டித் தாழ்ந்து பறக்கிறது. கட்டடத்

தொகுதிகளுக்கு அப்பால் வழக்கமான போக்குவரத்துடன் நகரத்தின் அன்றாட வாழ்க்கை தொடங்கியிருக்கிறது.

அதேபோன்று ஒரு காட்சி என் நினைவிலிருக்கிறது. ஆர்ப்பாட்டக்காரர்கள் ஊர்வலம் போகிறார்கள். மருத்துவமனை ஒன்றைக் கடக்கும்போது அமைதியாகிறார்கள். ஊர்வலக்காரர்கள் நோயாளிகளைத் தொந்தரவு செய்ய விரும்பவில்லை. இன்னொரு காட்சி. ஊர்வலத்தின் கடைசியில் பின்தங்கிவிட்ட சிறுவர்கள் குப்பைகளைப் பொறுக்கிக் கழிவுத்தொட்டிகளில் போடுகிறார்கள். ஆர்ப்பாட்டக்காரர்கள் நடந்து செல்லும் வழி சுத்தமானதாக இருக்க வேண்டும். திரைப்படக் காட்சியின் துணுக்கு ஒன்று. பள்ளிக்கூடம் விட்டுக் குழந்தைகள் திரும்பிக்கொண்டிருக்கிறார்கள். துப்பாக்கிச் சூடு நடக்கும் ஓசை கேட்டு குண்டுகள் வரும் திசையை நோக்கி, ஆர்ப்பாட்டக்காரர்கள்மீது ராணுவம் சுட்டுக்கொண்டிருக்கும் திசையை நோக்கி அவர்கள் ஓடுகிறார்கள். தங்கள் நோட்டுப் புத்தகங்களிலிருந்து தாள்களைக் கிழித்து சாலையோரம் தேங்கிய ரத்தத்தில் நனைத்த ரத்தப் பக்கங்களை உயர்த்திக் காண்பித்துத் தெருக்களில் செல்பவர்களை எச்சரித்தபடி ஓடுகிறார்கள். எச்சரிக்கை: துப்பாக்கிச் சூடு நடக்கிறது. இஸ்ஃபஹானிலிருந்து வந்த திரைப்படம் பலமுறை ஒளிபரப்பப்பட்டது. ஆர்ப்பாட்ட ஊர்வலம் மனிதக் கடலாக மாறி விசாலமான சதுக்கத்தைக் கடந்து செல்கிறது. திடீரென்று ராணுவம் எல்லாத் திசைகளிலிருந்தும் சுடுகிறது. கதறல்களுக்கிடையில் கூட்டம் உயிர் தப்ப ஓடுகிறது. அமளியாகிறது. தாறுமாறாகப் பாய்கிறது. கடைசியில் சதுக்கம் காலியாகிறது. இறுதியாக மிஞ்சியவர்கள் பார்வையிலிருந்து மறையும்போது அகன்ற சதுக்கத்தின் வெற்றுப் பரப்பு ஒரு நொடி காட்டப்படுகிறது. அதன் நடுவே காலிழந்த மனிதரொருவர் சக்கர நாற்காலியுடன் கைவிடப்பட்டிருக்கிறார். அவர் எழுந்து நிற்கப் பார்க்கிறார். ஆனால் ஒரு கால் சிக்குண்டிருக்கிறது. (எப்படி என்று படத்தில் காட்டப்படவில்லை.) துப்பாக்கிக் குண்டுகள் பறக்கும்போது உள்ளுணர்வின் தூண்டுதலால் அவர் கைகளுக்குள் தலையைப் பொத்திக் கொள்ளுகிறார். பிறகு நம்பிக்கையற்றுச் சக்கர நாற்காலியைச் சரிசெய்ய முயல்கிறார். நகர்வதற்குப் பதிலாக அந்தச் சக்கர நாற்காலியில் சுற்றிச்சுற்றி வருகிறார். அதிர்ச்சியளிக்கும் காட்சி அது. ராணுவ வீரர்கள் பிரத்தியேக உத்தரவு வருவதற்குக் காத்திருப்பதுபோல சுடுவதை ஒரு கணம் நிறுத்துகிறார்கள். அமைதி. ஓர் அகன்ற வெறுமையான திரையை அந்த மையத்தில் பார்க்கிறோம். இத்தனைத் தொலைவிலிருந்து பார்க்கும்போது உடலுறுப்புகளை இழந்து செத்துக்கொண்டிருக்கும் பூச்சியைப்போலத் தெரிகிறார். தன்னத்தனி மனித உயிராக அந்த உருக்குலைந்த உருவம் போராடிக் கொண்டிருக்கும்போதே வலை இறுகுகிறது; மூடிக்கொள்கிறது. எஞ்சியிருக்கும் ஒரே இலக்கைக் குறிவைத்து அவர்கள் சுடுகிறார்கள். விரைவிலேயே நடமாட்டமற்றுப் போன அந்தச் சதுக்கத்தின் மையத்தில் ஒன்றோ இரண்டோ மணி நேரம் அவர் மிஞ்சியிருந்தார் – ஒரு பொது நினைவுச் சின்னம்போல.

காமிராக்காரர் தேவைக்கு அதிகமாக லாங்க் ஷாட்டைப் பயன்படுத்துகிறார். விளைவாகத் துல்லிய விவரங்கள் கிடைக்காமல் போகின்றன. நுண் விவரங்கள் மூலமே முழுமையாகக் காட்ட முடியும். மழைத் துளியில் பிரபஞ்சம் தெரிவதுபோல. ஆர்ப்பாட்டத்தில் கலந்துகொண்ட மனிதர்களின் குளோஸ் அப்களைத் தவறவிட்டிருந்தேன். உரையாடல்களைத் தவறவிட்டிருந்தேன். ஊர்வலத்தில் அணிவகுத்து வரும் ஒரு மனிதனிடம் எவ்வளவு நம்பிக்கை. அவன் நடைபோட்டு வருவது ஏதோ ஒன்றுக்காகத்தான். அவன் நடைபோட்டு வருவது தன்னால் எதையாவது செய்ய முடியும் என்று நம்பிக்கையால்தான். தனக்கு நல்லது விளையும் என்று நம்புகிறான். பின்வருமாறு யோசித்துக்கொண்டே ஊர்வலத்தில் போகிறான். நான் வெற்றி பெற்றால் இனிமேல் யாரும் என்னை நாயைப்போல நடத்தமாட்டார்கள். ஷூக்களைப் பற்றி நினைக்கிறான். மொத்தக் குடும்பத்துக்கும் உயர் ரகமான ஷூக்களை வாங்குவேன். ஒரு வீட்டைப் பற்றிச் சிந்திக்கிறான். நாங்கள் வெற்றி பெற்றால் ஒரு மனித ஜென்மத்தைப்போல வாழத் தொடங்குவோம். ஒரு புதிய உலகம். அவன் ஒரு சாதாரண மனிதன். எனவே தனிப்பட்ட முறையில் ஒரு அமைச்சரைச் சந்தித்து எல்லாவற்றுக்கும் உத்தரவாதம் பெறுவான். நல்லது. ஆனால் எதற்காக ஓர் அமைச்சர்? காரியங்களை நிறைவேற்றிக் கொள்ள நாங்களாகவே ஒரு கமிட்டி அமைப்போம். அவனுக்கு வேறு யோசனைகளும் திட்டங்களும் இருக்கின்றன. அவை கச்சிதமானவையோ தனித்துவமானவையோ அல்ல. ஆனால் நன்மையானவை. உத்வேகமளிக்கக் கூடியவை. ஏனென்றால் அவை மேலான நோக்கம் கொண்டவை. அவை அனைத்தும் நிறைவேற்றப்படும். அவன் பெருமிதமாகவும் ஊர்வலத்தில் பங்கேற்றதன் மூலம் தனக்கு அதிகாரம் கிடைத்திருப்பதாகவும் உணர்கிறான். முதல்முறையாகத் தன்னுடைய விதியைத் தானே கையிலெடுத்திருக்கிறான். முதல்முறையாகப் பங்கேற்றிருக்கிறான். செல்வாக்கை வெளிப்படுத்தியிருக்கிறான். ஒன்றைத் தீர்மானித்திருக்கிறான். ஏனெனில் அவன் இருக்கிறான்.

தன்னியல்பாக ஊர்வலம் ஒன்று உருவெடுப்பதை ஒருமுறை பார்த்தேன். விமான நிலையத்துக்குச் செல்லும் தெருவில் ஒருவன் நடந்து வந்துகொண்டிருக்கிறான். அவன் பாடிக் கொண்டிருக்கிறான். அல்லாஹுவைப் பற்றிய பாடல். அல்லாஹு அக்பர். அவனுக்கு இனிமையும் வசீகரமும் துல்லியமுமான குரல்; நெகிழவைக்கும் தொனி. நடக்கும்போது அவனருகில் இருந்த எதையும், அருகில்வந்த எவரையும் பார்க்கவில்லை. அவன் பாட்டைக் கேட்க ஆசைப்பட்டு நானும் அவனைப் பின்தொடர்ந்தேன். நொடிப்பொழுதில் தெருவில் விளையாடிக்கொண்டிருந்த சில குழந்தைகள் அவனுடன் சேர்ந்து பாடத் தொடங்கினார்கள். பிறகு சாலையோரத் திலிருந்து சில ஆண்கள் கூட்டத்துடன் சேர்ந்துகொண்டார்கள். சில பெண்களும் சேர்ந்துகொண்டார்கள். ஏறத்தாழ நூறு பேர் ஊர்வலக்காரர்கள் ஆனார்கள். வெகு விரைவிலேயே கூட்டம் (ஜியோமிதி விகிதத்தில்) பெருக்கமடைந்தது. கனெட்டி குறிப்பிட்டதுபோல ஒரு கூட்டம் மற்றொரு கூட்டத்தை

அழைத்து வருகிறது. இங்கே அவர்கள் கூட்டமாக இருக்க விரும்பினார்கள். கூட்டம் அவர்களை வலிமையாக்கி அவர்களுக்கு முதன்மை கற்பிக்கிறது. கூட்டத்தின் வாயிலாகவே தம்மை வெளிப்படுத்துகிறார்கள். கூட்டத்தை நாடுகிறார்கள். தனித்திருக்கும்போது சுமந்துகொண்டிருக்கும் ஏதோ ஒன்றிலிருந்து, தங்களுக்குச் சோர்வளிக்கும் ஏதோ ஒன்றிலிருந்து விடுதலை பெறுகிறார்கள்.

அதே தெருவில் (முன்பு ரெஸாகான் தெரு என்றும் தற்போது இன்குலாப் தெரு என்றும் அழைக்கப்படுகிறது.) ஓர் ஆர்மீனியப் பெரியவர் நறுமணப் பொருட்களையும் உலர் பழங்களையும் விற்பனை செய்கிறார். கடைக்குள்ளே அடைசலாகவும் நெருக்கடியாகவும் இருப்பதால் பொருட்களை நடைபாதையில் காட்சிக்கு வைக்கிறார். பைகள், கூடைகள், ஜாடிகளில் உலர் திராட்சைகள், வாதுமை, பேரீச்சை, முந்திரி, ஆலிவ் விதைகள், இஞ்சி, மாதுளம், பிளம், மிளகு, சிறுதானியங்கள். இவை தவிர எனக்குப் பெயரும் பயனும் தெரிந்த சுவைப் பொருட்கள். தொலைவிலிருந்து காரை பெயர்ந்த சுவரின் பின்னணியில் அவற்றைப் பார்க்கும்போது செழுமையும் வண்ண மயமுமான தூரிகைப் பலகை போன்றும் ரசனையும் கற்பனையும் மிகுந்த ஓவியம் போன்றும் தோன்றுகின்றன. கடைக்காரர் ஒவ்வொரு நாளும் அந்த நிற ஒழுங்கை மாற்றுகிறார். பழுப்புநிறப் பேரீச்சைகள் வெளிர்நிற பிஸ்தாக்களுக்கும் பச்சைநிற ஆலிவ் பழங்களுக்கும் அருகில் வைக்கப்படுகின்றன. மறுநாள் வெண்ணிற வாதுமை, காய்வெட்டான பேரீச்சைகள் ஆகியவை இருந்த இடத்தில் பொன்னிற சிறு தானியம். அதே இடத்தில் செஞ்சிவப்பு மிளகுக் கொடிகள். இந்த வண்ணச் சித்திரம் தரும் கிளர்ச்சிக்காக மட்டுமே நான் இங்கு வருவதில்லை. இன்குலாப் தெரு ஆர்ப்பாட்டங்களின் சாலை. அரசியலில் என்ன நிகழப் போகிறது என்பதைத் தெரிந்துகொள்வதற்கான தகவல் மையம் இந்தப் பொருட்காட்சி. காலையில் நடைபாதையில் பொருட்கள் வைக்கப்படவில்லை என்றால் ஆர்மீனியர் அனல் பறக்கும் நாளுக்குத் தயாராகிறார். அங்கே ஓர் ஆர்ப்பாட்டம் நிகழவிருக்கிறது. தனது பழங்களையும் பொருட்களையும் ஒளித்துவைக்கிறார். இல்லாவிட்டால் அவை கூட்டத்தினரால் பாழ்படுத்தப்படும். இன்று எனக்கு இங்கே வேலை இருக்கிறது. யார் எதற்காக ஆர்ப்பாட்டம் நடத்துகிறார்கள் என்று அறிந்துகொள்வது அவசியம் என்று முடிவு செய்வேன். மாறாக ஆர்மீனியரின் தூரிகைப் பலகையைத் தூரத்திலிருந்தே பார்க்க முடிந்தால் சாதாரணமான, அமைதியான, சம்பவம் இல்லாத நாளுடன் இருப்பேன். லேசான உணர்வுடன் விஸ்கி அருந்துவதற்காக லியோன் பாருக்குச் செல்வேன்.

இன்குலாப் தெருவின் கீழ்வரிசையில் புதிய, சூடான ரொட்டி விற்கும் பேக்கரி இருக்கிறது. இரானிய ரொட்டிகள் பெரிய தட்டையான கேக்கைப் போன்ற வடிவம் கொண்டவை. ரொட்டிகளைச் சுட்டெடுக்கும் அடுப்புகள் நிலத்தில் பத்தடி ஆழத்தில் பதிக்கப்பட்டவை. களிமண் பூசிய உட்புறச்

சுவர்களைக் கொண்டவை. அடியில் நெருப்பு மூண்டெரியும். கணவனுக்குத் துரோகம் செய்யும் பெண் அந்த அடுப்பில் வீசியெறியப்படுகிறாள். இந்த அடுமனையில் ரஸாக் நதேரி என்ற பன்னிரண்டு வயதுச் சிறுவன் பணிபுரிகிறான். ரஸாக்கைப் பற்றி யாராவது சினிமா எடுக்கலாம். ஒன்பது வயதில் வேலை தேடித் தாயையும் இரண்டு தங்கைகளையும் மூன்று தம்பிகளையும் தலைநகரத்துக்கு அறுநூறுமைல் தொலைவிலிருக்கும் ஜான்ஜனுக்கு அருகமைந்த சொந்த கிராமத்தில் விட்டுவிட்டு வந்தான். அன்று முதல் அந்தக் குடும்பத்துக்கு அவனே முழு ஆதரவு. நான்கு மணிக்கு எழுந்து எரியும் அடுப்பின் வாயருகில் மண்டியிட்டு உட்காருவான். அடுப்பிலிருந்து உறுமும் தீயும் அனலும் எழுந்து பயப்படுத்தும். நீண்ட கழியால் ரொட்டிகளை எடுத்து அடுப்புச் சுவரில் ஒட்டுகிறான். அவை வெந்ததும் திரும்ப எடுக்கிறான். இரவு ஒன்பது மணிவரை இதேபோல வேலை செய்கிறான். சம்பாத்தியத்தை அம்மாவுக்கு அனுப்பி வைக்கிறான். ஒரு பெட்டியும் இரவில் போர்த்திக்கொள்ளும் கம்பளியும்தான் அவன் உடைமைகள். ரஸாக் தொடர்ந்து வேலையை மாற்றிக்கொண்டே இருக்கிறான். அவ்வப்போது வேலையில்லாமல் இருக்கிறான். அதற்கு தன்னைத்தான் குறைசொல்ல வேண்டும் என்று அவனுக்கு நன்றாகவே தெரிந்திருக்கிறது. நான்கைந்து மாதங்களுக்குப் அப்புறம் அம்மாவை நினைத்து ஏங்குகிறான். அந்த உணர்வை வெல்லப் போராடுகிறான். ஆனால் அது பேருந்தில் ஏறிக் கிராமத்துக்குச் செல்வதிலேயே முடிகிறது. எத்தனை நாள் முடியுமோ அத்தனை நாள் அம்மாவுடன் தங்கியிருக்க ஆசைப்படுகிறான். அது முடியாது என்றும் அவனுக்குத் தெரிகிறது. அவன்தான் குடும்பத்தின் ஒரே ஆதரவு. அவன் வேலை செய்தாக வேண்டும். டெஹ்ரானுக்குத் திரும்பி வருகிறான். அவனுடைய வேலையை வேறு யாரோ பார்க்கிறார்கள். வேலையில்லாதவர்கள் ஒன்று கூடும் இடமான கோம்ரூக் சதுக்கத்துக்குப் போகிறான். மலிவான தொழிலாளர் சந்தை இது. யார் முன்வருகிறார்களோ அவர்களுடன் துச்சமான கூலிக்கு வேலை செய்யப் போகிறான். யாராவது வேலைக்குக் கொண்டுசெல்ல ரஸாக் இரண்டோ மூன்றோ வாரங்கள் காத்திருக்க வேண்டியிருக்கிறது. பனியில் விறைத்தும் குளிரில் நனைந்தும் பசியுடன் நாள் முழுவதும் சதுக்கத்தில் நிற்கிறான். முடிவாக ஒருவர் அவனைப் பார்க்கிறார். ரஸாக் மகிழ்ச்சியடைகிறான். மறுபடியும் வேலை செய்கிறான். ஆனால் அந்த மகிழ்ச்சி சீக்கிரமே நழுவிச் செல்கிறது. அவனுடைய நெடிய ஏக்கம் திரும்புகிறது. மீண்டும் அம்மாவைப் பார்க்கப் போகிறான். மறுபடியும் கோம்ரூக் சதுக்கத்துக்குத் திரும்புகிறான். ரஸாக் இருக்குமிடத்துக்கு மிக அருகில்தான் ஷாவின் மகத்தான உலகம், புரட்சி, கோமெய்னி, பிணைக்கைதிகள் எல்லாம் இருக்கின்றன. எல்லாரும் அவற்றைப்பற்றியே பேசிக்கொண்டிருக்கிறார்கள். ஆனால் ரஸாக்கின் உலகம் அதையெல்லாம்விடப் பெரியது. ரஸாக்கால் அலைந்து திரிந்தும் வெளியேறும் வழியைக் கண்டுபிடிக்க முடியாத அளவு மிகப் பெரியது.

1978, இலையுதிர் காலத்திலும் குளிர் காலத்திலும் முடிவற்ற எதிர்ப்புப் பேரணிகள் இன்குலாப் தெருவைக் கடந்து செல்கின்றன. எல்லாப்

பெரிய நகரங்களிலும் அதுபோன்றே நிகழ்கிறது. புரட்சி நாட்டை உலுக்கிக்கொண்டிருக்கிறது. வேலை நிறுத்தங்கள் ஆரம்பமாகின்றன. அனைவரும் வேலை நிறுத்தத்தில் ஈடுபடுகிறார்கள். தொழிற்சாலைகள் மூடப்படுகின்றன. போக்குவரத்து நிறுத்தப்படுகிறது. ஆயிரத்துக்குப் பத்துப்பேர் பலியாகிறார்கள். அழுத்தம் அதிகரிக்கிறது. எனினும் ஷா அரியணையிலேயே அமர்ந்திருக்கிறார்.

ஒவ்வொரு புரட்சியிலும் இயக்கம் ஓர் கட்டுமானத்தைப் பற்றிக்கொள்கிறது. அந்தக் கட்டுமானத்தைத் தாக்கவும் அழிக்கவும் முயல்கிறது. அதேசமயம் அந்தக் கட்டுமானம் தன்னைப் பாதுகாத்துக்கொள்கிறது. இயக்கத்தை அழிக்க முற்படுகிறது. இவ்விரு சக்திகளும் சமபலமும் வேறுபட்ட தன்மைகளும் கொண்டவை. இயக்கத்தின் தன்மைகளாவன: தன்னெழுச்சி, உணர்ச்சிவயப்படுதல், தொடர்ச்சியான விரிவாக்கம் – குறுகிய ஆயுள். கட்டுமானத்தின் தன்மைகளாவன: கிளர்ச்சியின்மை, நீடிப்பு, வியப்பூட்டும் அளவு தகவமைத்துக்கொள்ளும் நிலை. ஒரு கட்டுமானத்தை உருவாக்குவது எளிது. ஒப்பிட்டுப் பார்த்தால் அதை அழிப்பது மிகக்கடினம். அது நிறுவப்பட்டதற்கான நியாயம் நீடிக்கும்வரை அதற்கான எல்லாக் காரணங்களோடும் நிலைபெற்றிருக்கும். பல உள்ளீடற்ற அல்லது அரசுகள் கூட அவ்விதமே உருவெடுக்கின்றன. அரசுகள் வெறும் கட்டுமானங்கள். அவற்றை வரைபடத்தால் கடந்துவிட முடியாது. கட்டுமானங்களின் ஊடகம் வேறொன்றாக இருக்கிறது. இவையிரண்டும் ஒன்றையொன்று தாங்கிகொள்கின்றன. ஒன்று மற்றொன்றை அச்சுறுத்தினால் அதன் இனத்தின் மற்றவை உதவிக்கு வருகின்றன. இந்த நெகிழ் திறன் கட்டுமானத்தின் இன்னொரு பண்பு. அழுத்தத்தின் காரணமாக அது தன் வயிற்றோடு ஒட்டிச் சுருங்கிகொள்ளும். மீண்டும் விரிவடைவதற்கான நொடியை எதிர்பார்த்துக் காத்துக்கொண்டிருக்கும். இந்த புதுப்பிக்கப்பட்ட விரிவாக்கம், சுருக்கம் எங்கே நிகழ்கிறதோ அதனுடன் தொடர்பு கொண்டது என்பது சுவரசியமான அம்சம். இருக்கும் நிலையை நோக்கியே திரும்பும் சிறந்தவையென்றும் முன்மாதிரியானவை என்றும் மதிக்கப்படுகின்றன. இந்தப் பண்பு கட்டுமானம் கிளர்ச்சியற்றது என்பதைப் பொய்யாக்குகிறது. அதற்கு அளிக்கப்பட்டிருக்கும் ஆரம்ப வேலைத்திட்டத்திற்கு ஏற்பவே கட்டுமானம் எதிர்வினையாற்றும் தன்மை கொண்டது. ஒரு புதிய வேலைதிட்டத்தை புகுத்திப்பாருங்கள்; எதுவும் நிகழாது. அது எதிர்வினையாற்றாது. பழைய வேலைத்திட்டத்திற்காகவே காத்திருக்கும். கட்டுமானம் ஒரு பொம்மை போலவே செயல்படும். உதைத்துத் தள்ளப்பட்டாலும் திரும்ப மேலே எழும். கட்டுமானத்தின் இந்தத் தன்மையை அறிந்துகொள்ளாத இந்த இயக்கம் அதனுடன் நீண்ட காலம் போராடும். பின்னர் பலவீனமுறும். முடிவில் தோல்வியடையும்.

ஷாவின் நாடகம். ஷா ஓர் இயக்குநராக இருந்தார். மிக உயர்ந்த சர்வதேசத் தரத்தினாலான நாடக அரங்கை உருவாக்க ஆசைப்பட்டார். பார்வையாளர்களை நேசித்தார். அவர்களை மகிழ்விக்க விரும்பினார்.

எனினும் கலையின் உண்மையியல்பை அவர் ஒருபோதும் அறிந்திருக்கவில்லை. ஓர் இயக்குநருக்குத் தேவையான கற்பனையும் ஞானமும் அவரிடமில்லை. பணமும் பதவியும் அதைச் செய்யப் போதுமானவை என்று எண்ணினார். ஒரே சமயத்தில் பலமட்டங்களில் நாடகத்தை நிகழ்த்தக்கூடிய பிரமாண்டமான அரங்கை நிர்மாணித்தார். அந்த மேடையில் 'மகத்தான நாகரிகம்' என்ற நாடகத்தை அரங்கேற்ற முடிவு செய்தார். பெரும் செலவில் ஸீனரிகளை இறக்குமதி செய்தார். எல்லாவகையான கருவிகளும் இயந்திரங்களும் உபகரணங்களும் இருந்தன. கான்கிரீட், பிளாஸ்டிக், கேபிள் மலைகள் இருந்தன. பெரும்பாலான மேடைப் பொருள்கள் போர்த்தளவாடங்களே. டாங்குகள், விமானங்கள், ராக்கெட்டுகள். ஷா பரவசத்துடனும் வெவ்வேறு ஒலிபெருக்கிகளின் வழியே பெருகிவரும் நன்றியுரைகளையும் சொற்பொழிவுகளையும் கேட்டுக்கொண்டு மேடைமேல் கர்வத்துடன் நடந்தார். காட்சிகளுக்கிடையே ஒளிபாய்ச்சும் ஸ்பாட் லைட்டுகள் ஷாவின் மீதே குவிந்தன. அவற்றின் ஒளியிலேயே நின்றார்; நடந்தார். அது ஒற்றைப் பாத்திரம் பங்கேற்கும் நாடகம். அதன் நடிகரே இயக்குநராக இருந்தார். மற்றவர்கள் எல்லாரும் உதிரிப் பாத்திரங்களே. படைத்தலைவர்கள், அமைச்சர்கள், மதிப்பிற்குரிய சீமாட்டிகள், எடுபிடிகள் எல்லாரும் மேடையின் முதல் தளத்தில். கீழே இடைத்தளம். அதற்கும் கீழே தாழ்ந்த நிலையைச் சேர்ந்தவர்கள். எண்ணிக்கையில் அவர்களைவிட அதிகமாக இருந்தார்கள். அதிக கூலியால் கவரப்பட்டு – ஷா அவர்களுக்கு தங்கக் குவியல்களை கொடுப்பதாக வாக்களித்திருந்தார் – ஏழைக் கிராமங்களிலிருந்து நகரத்திற்கு வந்தவர்கள். ஷா இயக்கத்தை மேற்பார்த்துக்கொண்டும் துணைநடிகர்களை இயக்கிக்கொண்டும் எப்போதும் மேடையிலேயே இருந்தார். அவர் சைகை காட்டியதும் படைத்தலைவர்கள் எழுந்து நின்றார்கள். அமைச்சர்கள் அவர் கையை முத்தமிட்டார்கள். பெண்கள் முழங்காலை மடித்து வணங்கினார்கள். கீழ் தளத்திற்கு அவர் இறங்கிச்சென்று தலையசைத்ததும் அதிகாரிகள் பதவி உயர்வோ பரிசுகளோ கிடைக்கும் என்ற எதிர்பார்ப்புடன் முன்னால் வந்து நின்றார்கள். மேடையின் தரைத் தளத்திற்கு ஒரேயொரு முறை மட்டுமே அவர் வந்தார். துணை நடிகர்கள் உற்சாகமில்லாமல் நடந்து கொண்டார்கள். அவர்கள் அனைத்தையும் இழந்தவர்கள். நகரத்தால் ஒடுக்கப்பட்டவர்கள். தங்களைப் பற்றிய நம்பிக்கை உணர்வில்லாதவர்கள். ஏமாற்றப்பட்டவர்கள், சுரண்டப்பட்டவர்கள். பரிச்சயமற்ற அந்தக் காட்சியில், தம்மைச் சுற்றியுள்ள வெறுப்பூட்டும் அடக்குமுறையுலகில் அவர்கள் அன்னியர்களைப்போல உணர்ந்தார்கள். அந்த அந்நிய நிலக்காட்சியில் அவர்களுக்குத் தெரிந்த ஒன்று மசூதி மட்டுமே. ஏனெனில் கிராமத்திலும் மசூதி இருக்கிறது. எனவே அவர்கள் மசூதியை நோக்கிச் சென்றார்கள்.

நாடகம் ஒரே நேரத்தில் பலமட்டங்களில் நடைபெறுகிறது. ஒரே மேடையில் பல செயல்கள் நிகழ்கின்றன. நாடகத்திரை நகர்ந்து விளக்குகள் ஒளிர்கின்றன. சக்கரங்கள் உருள்கின்றன. புகைபோக்கிகள் புகைவிடுகின்றன. டாங்குகள் முன்னும் பின்னும் ஓடுகின்றன. அமைச்சர்கள் ஷாவை

முத்தமிடுகிறார்கள். அதிகாரிகள் வெகுமதிகளுக்காக விரைகிறார்கள். போலீஸ் காரர்கள் சிடுசிடுக்கிறார்கள். முல்லாக்கள் பேசிக்கொண்டே இருக்கிறார்கள். உதிரிகள் வாய்பொத்தி வேலை செய்கிறார்கள். அங்கே மேலும்மேலும் கூட்டம். இரைச்சல். ஷா நடக்கிறார். இந்தப் பக்கமாகச் சைகைகாட்டுகிறார். விரலால் அந்தப் பக்கம் சுட்டிக்காட்டுகிறார். எப்போதும் ஒளிவெள்ளத்திலேயே இருக்கிறார். ஒவ்வொருவரும் தங்களுடைய பாத்திரத்தை மறந்துவிட்டார்போல. திடீரென்று மேடையில் குழப்பம் நிகழ்ந்தது. ஆம், அவர்கள் தங்கள் பாடப்பிரதிகளை வீசியெறிந்துவிட்டுச் சொந்த வரிகளைப் பேசினார்கள். நாடகத்தில் கலவரம். அந்த காட்சி வேறொன்றாக மாறியது. வன்முறையும் இழுபறியுமாக ஆனது. நீண்டகாலமாக மருள் நீக்கப்பட்டவர்களாகவும் அற்பவூதியம் அளிக்கப்பட்டவர்களாகவும் வெறுக்கப்பட்டவர்களாகவுமிருந்த தரைத்தளத்து உதிரிகள் மேல்மட்டங்களைச் சூறையாடத் தொடங்கினார்கள். இடைநிலையிலிருந்தவர்கள் இப்போது கலகக்காரர்களாக மாறி கீழ்மட்டத்தினருடன் இணைந்துகொண்டார்கள். ஷியாயிஷத்தின் கருப்புக் கொடிகள் மேடையில் தோன்றின. ஆர்ப்பாட்டக்காரர்களின் யுத்தகானம் ஒலிபெருக்கிகளிலிருந்து பெருக்கெடுத்தது. அல்லாஹு அக்பர். டாங்குகள் முன்னும்பின்னும் உருள்கின்றன. போலீஸ் துப்பாக்கிச்சூடு நடத்துகின்றது. மினாரங்களிலிருந்து மோதினார்கள் குரல் எதிரொலிக்கிறது. முன்னறிவிக்க முடியாத பெருங்குழப்பம் அங்கே நிலவுகிறது. அமைச்சர்கள் நோட்டுகளைப் பைகளில் நிரப்பிக்கொண்டு விமானத்தில் பறக்கிறார்கள். சீமாட்டிகள் நகைப்பெட்டிகளைப் பறித்துக்கொண்டு மறைகிறார்கள். சமையற்காரர்கள் இங்குமங்கும் அலைந்து காணாமல் போகிறார்கள். பச்சைநிற ஜாக்கெட் அணிந்த ஃபெதாயீன்களும் முஜாஹித்தீன்களும் பற்களை நெறித்தபடி தோன்றுகிறார்கள். ஆயுதக் கிடங்கைக் கைப்பற்றுகிறார்கள். வழக்கமாகக் கூட்டத்தின் மீது துப்பாக்கிச்சூடு நடத்தும் ராணுவவீரர்கள் மக்களிடம் சகோதர வாஞ்சை காட்டுகிறார்கள். துப்பாக்கிக் கட்டைகள் மேல் சிவந்த காரனேஷன் மலர்களை ஒட்டிவைக்கிறார்கள். மேடைமேல் மிட்டாய்கள் பரவிக்கிடக்கின்றன. பிரபஞ்சமளாவிய அந்த ஆனந்தத்தில் கடைக்காரர்கள் கூடைகூடையாக இனிப்புகளைக் கொண்டுவந்து கூட்டத்தின் நடுவே கொட்டிக்கொண்டிருக்கிறார்கள். பகல்வேளையாக இருந்தபோதும் எல்லா கார்களும் முகப்பு விளக்குகளை ஒளிரவிடுகின்றன. பெருங்கூட்டம் கல்லறையில் திரள்கிறது. அங்கிருக்கும் ஒவ்வொருவரும் இறந்தவர்களுக்காகக் கண்ணீர் சிந்துகிறார்கள். ஒரு தாய், “என்மகன் ராணுவ வீரனாக இருந்தான். போராட்டகாரர்களான சகோதரர்கள்மீது துப்பாக்கிச்சூடு நடத்துவதைவிடமேல் என்று தற்கொலை செய்துகொண்டான்” என்றார். நரைத்தமுடியுள்ள அயத்துல்லா தேலேகனி சொற்பொழிவாற்றுகிறார். ஸ்பாட் லைட்டுகள் ஒன்றன்பின் ஒன்றாக அணைகின்றன. ஷாவின் கற்கள் பதித்த மயிலாசனம் பளபளத்துக்கொண்டும் பலவண்ணங்களை சிதறவிட்டும் மேல்தளத்திலிருந்து தரைத் தளத்தை நோக்கியும் இருந்த அந்த இருக்கையில் அசாதரணமான கம்பீரமான ஓர் உருவம் அமர்ந்திருக்கிறது. அதன் கைகளும் கால்களும் ஒயர்களால் கட்டப்பட்டிருக்கின்றன. உடலும் தலையும் மின்கம்பிகளால் பிணைக்கப்பட்டிருக்கின்றன. அந்த உருவத்தின் தோற்றம் நம்மை வெற்றிகொள்கிறது. பயப்படுத்துகிறது.

அனிச்சையாக அதன் முன் மண்டியிட்டுவிடுவோம் என்று நினைக்கச் செய்கிறது. ஆனால் எலக்டிரீசியன்கள் குழுவொன்று மேடைக்கு வந்து ஒயர்களை அப்புறப்படுத்திக் கம்பிகளைப் பிடுங்குகின்றன. அந்தப் பேருருவம் மங்கத் தொடங்கிச் சிறிதாகிச் சாதாரணமாகிறது. முடிவாக எலக்டிரீசியன்கள் விலகி ஓரமாக நிற்கிறார்கள். நாம் திரையரங்கிலோ, கஃபேயிலோ, ஏதோ வரிசையிலோ பார்க்கக்கூடியது போன்ற தோற்றமுள்ள மெலிந்த, முதியவர் ஒருவர் அரியணையிலிருந்து எழுகிறார். கோட்டை தட்டிவிட்டுக்கொள்கிறார். டையை நீவிச் சரிசெய்து கொள்கிறார். மேடைவிட்டிறங்கி விமானநிலையத்திற்குச் செல்லும் வழியில் நடக்கிறார்.

இந்தப் படம் செய்தித்தாளில் கவனமில்லாமல் கத்தரித்து எடுக்கப்பட்டது. எனவே அடிக்குறிப்பில்லாமல் இருக்கிறது. உயர்ந்த கருங்கல் பீடத்தின்மீது குதிரைமேல் ஒருவர் அமர்ந்திருக்கும் நினைவுச்சின்னத்தைப் படம் காட்டுகிறது. குதிரைமேல் இருப்பவர் திடகாத்திரமான உருவம் கொண்டவர். சேனத்தின் மேல் வசதியாக உட்கார்ந்திருக்கிறார். அவரது இடதுகை குதிரையின் நெற்றிமேல் இருக்கிறது. வலதுகை முன்னாலிருக்கும் எதையோ (ஒரு வேளை எதிர்காலமாக இருக்கலாம்.) சுட்டிக்காட்டுகிறது. குதிரை வீரரின் கழுத்தில் கயிறொன்று கட்டப்பட்டிருக்கிறது. அதேபோன்ற கயிறு பீடத்தைச் சுற்றியும் கட்டப்பட்டிருக்கிறது. நினைவுச்சின்னத்திற்கு கீழே சதுக்கத்தில் நின்றுகொண்டிருக்கும் ஒரு குழு இரண்டு கயிறுகளையும் இழுத்துக்கொண்டிருக்கிறது. இவையனைத்தும் சந்தடி நிரம்பிய சதுக்கத்தில் நிகழ்கின்றன. அந்தப் பிரம்மாண்டமான வெங்கலச்சிலையை இழுக்க அந்த ஆட்கள் படும் போராட்டத்தை ஒரு கூட்டம் பார்த்துக்கொண்டிருக்கிறது. கயிறுகள் பியானோ தந்திகளைப் போல முறுக்கேறியிருக்கும் கணத்தையும் சவாரிக்காரரும் அவரது வாகனமும் ஒரு பக்கமாக ஆட்டங்கண்டு நிலத்தில் விழவிருக்கும் கணத்தையும் புகைப்படம் காட்சிப்படுத்துகிறது. பெரும் பிரயாசையுடன் கயிற்றைப்பிடித்து இழுத்துக்கொண்டிருக்கும் இந்த ஆட்களின் வழியைவிட்டு விலகிநிற்கக்கூட மருண்டுநிற்கும் கூட்டம் இடமளிக்கவில்லை என்பதை பார்க்கும்போது நம்மால் வியப்படையாமல் இருக்கமுடியவில்லை. டெக்ரானிலோ, இரானின் வேறெந்த நகரத்திலோ இருக்கும் ஷாக்களின் (தந்தையோ, மகனோ) நினைவுச் சின்னம் இது. இந்த நினைவுச் சின்னம்தான் இழுத்துக் கீழே தள்ளப்படுவதைப் புகைப்படம் காட்டுகிறது. படம் எடுக்கப்பட்ட வருடத்தைக் குறிப்பிடுவது நிச்சயம் கடினமானது. இதுபோன்ற வாய்ப்பு எப்போதெல்லாம் நிகழ்கிறதோ அப்போதெல்லாம் பலமுறை பஹ்லவிகள் இருவரின் நினைவுச் சின்னங்களும் தரைமட்டமாக்கப்பட்டுள்ளன.

டெஹ்ரான் நாளிதழ், 'கய்ஹானின்' செய்தியாளர் ஷாவின் நினைவுச்சின்னங்களை வீழ்த்தும் ஒருவருடன் நேர்காணல் நடத்தினார்.

– நினைவுச்சின்னங்களை வீழ்த்துவதில் சமர்த்தர் என்று உங்கள் சுற்றுவட்டாரங்களில் விளம்பரம் பெற்றிருக்கிறீர்கள், இல்லையா குலாம்? இந்தத் துறையில் சாதனையாளர் என்று கூட மதிக்கப்படுகிறீர்கள்.

– உண்மைதான். பழைய ஷா, அதாவது முகம்மது ரெஸாவின் தந்தை 1941ஆம் ஆண்டு பதவியைத் துறந்த காலத்தில்தான் நான் முதல்முதலாக நினைவுச்சின்னங்களை வீழ்த்த ஆரம்பித்தேன். பழைய ஷா பதவி விலகிவிட்டார் என்ற செய்தி பரவியதும் நகரத்தில் உண்டான பெரும் மகிழ்ச்சி இப்போதும் நினைவில் இருக்கிறது. அப்போது நான் சிறுவன். எங்கள் பக்கத்து பிரதேசத்தில் ரெஸா கான் அமைத்திருந்த நினைவுச்சின்னம் ஒன்றை இழுத்துத்தள்ள அப்பாவுக்கும் அண்டைவீட்டாருக்கும் உதவினேன். நெருப்பால் நடத்தப்பட்ட ஞானஸ்னானம் என்று அதைச் சொல்வேன்.

– அதற்காகத் தண்டிக்கப்பட்டீர்களா?

– அந்த நிகழ்ச்சிக்காக இல்லை.

– 1953 உங்களுக்கு நினைவில் இருக்கிறதா?

– நிச்சயம் நினைவு இருக்கிறது.

– ஜனநாயகம் முடிந்து முடியாட்சி ஆரம்பமான மிக முக்கியமான ஆண்டு இல்லையா அது.

– ஷா ஐரோப்பாவுக்குத் தப்பிச் சென்றுவிட்டதாக வானொலி செய்தியில் சொல்லிக்கொண்டிருந்ததைக் கேட்டது எனக்கு நினைவிருக்கிறது. அதை கேட்டதும் மக்கள் தெருவில் இறங்கிச் சிலைகளை கீழேதள்ளத் தொடங்கினார்கள். இளம் ஷா ஆரம்பத்திலிருந்தே தனக்கும் தன்னுடைய தந்தைக்கும் சிலைகள் வைத்துவந்தார் என்பதைச் சொல்ல வேண்டும். அவை ஆண்டுக்கணக்கில் அதிகரித்துக்கொண்டே வந்தன. அவற்றை இழுத்துத்தள்ள வேண்டியிருந்தது. என் அப்பா இறந்துவிட்டார். நான் வளர்ந்து பெரியவனாகியிருந்தேன். எனவே முதன்முறையாக அவற்றை நொறுக்கத் தொடங்கினேன்.

– ஆக எல்லா நினைவுச்சின்னங்களையும் அழித்தீர்கள் இல்லையா?

– ஆமாம், கடைசியாக மிஞ்சியதுவரை. ஷா திரும்பி வந்தபோது பஹ்லவி நினைவுச்சின்னம் எதுவும் மிஞ்சவில்லை. ஆனால் அவர் தனக்கும் தன் தந்தைக்கும் நினைவுச்சின்னங்கள் எழுப்பத் தொடங்கினார்.

– நீங்கள் இழுத்துத்தள்ளுவீர்கள். அவர் வைப்பார். மறுபடி அவர் வைத்ததைக் கீழேதள்ளுவீர்கள். அவர் மறுபடியும் நிறுவுவார். அப்படியே போனதாகவா குறிப்பிடுகிறீர்கள்?

– சரிதான். பலமுறை நாங்கள் இடித்துத்தள்ளியிருக்கிறோம். நாங்கள் ஒன்றை வீழ்த்தினால் அதே இடத்தில் அவர் மூன்று சிலைகளை நிறுவுவார். நாங்கள் மூன்றைத் தள்ளிவிட்டால் அவர் பத்து சிலைகளை வைப்பார். அந்தக் காட்சிக்கு முடிவே இல்லை.

– அடுத்த முறை, அதாவது 53க்குப் பிறகு நீங்கள் மீண்டும் சிலைகளை வீழ்த்தினீர்களா?

– 63இல் கோமெய்னியை ஷா சிறைவைத்தபோது எழுந்த கலவரவேளையில் மீண்டும் வேலையில் ஈடுபட விரும்பினோம். ஷா படுகொலைகளைத் தொடங்கியிருந்ததால் நினைவுச்சின்னங்களை வீழ்த்துவதைவிட எங்கள் வடக்கயிறுகளைக் காப்பாற்றுவதே பெரும்பாடாக இருந்தது.

– இந்த வேலைக்காக பிரத்தியேகமான கயிறுகளை வைத்திருந்ததாக அறிகிறேன். சரிதானா?

– ஆமாம். உண்மைதான். எங்களுடைய பருமனான வடக்கயிறுகளைப் பஜாரில் கயிறு வியாபாரி ஒருவர் கடையில் மறைத்துவைத்தோம். வேடிக்கையல்ல. போலீஸ் எங்கள் முயற்சியைக் கண்டுபிடித்திருந்தால் சிறையில் தள்ளியிருப்பார்கள். சிந்தித்து ஒத்திகை பார்த்துச் சரியான நேரத்துக்காக முன்னரே தயாராக இருந்தோம். கடைசிப் புரட்சியின் போது அதாவது 79ஐக் குறிப்பிடுகிறேன். பெரிய நாசங்கள் ஏற்பட்டன. ஏனெனில் கற்றுக்குட்டிகள் சிலபேர் சிலைகளை வீழ்த்துவதில் ஈடுபட்டனர். அவர்கள் இழுத்துத்தள்ளிய சிலைகள் அவர்கள் தலை மேலேயே விழுந்து விபத்துகள் நேர்ந்தன. நினைவுச்சின்னங்களை வீழ்த்துவது எளிதான செயல் அல்ல. அதற்கு அனுபவமும் தேர்ச்சியும் அவசியம். ஒரு நினைவுச்சின்னம் எதனால் செய்யப்பட்டிருக்கிறது என்ன எடை, எவ்வளவு உயரம் பற்றவைப்பின் மூலம் இணைக்கப்பட்டதா இல்லை கான்கிரீட்டில் வார்க்கப்பட்டதா, கயிறை எங்கே கட்டுவது, எந்தத் திசையில் இழுப்பது கீழே விழுந்ததும் எப்படி நொருக்குவது என்பதெல்லாம் உங்களுக்குத் தெரிந்திருக்க வேண்டும். ஒவ்வொருமுறை ஷா புதிய நினைவுச்சின்னத்தை நிறுவுவார். அதைத் தகர்ப்பதற்கான முறையைப்பற்றியும் நாங்கள் யோசித்துப் பணியாற்றுவோம். அது எப்படி உருவாக்கப்பட்டது, உள்ளீடற்றதா, திடமானதா மிக முக்கியமாக அது பீடத்துடன் எப்படி பொருத்தப்பட்டிருக்கிறது. மேடைமீது எப்படி நிறுவப்பட்டிருக்கிறது என்பது பற்றியெல்லாம் தெரிந்து கொண்டோம்.

– அது உங்கள் நேரத்தை அதிகமாக எடுத்துக்கொண்டிருக்குமே?

– ஆமாம். கடந்த காலங்களில் மேன்மேலும் நினைவுச்சின்னங்கள் எழும்புகின்றன. சதுக்கங்களில், தெருக்களில், பேருந்து நிலையங்களில், சாலைகளில் எல்லா இடங்களிலும். அதுமட்டுமல்லாமல் மற்றவர்களும் நினைவுச்சின்னங்களை எழுப்பிக்கொண்டிருக்கின்றார்கள். ஆதாயகரமான கான்ட்டிராக்டுக்காகப் போட்டிபோடுபவர்களில் முதல் ஆளாக இருக்க விரும்புவோர் ஒரு நினைவுச் சின்னத்தை எழுப்புவார். இதனாலேயே மட்டரகமான பல நினைவுச்சின்னங்கள் எழுந்தன. நேரம் வந்தபோது அவற்றை இடித்துத்தள்ளுவது எளிதாகவே இருந்தது. நாம் எல்லா நினைவுச்சின்னங்களையும் வீழ்த்திவிட்டோமா என்று சந்தேகப்பட்டதும் உண்டு. ஏனெனில் அவை நூற்றுக்கணக்கில் இருந்தன. ஆனால் நாங்கள்

வேலைக்கு அஞ்சவில்லை. பாருங்கள், என் கைமுழுவதும் கயிறு உராய்ந்து ஏற்படுத்திய காய்ப்புகள்.

– ஆக, குலாம் உங்களுக்கு உற்சாகமான வேலைகள் இருந்தன இல்லையா?

– அது வேலையல்ல. கடமை. ஷாவின் நினைவுச்சின்னங்களை நொறுக்கி வீழ்த்தியவன் என்பதில் நான் பெருமைப்படுகிறேன். ஒவ்வொருவரும் இந்தப் பெருமையில் பங்கேற்க வேண்டும். நாங்கள் செய்தது எல்லாரின் பார்வைக்கும்தான். எல்லா பீடங்களும் காலியாகி இருக்கின்றன. ஷாக்களின் உருவச் சிலைகள் நொறுக்கப்பட்டுவிட்டன. அல்லது எங்கோ புழக்கடைகளில் கிடக்கின்றன.

ஷா, தன்னை மட்டுமே காப்பாற்றிகொள்ள முடிகிற, மக்களுக்குத் திருப்தியளிக்காத ஒரு அமைப்பை உருவாக்கியிருந்தார். அதிலேயே அதன் மகத்தான பலமும் முற்றான தோல்விக்கான உண்மைக் காரணமும் இருந்தன. அது போன்ற அமைப்பின் உளவியல் அடித்தட்டு மக்கள்மீதான ஆட்சியாளர்களின் இகழ்ச்சியும் அப்பாவியான தேசத்தைத் தொடர்ச்சியான வாக்குறுதிகளால் ஏமாற்றிவிட முடியும் என்ற நம்பிக்கையும்தான். ஓர் இரானிப் பழமொழி இப்படிச் சொல்கிறது. 'வாக்குறுதிகளுக்கு மதிப்பு ஏற்படுவது அவற்றை நம்புகிறவர்களால் மட்டுமே.'

கோமெய்னி தலைமறைவு வாழ்க்கையிலிருந்து திரும்பி க்வோமுக்கு புறப்படும் முன்னர் சிறிதுகாலம் டெஹ்ரான் நகரத்தில் தங்கினார். எல்லாரும் அவரைப் பார்க்க விரும்பினார்கள். லட்சக்கணக்கானவர்கள் அவருடைய கையைப்பற்றி குலுக்க விரும்பினார்கள். அவர் தங்கியிருந்த பள்ளிக்கட்டடத்தை பெரும் கூட்டம சூழ்ந்திருந்தது. ஒவ்வொருவரும் அயதுல்லாவைச் சந்திக்க தங்களுக்குத் தகுதியிருப்பதாக நினைத்தார்கள். அவர்கள் தானே அவருடைய நாடு திரும்புதலுக்குப் போராடியவர்கள். அவர்கள் தங்களுடைய ரத்தத்தைச் சிந்தியிருந்தார்கள். அந்த இடத்தில் பரவசமும் நல்லுணர்வும் சுற்றும் படர்ந்திருந்தது. மக்கள் ஒருவர் முதுகில் ஒருவர் தட்டிக்கொடுத்துக்கொண்டும் பரஸ்பரம் சொல்லிக்கொண்டும் நடந்தார்கள்: பார்த்தாயா, நம்மால் எதையும் சாதிக்க முடியும்.

மிக அரிதாகவே மக்கள் அதுபோன்ற நொடிகளில் வாழ்கிறார்கள். அப்போதுதான் வெற்றியுணர்வு இயற்கையானதாகவும் நியாயமானதாகவும் தென்படுகிறது. ஷாவின் 'மகத்தான நாகரிகம்' இடிபாடுகளுக்குள் வீழ்ந்து கிடக்கிறது. சாராம்சத்தில் அது என்னவாக இருந்தது? மாற்றுக்கான மறுப்பு, முற்றிலும் மாறுபட்ட மரபுகளும் மதிப்பீடுகளும் கொண்டிருக்கும் சமூகத்தின் மீது ஒரு குறிப்பிட்ட வகை வாழ்க்கையைத் திணிக்கும் முயற்சியாக இருந்தது.

அந்நிய மாற்றை மறுக்கும் செயல்கள் ஒருமுறை ஆரம்பிக்குமானால் திரும்ப பெறஇயலாத ஒன்றாகிறது. திணிக்கப்பட்ட வடிவம் நன்மையைவிடத் தீமையையே அதிகம் இழைக்கும் என்ற எண்ணத்தைச் சமூகம் ஏற்றுக்கொண்டிருக்கிறது. இந்த அதிருப்தி விரைவிலேயே வெளிப்படுகிறது. முதலில் ரகசியமாகவும் பின்னர் எதிர்மறையாகவும். அதன் பின்னர் மேலும் வெளிப்படையாகவும் மேலும் பிடிவாதமாகவும். திணிக்கப்பட்ட அந்நியவஸ்து களையெடுக்கப்படாமல் அமைதி ஏற்படுவதில்லை. அந்த உயிர்கள் வசியத்துக்கும் விவாதத்திற்கும் செவிப்படாது. நோய்வாய்ப்படும், எதிர்வினையாற்ற முடியாமல் இருக்கும். 'மகத்தான நாகரிகம்' என்ற நடவடிக்கையின் பின்னால் மேலான நோக்கங்களும் உயர்வான லட்சியங்களும் இருந்தன. ஆனால் மக்கள் அவற்றைக் கேலிக்குரியதாகவே கருதினார்கள். இவ்வாறாகத்தான் மேலான குறிக்கோள்களும் சந்தேகத்துக்குரியவை ஆகின்றன.

அதன் பிறகு? அதன் பிறகு என்ன நேர்ந்தது? இப்போது நான் எதை எழுதுவது. மகத்தான அனுபவங்கள் முடிவுக்கு வந்துவிட்டன என்றா? இது துக்ககரமான விஷயம். புரட்சி ஒரு மகத்தான அனுபவம். இதயத்தின் சாகசம். புரட்சியில் பங்கேற்றுக்கொண்டிருப்பவர்களைப் பாருங்கள். அவர்கள் தூண்டப்பட்டிருக்கிறார்கள். பரவசமடைந்திருக்கிறார்கள். தியாகங்களை மேற்கொள்ள ஆயத்தமாக இருக்கிறார்கள். இந்த நொடியில் ஒரேயொரு சிந்தனை மட்டுமாகக் குறுக்கப்பட்ட உலகில் வாழ்ந்துகொண்டிருக்கிறார்கள். அந்தக் குறிக்கோளை அடையப் போராடிக்கொண்டிருக்கிறார்கள். அந்தக் குறிக்கோள் எல்லாரையும் கீழ்மைப்படுத்தியிருக்கிறது. எந்த அசௌகரியமும் பொறுத்துக்கொள்ளகூடியதுதான் என்று ஆக்கியிருக்கிறது. எந்தத் தியாகமும் பெரிய விஷயமல்ல. புரட்சி நம்மை நமது அகந்தையிலிருந்தும் நம்மைச் சிறுமைப்படுத்தும் வகைப்படுத்த முடியாத அன்றாட அக்கறையிலிருந்தும் விடுவிக்கிறது. ஆச்சரியகரமாக நமக்குத் தெரியாத ஆற்றலை நமக்குள்ளே கண்டடைகிறோம். நம்மை நாமே பாராட்டுணர்வுடன் பார்க்கும் உன்னத நடத்தைக்குத் தகுதிப்பெறுகிறோம். நாம் அப்படி நிமிர்ந்து நிற்பதில்தான் எத்தனை பெருமிதம். நம்மை முழுமையாகக் கொடுக்கமுடிவதில்தான் எத்தனை நிறைவு. ஆனால் இந்த மனநிலை பொசுங்கி எல்லாம் முடிவடையும் கணமும் வருகிறது. அன்னிச்சை இயல்பு காரணமாகவும் பழக்கத்தாலும் ஒரே செய்கையைச் செய்கிறோம். சொற்களைப் பேசுகிறோம். நேற்றிருந்தது போலவே இன்றும் இருக்க வேண்டும் என்பதை விரும்புகிறோம். ஆனால் நேற்று ஒருபோதும் திரும்ப வராது என்று நமக்கு ஏற்கெனவே தெரியும். சுற்றிலும் பார்த்து மாற்று ஒன்றைக் கண்டுபிடிக்கிறோம். நம்மோடு இருந்தவர்களும் மாறிப்போய் இருக்கிறார்கள். அவர்களுக்குள்ளும் ஏதோ ஒன்று தணிந்திருக்கிறது. ஏதோ ஒன்று அணைந்துபோய் இருக்கிறது. நமது சமூகம் துண்டாகச் சிதறுகிறது. ஒவ்வொருவரும் அவரவருடைய அன்றாட 'நானுக்கு'த் திரும்புகிறோம். முதலில் அது பொருத்தமில்லாத காலணிகளைப்போலக் கடிக்கிறது. எனினும் நம்முடைய காலணிகள். அடுத்தவர்களின் காலணிகள் நமக்குக் கிடைக்காது என்பது நமக்குத்

தெரிகிறது. நாம் ஒருவர் பார்வைக்கு மற்றவர் உறுத்தலாகிறோம். உரையாடலிலிருந்து வெட்கப்பட்டு விலகுகிறோம். ஒருவருக்கொருவர் பயனற்றவர்களாக முடிந்து போகிறோம்.

வெப்பநிலை வீழ்ச்சியும் பருவகால மாறுதலும் அனுபவங்களை மிகவும் நிலைகுலையச் செய்யும், சோர்வளிக்கும் முகாந்திரங்களைக் கொண்டவை. இன்று என்னவோ நிகழப்போகிறது என்பதிலிருந்துதான் ஒரு நாள் தொடங்குகிறது. ஆனால் எதுவும் நிகழ்வதில்லை. யாரும் சந்திக்க வருவதில்லை. யாரும் நமக்காகக் காத்திருப்பதில்லை. நாம் தவிர்க்கப்படவேண்டியவர்கள் ஆகிறோம். வெறும் சோர்வை உணர்கிறோம். மெல்லமெல்ல உணர்ச்சியின்மை நம்மை மூழ்கடிக்கிறது. நாம் நமக்குள்ளேயே சொல்லிக்கொள்கிறோம்: நாம் ஓய்வெடுக்கவேண்டும். திரும்பப் பொலிவுபெற வேண்டும். வலுவை திரட்டிக்கொள்ள வேண்டும். நமக்குக் கொஞ்சம் சுத்தமான காற்று தேவைப்படுகிறது. சாதாரணமான எதையாவது செய்ய வேண்டும். ஆகவே வீட்டை ஒழுங்குபடுத்தியோ, ஜன்னலைப் பொருத்தியோ நம்மை ஒன்று திரட்டிக்கொள்கிறோம். இவையெல்லாம் சோர்விலிருந்து விடுபடச் செய்யும் தற்காப்பு நடவடிக்கைகள். எனவே வீட்டை ஒழுங்குபடுத்துகிறோம். ஜன்னலைப் பொருத்துகிறோம். ஆனால் எதுவும் முறையாக இல்லை. நாம் மகிழ்ச்சியாக இல்லை. ஏனென்றால் நமக்குள் அடைத்திருக்கும் கூழாங்கல் நம்மைத் தொல்லை செய்கிறது.

அணைந்துகொண்டிருக்கும் நெருப்பின் அருகில் உட்கார்ந்திருக்கும் போது இந்த உணர்வு நம்மை ஆக்கிரமிப்பதை நானும் பகிர்ந்து கொண்டிருக்கிறேன். நேற்றைய அனுபவங்களின் தடயங்கள் மறையத்தொடங்கியிருக்கும் டெஹ்ரானைச் சுற்றியலைந்திருக்கிறேன். இங்கே எதுவுமே நிகழவில்லை என்பதைபோல அவை சட்டென்று மறைந்துகொண்டிருந்தன. எரிக்கப்பட்ட சில புகைபோக்கிகள், சிதிலமான வங்கிகள். வெளிநாட்டுச் செல்வாக்கின் குறியீடுகள். குறியீடுகளுக்குப் புரட்சி பெரும் முக்கியத்துவம் அளிக்கிறது. நினைவுச்சின்னங்களை அழிக்கிறது. அவற்றைப் பெயர்த்து அந்த இடத்தில் வேறொன்றை வைக்கிறது. இந்த உருவகச் செயல்பாடுகள் மூலம்தான் நிலைபெற முடியும் என்று நம்புகிறது. ஆனால் மக்கள்? மீண்டும் ஒரு முறை அவர்கள் தெருவாசிகளாகிறார்கள். எங்கோ போகிறார்கள். தெருக்கணப்புகள் அருகில் நின்று கைகளுக்கு வெதுவெதுப்பேற்றிக்கொள்கிறார்கள். ஒரு சாம்பல் நகரத்தின் மங்கலான நிலக்காட்சி இது. மீண்டும் ஒருமுறை ஒவ்வொருவரும் தனியாகிறார்கள். ஒவ்வொருவரும் தனக்கு மட்டுமானவர்கள் ஆகிறார்கள். மறைமுகமாகிறார்கள். பேசாமடந்தையாகிறார்கள். ஏதாவது நிகழ வேண்டும், அசாதாரணமான சம்பவம் நடக்க வேண்டும் என்று அவர்கள் காத்துக்கொண்டு இருக்க வேண்டுமா? எனக்கு தெரியவில்லை; என்னால் சொல்ல முடியவில்லை.

புரட்சியின் வெளிச்சான்றாக உயர்ந்து நின்றவை ஒவ்வொன்றும் மிக விரைவில் மறைகின்றன. ஒரு தனி மனிதனுக்கு அவனுடைய உணர்ச்சிகளை வெளிப்படுத்த ஆயிரம் வழிகள் இருக்கின்றன. அவன் முடிவற்ற களஞ்சியம். அவன் நாம் எல்லோரும் புதிதாக எதையேனும் கண்டடையக்கூடிய உலகம். மாறாக கூட்டம் ஒரு மனிதனின் தனித்துவத்தை குன்றச்செய்கிறது. கூட்டத்தில் அகப்பட்ட மனிதன் அடிப்படைப் பழக்கங்கள் சார்ந்த சில வடிவங்களுக்குள் தன்னை மட்டுப்படுத்திக் கொள்கிறான். இந்த வடிவங்கள் மூலமாகவே கூட்டம் தனது ஆவல்களை வெளிக்காட்டுகிறது. அவற்றையே திரும்பவும் செய்கிறது. ஆர்ப்பாட்டம், வேலைநிறுத்தம், ஊர்வலம், மறியல். எனவேதான் உங்களால் ஒரு மனிதனைப்பற்றி ஒரு நாவல் எழுத முடிகிறது. கூட்டத்தைப்பற்றி ஒருபோதும் எழுத முடிவதில்லை. கலைந்த பிறகு கூட்டம் வீடு திரும்பும். ஆனால் மீண்டும் ஒன்றுகூடாது. புரட்சி முடிவடைந்துவிட்டது என்று நான் சொல்லலாம்.

கமிட்டிகளின் தலைமை அலுவலகத்திற்கு வந்திருக்கிறேன். கமிட்டிகளை அவர்கள் புதிய அதிகாரத்தின் உறுப்புகள் என்று அழைக்கிறார்கள். குறுகலான, அசுத்தமான அறைகளுக்குள் மேஜைகளைச் சுற்றி மழிக்கப்படாத முகங்களுடன் ஆட்கள் உட்கார்ந்திருக்கிறார்கள். அந்த முகங்களை முதல் முறையாக பார்க்கிறேன். இந்த இடத்திற்க வரும் வழியில் தீவிரமாக ஷாவை எதிர்த்தவர்கள் வெளியில் இருந்து புரட்சிக்கு ஆதரவு அளித்தவர்கள் ஆகியோரின் பெயர்களை என் நினைவில் கோர்த்துக்கொண்டிருந்தேன். அதுபோன்றவர்கள் தான் இப்போது நிர்வாகத்தை நடத்திக்கொண்டிருக்க வேண்டுமென்று தர்க்க பூர்வமாக அனுமானித்திருந்தேன். அவர்களை எங்கே பார்க்கலாம் என்று கேட்டேன். கமிட்டி உறுப்பினர்களுக்கு அதுபற்றித் தெரியவில்லை. என்ன ஆனாலும் அவர்கள் இங்கே இல்லை. நிலைபெற்றுள்ள அமைப்பில் ஒருவர் அதிகாரத்தைக் கைப்பற்றினார். இரண்டாமவர் அவரை எதிர்த்தார். மூன்றாமவர் பணம் பண்ணினார். நான்காமவர் விமர்சித்தார். ஆண்டுக்கணக்காக நீடித்திருந்த இந்தச் சிக்கலான அமைப்பு சீட்டுக்கட்டு மாளிகைபோல ஊதித்தள்ளப்பட்டது. தாடி வைத்த, அறைகுறை எழுத்தறிவுபெற்ற இந்த நபர்களுக்கு நான் கேட்ட பெயர்கள் எந்தப் பொருளையும் தரவில்லை. சில ஆண்டுகளுக்கு முன்பு ஹஃபீஸ் ஃபர்மான் ஷாவை விமர்சித்தார். விளைவாக வேலை இழந்தார். அதே சமயம் குல்ஸூம் கிதாப் புட்டத்தை முத்தமிட்டு வாழ்க்கையில் வெற்றிபெற்றார். அதைப்பற்றி எல்லாம் இவர்களுக்கு என்ன அக்கறை? அது கடந்த காலம். அந்த உலகம் இப்போது இல்லை. நேற்றைப்பற்றி எதுவும் கேள்விப்பட்டிராத புதியவர்களிடமும் அறியப்படாதவர்களிடமும் தான் புரட்சி அதிகாரத்தை மாற்றிக்கொடுத்திருந்தது. இப்போது இங்கே உட்கார்ந்து இந்த தாடிகாரர்கள் விஸ்தாரமாகப் பேசிக்கொண்டிருக்கிறார்கள். எதைப்பற்றி? என்ன செய்யப்பட வேண்டும் என்பதைப் பற்றி. கமிட்டி எதையாவது செய்தாக வேண்டுமே. ஒருவர் பின் ஒருவராகச் சொற்பொழிவாற்றுகிறார்கள். ஒவ்வொருவரும் கருத்துச் சொல்ல விரும்புகிறார்கள். உரையாற்ற விரும்புகிறார்கள். பார்த்துக்கொண்டிருக்கும் நீங்கள் இது அவர்களுக்கு

முக்கியமானது என்று எண்ணுவீர்கள். அவர்கள் அதற்கு பெருமதிப்பு கற்பிக்கிறார்கள். பிறகு வீடுதிரும்பும் ஒவ்வொருவரும் அண்டை வீட்டாரிடம் 'நான் இன்று உரையாற்றினேன்' என்று சொல்வார்கள். அவர் பேச்சைக் கேட்டாயா என்று மக்கள் பரஸ்பரம் விசாரித்துக்கொண்டார்கள். அவர் தெருவிலிறங்கி நடக்கும்போது நீங்கள் நன்றாகப் பேசினீர்கள் என்பார்கள். முறைசாரா அதிகாரப் படிநிலையொன்று மெல்லமெல்ல உருவாகியிருந்தது. பொது அரங்கில் கவர்ச்சியாகப் பேசக்கூடியவர்கள் மேல்தட்டில் நின்றார்கள். சங்கோஜிகள், திக்குவாயர்கள், சபைகூச்சம் உள்ளவர்கள், அரட்டையாளர்கள் அடித்தட்டில் நின்றார்கள். மறுநாள் பேச்சாளர்கள் முந்தைய நாள் எதுவும் நடக்கவில்லை. தாங்கள் தான் எல்லாவற்றையும் மொத்தமாகத் தொடங்க வேண்டும் என்பதுபோல ஆரம்பத்திலிருந்து தொடங்குவார்கள்.

மூன்றாம் உலகத்தில் நான் பார்த்த இருபத்தேழாவது புரட்சியே இரான் புரட்சி. புகைக்கும் உறுமலுக்கும் நடுவில் ஆட்சியாளர்கள் மாறலாம். அரசுகள் கவிழலாம். புதியவர்கள் ஆசனங்களைக் கைப்பற்றலாம். மாறாததாகவும் அழிக்க முடியாததாகவும் ஒன்று மட்டுமே இருக்கும், அதைச் சொல்ல பயமாகயிருக்கிறது. அது செயலின்மை. இரானியக் கமிட்டிகளின் அறைகள், பொலீவியா மொசாம்பிக், சூடான் பெனின் ஆகிய இடங்களில் பார்த்த அறைகளை எனக்கு நினைவூட்டின. நாம் என்ன செய்ய வேண்டும்? என்ன செய்ய வேண்டும் என்று உனக்குத் தெரியுமா? எனக்கா? இல்லை. உனக்குத் தெரிந்திருக்கலாம். நீ என்னிடம்தான் பேசிக்கொண்டிருக்கிறாயா? நான் முழுப் பன்றியாகத்தான் போவேன். நீ எப்படி முழுப் பன்றியாக முடியும்? ஆமாம். அதுவும் சிக்கல்தான். தகுதியான ஒன்றை விவாதிக்க வேண்டும். அதை எல்லாருமே ஒப்புக்கொள்கிறார்கள். புழுக்கமான அறைகளுக்குள் சிகரெட் புகைமூட்டம் போடுகிறது. சில நல்ல உரைகளும் அவ்வளவு நல்லதல்லாதவையும் மிகச்சில புத்திசாலித்தனமானவையும் அங்கே நிகழ்கின்றன. உண்மையிலேயே நல்ல உரைக்கு பிறகு எல்லாரும் நிறைவடைகிறார்கள். அவர்கள்தான் உண்மையான வெற்றியில் பங்கேற்கிறார்கள்.

மொத்தமாக எல்லாமும் என்னை சூழ்ச்சிக்குள் ஆழ்த்தத் தொடங்கின. எனவே கமிட்டி தலைமையகத்தில் (அங்கே இல்லாத ஒருவருக்காகக் காத்திருக்கும் பாவனையில்) உட்காந்திருந்தேன். சாதாரணப் பிரச்சனைகளை அவர்கள் எவ்வாறு தீர்க்கிறார்கள் என்று கவனித்துக்கொண்டிருந்தேன். வாழ்க்கையே பிரச்சனைகளை நயமாகவும் பொதுவான திருப்தியுடனும் தீர்த்துக்கொள்வதுதானே. சிறிது நேரத்திற்குப் பிறகு சான்றிதழ் பெறுவதற்காக பெண்ணொருத்தி வந்தாள். சான்றிதழ் அளிக்கவேண்டிய நபர் அப்போது ஒரு விவாதத்தில் ஈடுபட்டிருந்தார். பெண் காத்திருந்தாள். இங்கிருக்கும் மனிதர்களுக்குக் காத்திருப்பதில் அபாரமான திறமை. கல்லாகவே மாறி அசையாமல் காத்திருக்கிறார்கள். இதற்கிடையில் அந்த ஆள் திரும்பிப்பார்த்தான். அவர்கள் பேசிக்கொண்டார்கள்.

பெண் பேச அவர் கேள்வி கேட்டார். அவள் பார்த்திருக்க, அவர் எதுவும் பேசாமலிருந்தார். கொஞ்சநேர பேரத்திற்கு பிறகு இருவரும் இசைந்தார்கள். அவன் ஒரு துண்டுத்தாளை தேடத் தொடங்கினான். அந்த மேஜைமேல் வெவ்வேறு வகையான காகிதங்கள் இருந்தன. ஆனால் தோதானதாக எதுவுமில்லை. அவன் எழுந்து போனான். தாள் எடுத்துவரப் போயிருக்கலாம். அல்லது தேநீர் அருந்துவதற்காகத் தெருவைக் கடந்தும் போயிருக்கலாம். பெண் மௌனமாகக் காத்திருந்தாள். அவன் திருப்தியுடன் வாயைத் துடைத்துக்கொண்டே (ஆக தேநீர் அருந்தத்தான் போயிருக்கிறான்.) திரும்பினான். கையில் தாள் இருந்தது. ஆக மொத்தம் நாடகீயமான பகுதி இப்போதுதான் தொடங்குகிறது. பென்சிலுக்கான தேடல். அங்கே மேஜைமேலோ இழுப்பறையிலோ தரையிலோ எங்குமே பென்சில் இல்லை. நான் என் பேனாவை கடன் கொடுத்தேன். அவன் புன்னகைத்தான். பெண் நிம்மதியாக பெருமூச்சுவிட்டாள். அவன் எழுந்து உட்கார்ந்தான். எழுதத் தொடங்கிய போதுதான் எதைச்சான்றளிக்கிறோம் என்பது பற்றி தனக்குத் தெரியவில்லை என்பது புரிந்தது. அவர்கள் பேசிக்கொண்டார்கள். அவன் தலையாட்டினான். ஒருவழியாக ஆவணம் தயாரானது. இப்போது மேலிருப்பவர் ஒருவர் அதில் கையொப்பமிட வேண்டும். மேலிருப்பவர் கிடைக்கவில்லை. அவர் வேறொரு கமிட்டி விவாதத்தில் கலந்துகொண்டிருந்தார். தொலைபேசி பதிலளிக்காததால் அவரைத் தொடர்புகொள்ள வேறு வழியும் இல்லை. அந்தப் பெண் கல்லாக மாறினாள். அவன் காணாமல் போனான். நான் தேநீர் அருந்த அந்த இடத்தைவிட்டு எழுந்து வந்தேன்.

பின்னாட்களில் அந்த நபர் சான்றிதழ்களை எவ்வாறு எழுதுவது என்றும் பிற விவகாரங்களை எப்படி கையாளுவது என்றும் கற்றுக் கொள்ளலாம்.ஆனால் சில ஆண்டுகளுக்குப் பிறகு இன்னொரு எழுச்சி ஏற்படும். நமக்கு அறிமுகமான அந்த நபர் வெளியேறுவான். அவனுடைய இடத்துக்கு வரும் புதியவன் துண்டுத் தாளுக்கும் பென்சிலுக்கும் குளறுபடி செய்துகொண்டிருப்பான். அதே பெண் அல்லது இன்னொருத்தி கல்லாக மாறிக் காத்திருப்பாள். யாராவது அவர்களுடைய பேனாவைக் கடன் கொடுப்பார்கள். மேல்மட்டத்திலிருப்பவர்கள் காரசாரமாக விவாதித்துக் கொண்டிருப்பார்கள். அவர்களும் தங்களுடைய முன்னோடிகளைப் போல செயலின்மை வட்டத்தை நோக்கி நகர்வார்கள். அந்த வட்டத்தை உருவாக்கியது யார்? இரானில் அதை உருவாக்கியவர் ஷா. நகர்மயமாக்கமும் தொழில் மயமாக்கமுமே நவீனத்தின் திறவுகோல்கள் என ஷா கருதினார். அது தவறாகப் புரிந்துகொள்ளப்பட்ட கருத்து. கிராமமே நவீனத்தின் திறவுகோல். அணு உலைகள், கம்ப்யூட்டர்மயமான உற்பத்திச்சாலைகள். பெட்ரோவேதி வளாகங்கள் ஆகியவற்றின் புலக்காட்சிகளில் ஷா மூழ்கியிருந்தார். வளர்ச்சிஅடையாத நாட்டுக்கு இவையெல்லாம் நவீனத்தின் கானல் தோற்றங்களே. அந்த நாடுகளில் பெரும்பான்மையான மக்கள் கிராமங்களில் வசிக்கிறார்கள். அங்கிருந்து நகரத்தை நோக்கிப் பெயர்கிறார்கள். குறைந்த அறிவுள்ள (அவர்கள் பெரும்பாலும் படிப்பறிவு இல்லாதவர்கள்) இளைஞர்களைக் கொண்ட உழைப்பு மையத்தை

உருவாக்குகிறார்கள். எதற்கு வேண்டுமானாலும் போராடும் வேட்கை கொண்டவர்களாக இருக்கிறார்கள். நகரத்தில் இருக்கும் நிலைமையைப் பேணும் அதிகார மையங்களுடன் நேரடியாகவோ மறைமுகமாகவோ நிறுவன அமைப்புகளை தூண்டுகிறார்கள். முதலில் உள்ளே நுழைகிறார்கள். அங்கே நிலைப்படுத்திக்கொள்கிறார்கள். முதன்மைப் பீடங்களைக் கைப்பற்றிக்கொள்கிறார்கள். பின்னர் அதன் மீது தாக்குதல் நடத்துகிறார்கள். இந்தப் போராட்டத்தில் கிராமத்திலிருந்து கொண்டு வந்த ஏதேனும் ஒரு கோட்பாட்டைப் பயன்படுத்துகிறார்கள். அது மதமாக இருப்பதே வழக்கம். முன்னேறிச் செல்வதில் உண்மையாகவே உறுதிகொண்டவர்கள். எனவே அவ்வப்போது வெற்றியடைகிறார்கள். அதிகாரம் அவர்கள் கைக்குச் செல்கிறது. ஆனால் அதை வைத்துக் கொண்டு என்ன செய்ய? விவாதம் செய்துசெய்து செயலின்மையின் வட்டத்துக்குள் நுழைகிறார்கள். நாடு எவ்வாறோ உயிர்ப்புடன் இருக்கிறது. அது அப்படி தொடரவும் வேண்டும். இதற்கிடையில் அவர்கள் வசதியான வாழ்க்கையை வாழ்கிறார்கள். சிறிது காலம் அதிலேயே திருப்தி அடைகிறார்கள். அவர்களுடைய பின் தலைமுறையினர் இப்போதும் பரந்த சமவெளிகளில் சுற்றித் திரிகிறார்கள். ஒட்டகங்களை மேய்க்கிறார்கள். ஆடுகளைப் பராமரிக்கிறார்கள். அவர்களும் வளர்ச்சியடைய வேண்டும். எனவே நகரத்துக்கு வந்து போராடுகிறார்கள். இவற்றின் பின்னாலிருக்கும் விதி என்ன? புதியவர்களிடம் திறமையை விட ஆசையே அதிகம். அதனால் ஒவ்வொரு எழுச்சிக்குப் பின்னும் நாடு அதன் தொடக்கப் புள்ளியை நோக்கியே திரும்புகிறது. ஏனெனில் தோல்வியடைந்த தலைமுறை தான் தேர்ச்சிபெறக் கொடுத்திருந்த உழைப்பையே கற்றுக்கொள்வதற்கான விலையாக வெற்றிபெற்ற தலைமுறையும் கொடுக்க நேர்கிறது. இதன் பொருள் தோல்வியடைந்தவர்கள் திறமையானவர்கள், அறிவாளிகள் என்பதா? நிச்சயம் இல்லை. கடந்த தலைமுறையும் யாரிடமிருந்து இடத்தைப் பறித்துக் கொண்டதோ அவர்களின் வேர்களிலிருந்தே முளைத்திருந்தது. செயலின்மையின் வட்டம் எவ்வாறு தகர்க்கப்பட முடியும்? கிராமங்களை வளர்ச்சிபெறச் செய்வதன் மூலமே அது முடியும். ஐந்தாயிரம் தொழிற்சாலைகள் இருப்பினும் கிராமங்கள் பின்தங்கி இருக்கும்வரை நாடும் பின்தங்கியே இருக்கும். நகரத்துக்குச் சென்ற பிள்ளை, சில ஆண்டுகளுக்குப் பிறகு பரவசமளிக்கும் மண் என்று சொந்தக் கிராமத்துக்குத் திரும்புவதால் மட்டும் ஒரு நாடு ஒருபோதும் நவீனமாக மாறிவிடாது.

அடுத்து செய்ய வேண்டியது என்ன என்று கமிட்டிகள் விவாதிக்கத் தொடங்கியபோது ஒரே புள்ளியில் எல்லாரும் இசைவு கொண்டிருந்தார்கள். முதலில் பழி வாங்குதல். அவ்வாறாகக் கொலைத் தண்டனைகள் ஆரம்பமாயின. இந்தச் செயலில் அவர்கள் ஒருவகையான நிறைவைக் கண்டார்கள். கண்கள் கட்டப்பட்ட ஆட்களும் அவர்களைப் பிடித்துவைத்திருக்கும் இளைஞர்களும் இருக்கும் புகைப்படங்களைச் செய்தித்தாள்கள் முதல் பக்கத்தில் வெளியிட்டன. பத்திரிகைகள் சம்பவங்களை விரிவாகவும் நுட்பமாகவும் விவரித்தன.

தண்டனைக்குள்ளானவன் இறப்பதற்கு முன்பு என்ன சொன்னான்? எப்படி நடந்துகொண்டான்? தன்னுடைய கடைசிக் கடிதத்தில் அவன் என்ன எழுதினான்? இந்தக் கொலைத்தண்டனைகள் மேற்கு நாடுகளில் பெரும் கோபத்தைக் கிளர்த்தின. இங்கு மிகச் சிலர் மட்டுமே அந்தக் குற்றச் சாட்டுகளைப் புரிந்துகொண்டிருந்தார்கள். அவர்களைப் பொறுத்தமட்டில் பழிவாங்கும் கொள்கை வரலாற்றுக்கும் முற்பட்டது. ஷா ஒருவர் ஆட்சி நடத்தினார். அவருடைய தலை துண்டிக்கப்பட்டது. புதியவர் ஒருவர் வந்தார். அவரும் தலைதுண்டிக்கப் பட்டார்.

வேறு எவ்வாறு ஷாக்களிடமிருந்து விடுதலை பெறுவது? அவர் தானாகப் பதவி விலக மாட்டார். விலகுவாரா என்ன? அவரையும் அவருடைய ஆதரவாளர்களையும் உயிரோடு விட்டுவிடலாம்? அவர் ஒரு படையைத் திரட்டுவார், திரும்பிவருவார் என்பதை முதலில் தெரிந்து கொள்ள வேண்டும். அவர்களைச் சிறையில் அடைத்தால்? காவலர்களுக்குக் கையூட்டுக் கொடுத்துத் தப்புவார்கள். பின்பு தங்களைக் கவிழ்த்தவர் களைப் படுகொலை செய்யத் தொடங்குவார்கள். இதுபோன்ற சூழலில் கொலை, தற்காப்புக்கான முதல் எதிர்வினையாகவே இருக்கிறது. சட்டம், மனிதனைப் பாதுகாப்பதற்கான கருவி என்பதைப் புரிந்துகொள்ளாத உலகம் இது. மாறாக எதிராளியை அழிப்பதற்கான ஆயுதமாகவே அதைப் புரிந்துவைத்திருக்கிறது. ஆம். அது கொடூரமானதாகத் தொனிக்கலாம். ஆனால் அதில் கோரமான, சமரசமில்லாத உண்மை அடங்கியிருக்கிறது. அயதுல்லா கால்காலி, பத்திரிகையாளர்களான எங்களிடம் பிரதமர் ஹொவெய்தாவுக்கு மரண தண்டனை விதித்த பின்பு துப்பாக்கிப் படை அதை நிறைவேற்றுமா என்று தாம் சந்தேகப்பட்டதாகக் குறிப்பிட்டார். அவர்கள் ஹொவெய்தாவைத் தப்பவிட்டுவிடுவார்கள் என்று பயந்தார். எனவே ஹொவெய்தாவைத் தன்னுடைய காரிலேயே ஏற்றிக்கொண்டார். இரவு நேரம். காரில் உட்கார்ந்து அவருடன் பேசிக் கொண்டிருந்ததாகக் கால்காலி கூறினார். எதைப் பற்றி என்று சொல்லவில்லை. தண்டனை விதிக்கப்பட்டவர் தப்பியோடுவார் என்று சந்தேகப்படவில்லையா? இல்லை, அப்படி ஓர் எண்ணமே வரவில்லை. பொழுது நகர்ந்தது. நம்பிக்கைக்குரிய யாரிடமாவது ஹொவெய்தாவை ஒப்படைப்பது பற்றித்தான் யோசித்துக்கொண்டிருந்தார். இறுதியாக அருகிலுள்ள குறிப்பிட்ட கமிட்டியொன்றின் உறுப்பினர்கள் நினைவுக்கு வந்தார்கள். ஹொவெய்தாவை அவர்களிடம் அழைத்துச் சென்று அங்கேயே விட்டுவந்தார்.

நான் அவர்களைப் புரிந்துகொள்ள முயன்றுகொண்டிருக்கிறேன். ஆனால் மீண்டும் மீண்டும் ஓர் இருட் பிரதேசத்துக்குள்ளேயே இடறி விழுந்து வழி தவறுகிறேன். அவர்கள் வாழ்வையும் சாவையும் குறித்து வேறுபட்ட மனப்போக்கைக் கொண்டிருக்கிறார்கள். ரத்தத்தைக் கண்டதும் வித்தியாசமாக எதிர்வினையாற்றுகிறார்கள். ரத்தத்தைப் பார்த்தவுடன் பதற்றமடைகிறார்கள்; ஈர்க்கப் படுகிறார்கள். தம்மை

மறந்த மாயநிலைக்குச் செல்கிறார்கள். அவர்களுடைய கிளர்ச்சி மிக்க செய்கைகளைப் பார்க்கிறேன். அவர்களுடைய கூக்குரல்களைக் கேட்கிறேன். அருகிலிருக்கும் உணவகத்தின் உரிமையாளர் தன்னுடைய புதிய காரில் என் ஹோட்டல் முன்னால் வந்தார். புத்தம் புதிய பாண்டியாக் கார். பொன்னிறம். விநியோகிப்பாளரிடமிருந்து நேரடியாக வந்திருந்தது. அங்கே ஒரே பதற்றம். கோழிகள் வெட்டப்படும் ஓசையைக் கேட்க முடிந்தது. மக்கள் கோழி ரத்தத்தை அள்ளி முதலில் தங்கள் மேல் தெளித்துக் கொண்டார்கள். பிறகு அதைக் காரின் மேல் பூசினார்கள். சீக்கிரமே அந்த வாகனம் சிவப்பாகி ரத்தம் சொட்டியது. பாண்டியாக் காருக்கு நடந்த ஞானஸ்நானம். எங்காவது ரத்தம் கண்டால் சுற்றியிருக்கும் கூட்டம் அதில் கைகளை நனைக்கிறது. அது எதற்காக என்று எனக்கு விளக்கிச் சொல்ல அவர்களால் முடியவில்லை.

வாரத்தில் சில மணி நேரங்கள் அற்புதமான கட்டுப்பாட்டைக் கடைப்பிடிக்க அவர்கள் முயல்கிறார்கள். இது ஜும்மா தொழுகை (வெள்ளிக்கிழமை நண்பகல் பொதுத் தொழுகை)யில் நிகழ்கிறது. பற்று மிகுந்த முஸ்லிம் ஒருவர் காலையில் முதல் ஆளாக விசாலமான இமாம் சதுக்கத்தை நோக்கி நடந்து செல்கிறார். தன்னுடைய ஜமுக்காளத்தை விரிக்கிறார். அதன் விளிம்பில் உட்காருகிறார். அடுத்தவர் வந்து (சதுக்கத்தின் பெரும் பகுதி காலியாக இருப்பினும்) முதலாமவரை ஒட்டித் தன்னுடைய ஜமுக்காளத்தை விரிக்கிறார். பிறகு அடுத்த விசுவாசி வருகிறார். அவரை அடுத்து இன்னொருவர். பின்னர் ஆயிரத்துக்கும் மேலானவர்கள். பிறகு லட்சக்கணக்கானவர்கள் ஜமுக்காளங்களை விரித்துப் போட்டு மண்டியிட்டு அமர்கிறார்கள். மெக்கா இருக்கும் திசை நோக்கி அணிஅணியாக மௌனமாக மண்டியிட்டு அமர்கிறார்கள். நண்பகல் வேளையில் ஜும்மா தொழுகைக்குத் தலைமை தாங்குபவர் சடங்குகளைத் தொடங்கி வைக்கிறார். அவர்கள் எழுந்து நிற்கிறார்கள். ஏழுமுறை குனிகிறார்கள். நிமிர்கிறார்கள். மண்டியிடுகிறார்கள். நிலம்தொட் விழுந்து வணங்குகிறார்கள். குதிகாலில் அமர்கிறார்கள். மீண்டும் நிலம்பதிய விழுந்து வணங்குகிறார்கள். இலட்சக்கணக்கான சரீரங்கள் துல்லியமாகவும் இடைமுறியாத லயத்துடனும் இயங்கும் காட்சி விவரிக்கக் கடினமானது. ஆனால் என்னைப் பொறுத்தவரை உண்மையில் அச்சுறுத்தும் ஒன்று. தொழுகை முடிந்ததும் அதிர்ஷ்டவசமாக, அணிவகுப்புக் கலைகிறது. ஒவ்வொருவரும் பிதற்றத் தொடங்குகிறார்கள். இனிமையும் தன்னிச்சையுமான குழப்பம் அதுவரையிலான இறுக்கத்தைச் சிதறடிக்கிறது.

மிக விரைவிலேயே புரட்சி முகாமுக்குள் கருத்து வேற்றுமை எழுகிறது. ஒவ்வொருவரும் ஷாவை எதிர்த்தார்கள். அவரை விரட்ட விரும்பினார்கள். ஆனால் ஒவ்வொருவரும் எதிர்காலத்தை வெவ்வேறாகக் கற்பனை செய்திருந்தார்கள். தங்களுடைய பிரான்ஸ், சுவிட்சர்லாந்து வாசத்தில் அறிந்திருந்த வகையிலான ஜனநாயகம் கொண்டதாக நாடு மாறும் என்று சிலர் நினைத்தார்கள். இவர்கள்தாம் ஷா வெளியேறியவுடன் நிகழ்ந்த

போரில் முதலில் தோல்வியடைந்தவர்கள். அவர்கள் படித்தவர்கள். விவேகிகள். ஆனால் பலவீனர்கள். முரண்பட்ட சூழலில் தாங்கள் இருப்பதை அவர்கள் உடனே கண்டார்கள். அதிகாரத்தின் மூலம் ஜனநாயகத்தைத் திணிக்க முடியாது. அதற்குப் பெரும்பான்மை ஆதரவளிக்க வேண்டும். கோமெய்னி எதை விரும்பினாரோ அதையே இங்குள்ள பெரும் பான்மையும் விரும்புகிறது. ஓர் இஸ்லாமியக் குடியரசு. தாராளவாதிகள் இல்லாமல் போனாலும் ஆதரவாளர்கள் எஞ்சியிருக்கிறார்கள். அவர்களும் தங்களுக்குள் போராடிக்கொண்டார்கள். இந்தப் போராட்டத்தில், அறிவார்ந்தவர்களையும் திறந்த மனதுடையவர்களையும் விடத் தீவிரப் பழைமைவாதிகளின் கையே ஓங்கியிருந்தது. இரு முகாம்களைச் சேர்ந்தவர்களையும் எனக்குத் தெரியும். நான் அனுதாபம் காட்டும் ஆட்களைப் பற்றிச் சிந்திக்குபோது அவநம்பிக்கை என்னை மூழ்கடிக்கிறது. பனி சதார் அறிவார்ந்தவர்களின் தலைவராக இருந்தார். ஒல்லியானவர். சற்றே கூன் விழுந்தவர். போலோ சட்டைகளையே எப்போதும் அணிபவர். சுறுசுறுப்பானவர். எப்போதும் அறிவுரைத்துக்கொண்டும் விவாதங்களில் பங்கேற்றுக் கொண்டுமிருப்பவர். அவருக்கு ஆயிரம் சிந்தனைகள் இருந்தன. அவை பற்றி அதிகமாகவே (மிக அதிகமாகவே) பேசிக்கொண்டிருந்தார். ஓயாமல் புதிய தீர்வுகளைக் கனாக் கண்டார். கடினமும் இருண்மையும் கொண்ட ஏராளமான புத்தகங்களை எழுதினார். இதுபோன்ற நாடுகளில் அரசியலில் அறிவுஜீவிக்கான இடம் வெளியில்தான். ஓர் அறிவுஜீவி மிதமிஞ்சிக் கற்பனை செய்கிறார். நயக்கம் கொள்கிறார். ஒரே நேரத்தில் எல்லாத் திசைகளிலும் சஞ்சரிக்கிறார். தன்னைப் பற்றியோ தான் எதன் சார்பாக நிற்கிறோம் என்பது பற்றியோ தெரியாத தலைவரால் என்ன நன்மை? தீவிரவாதியான பெஹெஸ்தி ஒருபோதும் இவ்வாறு நடந்து கொண்டதில்லை. அவர் தனது ஊழியர்களைக் கூட்டுகிறார். உத்தரவிடுகிறார். தாங்கள் எப்படி, எதைச் செய்ய வேண்டும் என்று தெரிந்து கொண்டதற்காக ஊழியர்கள் அவரிடம் நன்றி பாராட்டுகிறார்கள். பெஹெஸ்தி, ஷியாயிசத்தின் கடிவாளத்தைக் கையில் வைத்திருக்கிறார். பனி சதாரோ நண்பர்களுக்கும் ஆதரவாளர்களுக்கும் கட்டளை இடுகிறார். பனி சதாரின் அதிகாரம் அறிவாளிகள் வட்டத்துக்குள்ளும் மாணவர்களிடமும் முஜாஹித்தீன்களிடமும் மட்டுமே ஒதுங்கியிருக்கிறது. முல்லாக்களின் சொல்லுக்காகக் காத்திருக்கும் பெரும் கூட்டமே பெஹெஸ்தியின் அடித்தளம். பனி சதார் தோல்வி அடைவது வெளிப்படை. ஆனால் அளவற்ற அருளாளனும் நிகரற்ற அன்பாளனுமான ஒருவனின் கரங்களுக்கு முன்னால் பெஹெஸ்தி வீழ்வார்.

தெருக்களில் கலவரக் கும்பல்கள் தோன்றின. இடுப்புப் பாக்கெட்டில் துருத்தித் தெரியும் கத்திகளை வைத்திருக்கும் இளைஞர்களின் கூட்டம் அது. அவர்கள் மாணவர்களைத் தாக்கினார்கள். பல்கலைக்கழகத்துக்குள்ளிருந்து காயமடைந்த மாணவிகளை ஏற்றிக்கொண்டு ஆம்புலன்சுகள் விரைந்தன. கும்பல்கள் கைகளை உயர்த்திக் காட்டின. யாருக்கு எதிராக இந்த முறை? கடினமும் இருண்மையும் கொண்ட புத்தகங்களை எழுதியவருக்கு எதிராக. இலட்சக்கணக்கானவர்களுக்கு வேலை இல்லை. விவசாயிகள்

இன்னும் பரிதாபமான மண் குடில்களிலேயே வசிக்கிறார்கள். இவை ஏன் பொருட்டாகவில்லை? பெஹெஸ்தியின் ஆட்கள் எதிர்ப்புரட்சியாளர் களுடன் போரிடுவதில் முனைப்பாக இருந்தார்கள். ஆம், அவர்களுக்கு என்ன செய்ய வேண்டும், என்ன பேசவேண்டும் என்று தெரிந்திருக்கிறது. உங்களுக்கு உண்ண உணவு இல்லையா? உங்களுக்கு வசிக்க இடமில்லையா? யாரைக் குற்றம்சாட்ட வேண்டுமென்று நாங்கள் காண்பிக்கிறோம். இதற்கெல்லாம் காரணம் எதிர்ப் புரட்சியாளர்தான். அவரை அழியுங்கள். நீங்கள் மனிதப் பிறவிகளாக வாழத் தொடங்கலாம். ஆனால் அவர் எந்த விதத்தில் எதிர்ப்புரட்சியாளர்? ஷாவுக்கு எதிராக நேற்றும் நாம் ஒன்றாக இணைந்து போராடவில்லையா? அது நேற்று. இன்று அவர் உங்கள் எதிரி. இதைக் கேட்டதும் ஜுரம்கொண்ட கும்பல், அந்த எதிரி உண்மையான எதிரிதானா என்று சிந்திக்காமல் தாக்குதலை மேற்கொண்டது. அதற்காக நீங்கள் கூட்டத்திலிருந்த மக்களைப் பழிசொல்ல முடியாது. மேலான வாழ்க்கை எது என்று தெரியாமலே, அது எவ்வாறு இருக்கும் என்று புரிந்துகொள்ளாமலே அவர்கள் நெடுங்காலமாக அதற்கு ஆசைப்பட்டிருக்கிறார்கள். எனினும் தொடர்ச்சியான சிரமங்களுக்கும் தியாகங்களுக்கும் தன்னல மறுப்புக்கும் பிறகும் கூட மேலான வாழ்க்கை அடிவானத்துக்கும் வெகு தொலைவிலேயே இருக்கிறது.

என்னுடைய நண்பர்கள் நடுவே ஏமாற்றம் கோலோச்சியது. உடனடிப் பேரழிவை அவர்கள் முன்னுரைத்தார்கள். கொடிய நாட்கள் வரும்போது அறிவார்ந்தவர்கள் எப்போதும்போல, அவர்களுடைய வலிமையையும் நம்பிக்கையையும் இழக்கிறார்கள். அவர்களுக்குள் அச்சமும் மனமுறிவும் நிரம்புகின்றன. எது எதற்கோ நடந்த ஆர்ப்பாட்டங்கள் ஒவ்வொன்றிலும் தவறாமல் கலந்துகொண்டவர்கள் இப்போது கூட்டங்களைப் பார்த்துப் பயப்படுகிறார்கள். அவர்களுடன் பேசிக் கொண்டிருந்தபோது ஷாவைப் பற்றியும் யோசித்தேன். ஷா உலகம் முழுவதையும் சுற்றிக் கொண்டிருந்தார். அவ்வப்போது பத்திரிகைகளில் அவர் முகம் (பெரும்பாலும் வீண்) இடம் பெற்றது. சொந்த நாட்டுக்குத் திரும்புவோம் என்று கடைசி வரையிலும் அவர் எண்ணியிருந்தார். அவர் திரும்பவில்லை. ஆனால் அவரது செய்கைகளில் பெரும்பாலானவை எஞ்சியிருந்தன. ஒரு எதேச்சாதிகாரி இல்லாமற் போகலாம். ஆனால் அவருடைய வெளியேற்றத்தோடு சர்வாதிகாரம் முடிந்து விடுவதில்லை. சர்வாதிகாரத்தின் இருப்பு கும்பலின் அறியாமையைச் சார்ந்தே இருக்கிறது. ஆகவே தான் எல்லா சர்வாதிகாரிகளும் அறியாமையை விளைவிக்கப் பெரும்பாடுபடுகிறார்கள். அந்த நிலைமைகளிலிருந்து மாறி சிறிது வெளிச்சத்தைக் காணப் பல தலைமுறைகள் ஆகின்றன. இருப்பினும் இது நிகழ்வதற்கு முன்னால் சர்வாதிகாரியைக் கீழே இறக்கியவர்களே, தங்களை மறந்து அவருடைய வாரிசுகளைபோலச் செயல்படுகிறார்கள். தாங்கள் நிர்மூலமாக்கிய சகாப்தத்தின் மனப் பாங்குகளையும் சிந்தனைகளையும் நடைமுறைப்படுத்துகிறார்கள். விருப்பமில்லாமலும் ஆழ்ந்த உணர்வில்லாமலும்தான் இது நிகழ்கிறது. யாராவது இதைச் சுட்டிக் காட்டும்போது அப்படிச் செய்தவர்கள் மீது

நியாயமாகவே ஆத்திரம் கொள்கிறார்கள். ஆனால் இதற்கெல்லாம் ஷாவைப் பழி கூற முடியுமா? தன் காலத்திய நடைமுறை மரபையே ஷா பின் தொடர்ந்தார். நிலுவையிலிருந்த வழக்கங்களின் எல்லைக்குள்ளேயே செயல்பட்டார். இறந்த காலத்தை மாற்றுவதற்காக அந்த எல்லைகளை மீறுவது உலகிலுள்ள கடினமான செயல்களில் ஒன்று.

என்னை உற்சாகப்படுத்திக் கொள்ள விரும்பும்போதெல்லாம் நான் ஃபிர்தௌஸி தெருவுக்குச் செல்வேன். அங்கே திரு. ஃபிர்தௌசி பாரசீகக் கம்பள விற்பனை செய்கிறார். தனது வாழ்நாள் முழுவதையும் கலைக்கும் அழகுக்குமான சங்கமத்திலேயே கழித்தவரான ஃபிர்தௌஸி சுற்றியுள்ள எதார்த்தத்தை இரண்டாம் தரமும் மேலோட்டமானதுமான சினிமாவாகவே பார்க்கிறார். எல்லாம் ரசனை தொடர்பானது என்கிறார். ‘ரசனையுடன் வாழ்வதுதான் முக்கியமானது, சார்’ என்று என்னிடம் சொல்கிறார். பலருக்கும் கொஞ்சம் கூடுதலான ரசனை இருக்குமானால் இந்த உலகம் வேறொன்றாகத் தெரியும். பொய், துரோகம், களவு, ஒற்றிக் கொடுத்தல் போன்ற எல்லாப் பேரச்சங்களிலும் அவற்றுக்குப் பொதுவான வகைமை இருப்பதாகச் சிறப்பித்துச் சொல்கிறார். ரசனையற்றவர்களாலேயே இந்தக் கொடூரங்கள் இழைக்கப்படுகிறது. ஆனால் இந்த தேசம் அவற்றையெல்லாம் வெற்றி கொள்ளும் என்றும் அழகு அழிவற்றது என்றும் நம்புகிறார். (நான் வாங்கப்போவதில்லை என்று தெரிந்தும் அதைப் பார்க்க விரும்புவேன் என்ற மகிழ்ச்சியில்) இன்னொரு கம்பளத்தை எடுத்து விரித்துக் கொண்டே சொல்கிறார்: இரண்டாயிரத்து ஐநூறு ஆண்டுகளாகப் பாரசீகர்களை அவர்களாகவே நிலைநிறுத்துவது, அதாவது, ஏராளமான யுத்தங்களையும், ஊடுருவல்களையும் ஆக்கிரமிப்புகளையும் மீறி எங்களை நாங்களாக இருக்கச் செய்திருப்பது பொருளியல் வலுவல்ல; எங்களுடைய ஆன்மீக வலிமைதான். எங்கள் கவிதைதான், எங்கள் தொழில்நுட்பம் அல்ல. எங்கள் மதம் தான்; எங்கள் தொழிற்சாலைகள் அல்ல. இந்த உலகத்துக்கு நாங்கள் என்ன அளித்திருக்கிறோம்? கவிதையும் நுண்ணோவியத்தையும் கம்பளத்தையும் அளித்திருக்கிறோம். உற்பத்தி நோக்கில் இவையெல்லாம் பயனற்ற பொருட்கள்தாம். ஆனால் இவற்றின் வழியாகத்தான் நாங்கள் எங்கள் உண்மையான சுயத்தை வெளிப்படுத்துகிறோம். இந்த அதி அற்புதமான தனித்துவமான பயனற்றவைகளைத்தான் நாங்கள் இந்த உலகத்துக்கு அளித்திருக்கிறோம். நாங்கள் கொடுத்திருப்பவை (இரண்டுக்குமான வித்தியாசம் அர்த்தமளிக்குமென்றால்) வாழ்க்கையை சிக்கலற்றதாக ஆக்காது; வாழ்க்கையை அலங்காரமானதாக ஆக்கும். உதாரணமாக, எங்களைப் பொறுத்தவரை கம்பளம் ஒரு முக்கியத் தேவை. ஒரு பாழடைந்த, வறண்ட பாலைவனத்தில் ஒரு கம்பளத்தை விரித்துப் போட்டு அதில் படுங்கள். பசும்புல் வெளியில் படுத்திருப்பதுபோல உணர்வீர்கள். ஆம், எங்கள் கம்பளங்கள் பூக்களின் வெளியை எங்களுக்கு நினைவூட்டுகிறது. உங்கள் கண்முன்னால் மலர்களை, தோட்டத்தை, குளத்தை, நீரூற்றைக் காண்பீர்கள். புதர்களுக்கிடையில் மயில்கள் ஒசிந்து நடப்பதைப் பார்ப்பீர்கள். கம்பளங்கள் நெடுங்காலம் நீடிப்பவை. ஒரு தரமான கம்பளம் நூற்றாண்டுகள் ஆனாலும் சாயத்தை இழப்பதில்லை.

இந்த விதமாக, வறண்ட, அலுப்பூட்டும் பாலைவனத்தில் வாழும் போதும் நிறமோ பசுமையோ ஒருபோதும் மங்காத நிரந்தரத் தோட்டத்தில் வாழ்ந்து கொண்டிருப்பதாக உங்களுக்குத் தோன்றும். பிறகு தோட்டத்தின் வாசனையைக் கற்பனை செய்து கொள்ளலாம். நீரோடையின் முணுமுணுப்பையும் பறவைகளின் பாடலையும் கேட்கலாம். பின்னர் நீங்கள் உங்களை முழுமையானவராக உணர்கிறீர்கள். மேம்பட்டவராக உணர்கிறீர்கள். சொர்க்கத்தை நெருங்குகிறீர்கள். நீங்கள் ஒரு கவிஞராகிறீர்கள்.